தமிழ்த் தேசிய உணர்வின் முன்னோடி

தமிழன்
அயோத்திதாசப் பண்டிதர்

முனைவர் கோ.தங்கவேலு

Dravidian Stock
11 Model Nagar old
Washermenpet Chennai
cell: 9092787854

நூல் விளக்கம்

நூலின் பெயர்	:	தமிழ்த் தேசிய உணர்வின் முன்னோடி **'தமிழன்' அயோத்திதாசப் பண்டிதர்**
மொழி	:	தமிழ்
வகை	:	கட்டுரை
ஆசிரியர்	:	முனைவர் கோ.தங்கவேலு
©	:	உரிமைப்பெற்றது
முதல் பதிப்பு	:	2010
இரண்டாம் பதிப்பு	:	2021
நூலின் அளவு	:	டெம்மி
தாள்	:	16 கி.கி. வெள்ளைத் தாள்
எழுத்து	:	12 புள்ளி
கட்டுமானம்	:	சாதாரணம்
மொத்தப் பக்கங்கள்	:	192
வெளியீடு	:	**Dravidian Stock** **11 Model Nagar old Washermenpet Chennai** **cell: 9092787854**
அச்சிட்டோர்	:	தேவா ஆப்செட் பிரிண்டர்ஸ் சென்னை - 600 005.

பதிப்புரை

தமிழ்த் தேசியத்தின் முன்னோடி தமிழன் அயோத்திதாசப் பண்டிதர் என்ற நூலை முனைவர் கோ. தங்கவேலு அவர்கள் மிகச் சிறந்த ஆய்வுக் கணோட்டத்துடன் எழுதி உள்ளார்கள்.

நாம் தமிழர்கள் என்ற இன உணர்ச்சியை 1890களிலேயே நம் மண்ணில் விதைத்தவர் அயோத்தியதாசப் பண்டிதர் அவர்கள். 1907 முதல் ஒரு பைசா தமிழன், தமிழன் என்ற ஏடுகளை நடத்தி தமிழ் மக்களிடையே விழிப்புணர்வை ஏற்படுத்தியவர். பார்ப்பனப் பண்பாடு தமிழர் பண்பாடு அல்ல அது ஆரியப் பண்பாடு என்பதை உறத்துகூறி, வள்ளுவத்தை உயர்த்திப் பிடித்தவர்.

தமிழர் வரலாற்றில் ஒரு திருப்புமுனையை ஏற்படுத்திய பண்டிதர் அயோத்தியதாசரின் நூலை மறுபதிப்பு செய்து வெளியிட அனுமதி கொடுத்த மறைந்த வரலற்றுப் பேராசிரியர் கோ. தங்கவேலு அவர்களின் குடும்பத்தினர்க்கு நன்றியை தெரிவித்துக் கொள்கிறேன்.

இந்நூலை வெளியிட உதவிய நண்பர் வழக்கறிஞர் ஆ.கௌதமன் அவர்களுக்கு நன்றியைத் தெரிவித்துக் கொள்கிறேன்.

மெய்ப்புத் திருத்தம் செய்து உதவிய நண்பர் திருவாரூர் மிசா. இராமமூர்த்தி அவர்களுக்கும் நன்றியைத் தெரிவித்துக் கொள்கிறேன். தமிழ்க் குடிஅரசுப் பதிப்பகத்தின் சார்பில் இந்நூலை வெளியிடுவதில் பெருமை அடைகிறேன்.

வாலாசா வல்லவன்

பொருளடக்கம்

■ ■ ■

முன்னுரை

தமிழகத்தின் மண்ணின் மைந்தர்களான பெரும் பான்மைத் தமிழர்களாகவுள்ள **பறையர்**களை அரசு ஆவணங்களிலும் மக்கள் தொகைக் கணக்கெடுப்பிலும் **பறையர்** என்றோ, **பஞ்சமர்** என்றோ குறிப்பிடாமலும், அவர்களை இந்துக்கள் தொகையுடன் சேர்க்காமலும், தனித்ததோர் இனமாகவும், இந்நாட்டின் மூலப் பெருங்குடிகள் என்னும் வகையில் **"பூர்வத் தமிழர்"** அல்லது **ஆதித்தமிழர்** என்று குறிப்பிட வேண்டும் என முதன் முதல் கோரிக்கை வைத்தவர் **பண்டிதர் அயோத்தி தாசர்** ஆவார்.

1881 ஆம் ஆண்டு மக்கள் தொகைக் கணக்கெடுப்பில் தமிழகத்திலேயே **செங்கற்பட்டு** மாவட்டத்தில்தான் **பறையர்** தொகை மிகுந்திருந்தது (24.8%). இதற்கு அடுத்தபடியாகத் **தென் ஆர்க்காடு** மாவட்டம் நின்றது.

இக்காலத்தில் **பறையர்**களின் சமயம், சமுதாயம், பொருளியல், கல்வி, பண்பாட்டு நிலைகளைச் செங்கற்பட்டு ஆட்சியாளராகவிருந்த **திரீமென்னியர் (Tremenheere)** என்பாரின் ஆவணங்களிலிருந்து அறிந்து கொள்ள முடிகிறது.

> "**பறையர்கள்** பிறசாதி இந்துக்களுடன் சேர்ந்து வாழாமல் சேறும் சகதியும் நிறைந்த, பள்ளமான ஒதுக்குப் புறங்களில் பன்றிக் குடிசைகளைப் போன்ற சிறிய குடிசைகளில் வாழ்கிறார்கள். இவர்களுக்கு வயிறார உண்ணவும் உணவின்றிப், பட்டினியும் பசியுமாக இவர்கள் வாடு கிறார்கள்.
>
> கட்டிக் கொள்ளத் துணியுமின்றிக் கிழிந்துபோன கந்தல்களையே இடுப்பில் சுற்றிக் கொண்டுள்ளனர். கல்வியறிவே இல்லாமல் கண்ணிருந்தும் குருடர்களா யுள்ளனர். இவர்களின் இத்தகைய இரங்கத்தக்க

பரிதாபகரமான நிலையைக் கண்டு இவர்கள் மீது இரக்கம் கொள்வார் எவருமிலர்; கருணைக்கண் கொண்டு பார்ப்பதற்கு ஆளுமில்லை.

சத்தான உணவும், தூய்மையான உடையும், சுகாதாரமான இருப்பிடமும் இல்லாமல் இருப்பதால் இவர்களில் பெரும் பாலோர் கொடிய தொழுநோயால் பாதிக்கப்பட்டு உறுப்புகளை இழந்து காணப்படுகின்றனர்."

என்று அம்மாவட்ட ஆட்சியாளர் தனது குறிப்பில் கண்டறிந்து எழுதியுள்ளார்.[1]

இத்தகைய மாவட்ட நிர்வாக அறிக்கைகள் அரசின் தலைமைப் பீடமாகவிருந்த **இங்கிலாந்து**க்குக் காலந்தோறும் அனுப்பப்படுவது வழக்கம். இதனைக் கண்ணுற்ற இங்கிலாந்துப் பாராளுமன்றம் தம்முடைய ஆட்சியில் விலங்கினும் கீழாக மக்கள் கூட்டம் இருத்தல் கூடாது எனத் தீர்மானித்தது. அத்தகைய கீழ்நிலை மக்களுக்குக் கல்விக் கண் திறக்கவும், தூய்மையாகவும் நல வசதிகளுடன் வாழவும், மனிதப் பண்பாட்டினைக் கற்பித்து, அவர்களும் மனிதர்கள்தாம் எனப் பிற சாதி இந்துக்கள் உணரவும், ஆவன செய்வதற்காக அரசு திட்டமிட்டது. இத்திட்டத்தின்படி ஆண்டுதோறும் குறிப்பிட்ட ஒரு தொகையை ஒதுக்கிக் கிறிஸ்தவத் துறவியர் மூலம் இவர்களின் மேம்பாட்டு நடவடிக்கைகளை முடுக்கிவிட்டது. எளியோர் தொண்டே ஏசுவின் தொண்டு என வாழ்ந்து வந்த ஏசு சபைத் துறவியர்கள் எல்லாரும் தீண்டாத பறைச் சேரிகளுக்குள் புகுந்து பாடாற்றத் தொடங்கினர்; தீண்டத் தகாதாராயிருந்த பறையர் மக்களைத் தொட்டுத் தூய்மைப்படுத்தி, அறிவுக் கண்ணைத் திறந்துவிட்டனர். ஆட்சியாளர்களும் தங்கள் பணிகளில் இவற்றுக்கு முதலிடம் அளித்தனர்.

அக்காலத்தில் மாவட்ட ஆட்சியாளர்களாகப் பொறுப்பேற்றவர்கள் எல்லாருமே வெள்ளையர்கள்தாம். அவர்களில் பெரும்பாலார் அரச குடும்பத்தைச் சேர்ந்தவர் களாகவும், கிழார்களாகவும் (Lord) மேட்டுக்குடி மரபினராகவுமே இருந்தனர். அவர்கள் சமயத்தால் கிறித்தவர்கள்; மனித நேயத்திற்கு முதலிடம் அளிப்பவர்கள்; சாதி, தீண்டாமை

என்னும் பேச்சுக்கே அவர்களின் பிறந்த நாட்டில் இட மில்லை.

எனவே மனிதர்களை மனிதர்களாகவே பார்த்தனர்; சாதிகளாகக் காணவில்லை. எனவேதான் இக்குடும்பங்களைச் சேர்ந்த, பல்கலைக் கழங்களில் படித்துப் பட்டம் பெற்ற இளைஞர்கள் **இந்திய ஆட்சிப்பணி** (Indian Civil Service - ICS)த் தேர்வில் தேறிய பின் இந்தியாவில் ஆட்சியாளர்களாகப் பதவியேற்றனர். பல ஆயிரம் ஆண்டுகளாக நாயினும் கீழாக நடத்தப்பட்டுத் தொட்டால் தீட்டு, பார்த்தால் தீட்டு, கேட்டால் தீட்டு என அச்சுறுத்தப்பட்டுச் சந்தடியே இல்லாத ஒதுக்குப் புறங்களில் இம்மக்கள் வாழ்ந்து வரலாயினர். எத்தனையோ **மகாத்மா**க்கள், தத்துவஞானிகள், ஆண்டவனை நேரில் சந்தித்தவர்கள் காலந்தோறும் தோன்றிக் கொண்டே யிருக்கும் நாட்டில் ஆண்டவன் பிள்ளைகளாகிய இப் பறையர்களைக் கண்டாலும் தீட்டென ஒதுக்கி வந்தனர். இத்தகைய பறையர்களுக்குக் கதி மோட்சம் அருள இங்கிலாந்திலிருந்து வெள்ளைக்கார இளைஞர்கள் ஆட்சியாளர் வடிவில் அவதாரம் எடுத்து வந்தனர்.[2]

ஊமைகளாய், செவிடர்களாய், குருடர்களாய், முடவர்களாய் வதைபட்டுவந்த பறையர்கள் தாங்கள் படும் துன்பத்திற்காக வாய்விட்டு அழவும் உரிமையற்றுக் கிடந்தார்கள். இக்கால கட்டத்தில்தான் பறையர்கள், அதிகாரிகளின் வீடுகளில் வேலைக்காரர்களாக (ஆயாக்களாக, பட்லர்களாக)ப் பணியாற்றியோரின் குழந்தைகளும், கிறித்தவத்துறவியரின் பராமரிப்பில் வளர்ந்த குழந்தைகளும் கல்வியறிவு பெற்றுத் தாங்களும் மனிதர்களே என்பதை உணர்ந்து, அரசிடம் தங்களின் உரிமைகளைக் கேட்கத் தொடங்கினர். கருணை மனுக்கள் மூலமும், இதழ்கள் வாயிலாகவும் தங்களின் நெஞ்சக் குமுறலை வெளியிட்டனர்.

அத்தகையோரில் ஒருவர்தான் பன்மொழிப் புலவர், காளத்தி மாநகர் **க.அயோத்தி தாசப் பண்டிதர்** ஆவார். **அயோத்தி தாசப் பண்டிதர்** பறையர்களில் முதன் முதலாக 1890 இல் **திராவிடர் மகா சனசபை**யைத் தொடங்கி அரசுக்குப் பத்தம்சக் கோரிக்கையினை முன் வைத்தார். இதற்குச் செவி

சாய்த்த அரசு, பறையர்களுக்குத் தரிசு நிலங்களை வழங்கத் தொடங்கியது. அக்காலத்தில் **சென்னை மண்டிலம்** எங்கிலும் இருந்த நிலங்கள் யாவும் நிலக்கிழார்களுக்கும் மிராசுதார் களுக்கும், பார்ப்பனர்களுக்கும் - வெள்ளாளர்களுக்கும், கோவில்களுக்கும் - மடங்களுக்குமே சொந்தமாயிருந்தன. மிராசுகளுக்கு உட்படாத நிலங்கள் **பொறக்குடிநிலம்** (புறம்போக்கு) எனப்பட்டன. இத்தகைய பொறக்குடி நிலங்களைத் தர்க்காசு செய்து பறையர்களுக்குக் கொடுக்கும்படி அரசு ஆணை பிறப்பித்தது.[3]

இந்த ஆணையைச் சாதி இந்துக்கள் சாதி வேறுபாடின்றி ஒட்டு மொத்தமாகச் சேர்ந்து எதிர்த்தார்கள். ஆங்கில ஏடுகளும் கூட வழக்கத்திற்கு மாறாகப் பறையர்களைப் பண்ணை யார்களாக மாற்றுவதற்கு எதிர்ப்புத் தெரிவித்தன. இத்தகைய அரசின் நடவடிக்கை பறையர்களை அடிமைகளாய் வைத்திருந்த இந்துக்களுக்கு வியப்பையும் வயிற்றெரிச்சலையும் உண்டாக்கியது.

இவ்வாறு ஒதுக்கப்பட்ட பொறக்குடி நிலங்களையும் பறையர்களால் நீண்ட நாட்கள் துய்க்க இயலவில்லை. அவை பண்படுத்தப்பட்டுப் பயிர் செய்யும் வகையில் உருவாக்கப் பட்டபின் சாதி இந்துக்களால், குறிப்பாக மிராசுதார்களால் பறித்து (அபகரித்து)க் கொள்ளப்பட்டன. காடு கரம்புகளைத் திருத்தி, மேடு பள்ளங்களை நிரவி அவை பண்படுத்தப் பட்டபின் சாதி இந்துக்கள் அவற்றைத் தங்கள் ஆடுமாடுகளின் மேய்ச்சல் நிலங்களாக எடுத்துக் கொண்டனர்.

பறையர்கள் மீது அவதூறு வழக்குகள் போட்டுத் தொழுவத்தில் அடைப்பதுவும், சிறைக்கு அனுப்புவதும் அன்றாட நிகழ்வுகள் ஆகிவிட்டன. இத்தகைய நிகழ்ச்சி யொன்றை **எம்.சி.இராசா, கர்னல் ஆல்காட்** எழுதிய **ஏழைப் பறையன்** (The Poor Pariah) என்னும் நூலிருந்து எடுத்துக் காட்டுகிறார்.[4]

> சாதிக் கொடுமை தாங்க முடியாமல் ஒரு பறையன் ஊரை விட்டே ஓடி விடுகிறான். அக்காலத்தில் காலனி ஆதிக்கத்திலிருந்த **பினாங்கு**க்குப் போய்த் தோட்டக்

கூலியாக அமர்ந்து, சிறிது காசை சம்பாதித்துக் கொண்டு, தன் மனைவி, மக்களைக் காண மீண்டும் தமிழகம் வருகிறான். பஞ்சடைந்து போய், கஞ்சியுமில்லாமல் பராரியாய்க் கிடந்த அவன் குடும்பம், காளமேகத்தைக் கண்ட வாடிய பயிர் பச்சை கட்டுவதைப் போல் அகமும் முகமும் மலர்கிறது. தான் கொண்டு வந்த அந்தச் சிறு தொகைக்கு ஒரு நிலத்தை வாங்குகிறான். சிறிய பெட்டிக் கடையைத் தொடங்குகிறான். அவன் குடும்பம் புதுவாழ்வு கண்டு பூரிக்கிறது.

அந்தோ பரிதாபம்! அந்த மகிழ்ச்சி நீடிக்கவில்லை! அவனைக் கண்டு பொறாத சாதி இந்துக்கள் திருட்டு வழக்கில் அவனைச் சம்பந்தப்படுத்திச் சிறைக்குள் தள்ளி விடுகின்றனர்.

சிறைவாசம் முடிந்து அவன் வீடு திரும்பும்போது அவன் வீடும் இல்லை; மனைவி மக்களும் இல்லை.

இத்தகைய சமுதாயத்தை எப்படித் திருத்தி அமைப்பது எனச் சரியான உத்தி எவருக்கும் புலப்படவில்லை. சாதியும் தீண்டாமையும் உள்ளடங்கிய இந்துச் சமுதாயத்தைச் சீர்திருத்திவிட்டால் போதும், சமுதாயச் சமநிலை ஏற்பட்டுவிடும் என்றே எல்லாரும் நினைத்தனர். சமுதாயத்தின் அடித்தளத்து மக்களை மேட்டிற்குக் கொண்டு வந்தால்தான் சமுதாயச் சமனிலை ஏற்படும் என்ற எண்ணம் எவருக்குமே வரவில்லை. வரவும் முடியாது. நாட்டு விடுதலை கோரும் இந்திய தேசியக் காங்கிரசுக்கும் தோன்றவில்லை. ஏனெனில் சாதியும், தீண்டாமையும் ஆண்டவன் படைப்பு; கர்ம விதிப்படியே பிறப்பு அமைகிறது எனக் **காந்தியார்** போன்றோரும் கூறி வந்தனர்.

விக்டோரியா பேரரசியார் கி.பி.1858 இல் வெளியிட்ட பேரறிக்கையிலும், அதன்பின் உருவான சட்டத்திலும், பிரிட்டானியப் பேரரசு, இந்தியாவில் சமுதாய, சமய விவகாரங்களில் தலையிடாக் கோட்பாட்டைக் கடைப் பிடித்ததால் அடக்குமுறைகள் கடிவாளமில்லாத குதிரையைப் போல் கால் போன போக்கில் கட்டுப்பாடின்றி வளர்ந்தன.

எனவே சாதியக் கொடுமைகள், சமுதாய மூடப் பழக்க வழக்கங்கள் தலைதூக்கி நின்று, தேசிய உணர்வைச் சீர்குலைத்தன. நாடு விடுதலை பெற வேண்டும்; இந்தியர் ஒன்றுபட வேண்டும்; ஆட்சி தம் கைக்கு வரவேண்டும் எனப் போராடிய மேல் சாதிக்காரர்கள், கிறித்தவ சபைகளும், பிரம்ம ஞான சபையும் மேற்கொண்ட சமுதாயப் பணிகளை மட்டும் ஏற்றுக்கொள்ளாமல் இந்து மதத்தை மட்டும் சீர்திருத்த முற்பட்டனர்.

ஆன்ம நேயத்தால் ஒன்றுபடலாம்; ஒன்றபட்டால் அடிமை விலங்கொடிக்கலாம் என்றது பிரம்மஞான சபை. கர்னல் **ஆல்காட்**டும், **அன்னி பெசண்ட்**டும் இவ்வாறு முனைந்தனர். ஆனால் அன்னி பெசன்ட் அம்மையார் அனைத்தும் இந்து மதத்தில் உள்ளனவென்றும், அதன் மரபு வழிப் பண்பாடே நாம் ஏற்றிப் போற்றத் தக்கவை யென்றும் கூறியதால் அவருடைய இந்திய விடுதலை உணர்ச்சி மக்களால் மதிக்கப்படாமல் மங்கிப் போனது. தாம் காண விழையும் மனித நேயத்தைப் பிரம்மஞான சபையால் பெறமுடியும் என்பதற்காகவே **அயோத்தி தாசர்** அதில் உறுப்பினர் ஆனார். அதனைத் தன் மக்களைக் கரை சேர்க்கும் தெப்பமாகப் பயன்படுத்தியே **பஞ்சமர் பள்ளிகள்** பவற்றை உருவாக்கச் செய்தார். எனவே பிரம்ம ஞான சபை இந்து மதத்தைச் சீர்திருத்துவதற்காக ஏற்பட்டது அன்று.

ஆனால் இந்து மதத்தைச் சீர்திருத்துவதற்காக **இராஜாராம் மோகன்ராய்** என்பார் **பிரம்ம சமாஜம்** ஏற்படுத்தி, அதில் சாதியும் தீண்டாமையும் இடம் பெறாமல் காத்துக் கொண்டார். இதில் **பண்டித ஈசுவர சந்திர வித்யாசாகர், மகரிஷி தேவேந்திர நாத் தாகூர்** முதலான பெயர் பெற்ற அறிஞர்கள் சேர்ந்து பணியாற்றினர். இதைப் போன்றே **பிரார்த்தனை சமாஜம்** என்பதுவும். இதனைத் தொடங்கியவர் **மகாதேவ கோவிந்த இராணடே** என்பவராவார். **தயானந்த சரசுவதி** தொடங்கிய **ஆரிய சமாஜம்** என்னும் அமைப்பும் இவற்றைப் போன்றதே ஆகும். இவை யாவும் இந்து மத சாத்திரங்களை அடிப்படையாகக் கொண்டு சாதி தீண்டாமை வேற்றுமை களைப் புறக்கணித்து **இந்துக்கள்** என்னும் போர்வையில் ஆன்மநேய, தேசிய உணர்வுகளை வளர்க்க முற்பட்டன. மக்கள்

தொண்டே ஆண்டவன் தொண்டு என்னும் அடிப்படையில் தொடங்கப் பெற்ற **இராமகிருட்டிணர் மடங்கள்** ஆண்டவனையும் மக்களையும் ஒரு சேர இணைத்துப் பார்த்ததில் ஆண்டவனுக்கே முதலிடம் கொடுத்தன. எனவே இதுவும் சமூக இழிவுகளைப் போக்குவதற்குத் தக்கதொரு படையாகத் தோன்றவில்லை.

இதே பாணியைப் பின்பற்றியே தமிழகத்தில் **இராமலிங்க அடிகளார்** அருட்பெருஞ்சோதியில் உயிர்களைச் சமமாகக் கண்டார். **தாயுமானவர்** பராபரத்தை மக்களுக்குக் காட்டி, மனவடக்கத்தால் மெய்யறிவு பெறுபவனே உயர்ந்தவன்; மற்றபடி மக்களுக்குள் உயர்வு, தாழ்வு இல்லை என்றார். **மாயூரம் வேதநாயகம் பிள்ளை, எட்டையபுரம் சுப்பிரமணிய பாரதி** ஆகியோர் **ஒரே தாய் (பாரதமாதா), ஒரே தேசம் (பாரதநாடு), ஒரே மக்கள் (பாரத நாட்டவர்)** என்றனர். பலவண்ணக் குட்டிகளாயினும், **அவை** தாய்ப்பூனையின் குட்டிகளே ஆவதைப் போல நாம் பல வண்ணத்தவர் (வர்ணத்தார்) ஆயினும் பாரதத் தாயின் மக்களே என்றான் பாரதி. மூடப்பழக்க வழக்கங்களையும், சாதி வேற்றுமைகளையும், தீண்டாமையினையும் சாடிய இவர்கள், தீண்டத்தகாதோரின் முடம் நீக்கி, அவர்களை முன்னுக்குக் கொண்டு வரும் வழிவகைகளைக் காணவில்லை. ஏன்? அவர்களின் கண்ணையும் கருத்தையும் மறைத்து, அடைத்து நின்றவை சாதி உணர்வுகளே! இந்தச் சாதியுணர்வுக்குக் காரணம் இவர்களின் வழிபாட்டுக்குரிய இந்து மதமே.

இந்நிலையில் செருப்பை அணிந்திருக்கிறவனுக்குத்தான் செருப்பு எங்கே கடிக்கிறது எனத் தெரியும் என்றபடி துன்பத்தில் மூழ்கிக் கிடந்த சமுதாய மக்கள் அத்துன்பங்களை வெளிப் படுத்தி, சமநீதி, சமூகநீதி, மானிட நீதி கேட்டு எழுந்தனர். அவர்களில் ஒருவர்தான் பண்டிதர் அயோத்திதாசர். ஆனால் அவர் மேற்கூறிய சீர்திருத்தக்காரர்களைப்போல் கண்மூடித் தனமாக இந்து மதத்தை வைத்துக் கொண்டு சமூக நீதி கேட்கவில்லை. அதைவிட்டு வெளியேறி, சமத்துவம் நல்கும் பௌத்த நெறிக்கு மாறி நீதி கேட்க முற்பட்டார். அவர்கள் கையாண்ட நெறிமுறைகள் வியக்கத்தக்கனவாகும்.

பறையர்களை ஒன்று சேர்க்க ஒரு சபையை ஏற்படுத்தினார், கற்பிக்க ஓர் இதழைத் தொடங்கினார். அறிவு பெறப் பல போராட்டங்களை நடத்தினார். இவற்றையே அண்ணல் அம்பேத்காரும்,

> கற்பிக்க (Educate)
> எழுக (Agitate)
> இணைக (Organise)

என்னும் முழக்கங்களாக முன் வைத்தார்.

19, 20 ஆம் நூற்றாண்டுகளில் எழுந்த தமிழ் இலக்கியங்களும் மக்களைப் பக்தி நெறியிலும், தேசபக்தியாலும், ஒன்றிணைக்கும் நோக்கத்தோடு தாம் தோன்றின. தெய்வ பக்தியாயினும், தேசபக்தியாயினும் இந்து மதத்தை அடிப் படையாகக் கொண்டு, அவற்றை இந்தியப் பண்பாடு, நாகரீகம், மரபுவழி எனக் கூறியே ஒரே வழிப்பாதையாக்கி விட்டதால், இலக்கியங்களும் சமரச சன்மார்க்கம் பேசியும் வேதங்களின் வழியேதான் நடந்தன. பகுத்தறிவு என்னும் பாறைமேல் சாதி, தீண்டாமை, மூடப்பழக்கவழக்கங்கள் என்னும் அழுக்குகளை அடித்துத் துவைத்து நீக்கிச் சமுதாயம் எனும் ஆடையைத் தூய்மையாக்கவில்லை. பாரதிதாசன் போலும் பாவலர்கள் இதனைக் கண்டிக்க முற்பட்டனர்.

> மாடுகளும் பழக்கத்தால் செக்குச் சுற்றும்
> மடையர்களும் இயற்றிடுவார் கடவுள் பாடல்

என்றார் பாரதிதாசன்.

சமுதாயச் சமனிலை காண்பதற்கான வழிதான் என்ன?

> இருட்டறையில் உள்ளதடா உலகம் - சாதி
> இருக்கின்றதென்பானும் இருக்கின்றானே

என்று சுட்டிக்காட்டி,

> ஓடப்ப ராயிருக்கும் ஏழையப்பர்
> உதையப்ப ராகிவிட்டால் ஓர் நொடிக்குள்
> ஓடப்பர் உயரப்பர் எல்லாம் மாறி
> ஒப்பப்பர் ஆய்விடுவார் உணரப்பா நீ!

எனக் கூறி,

> கொலை வாளினை எடடா மிகு
> கொடியோர் செயல் அறவே

என்று தீர்வுக் காண கட்டளையிடுகிறார் புதுவைக் கவிஞர்.

இவ்வாறு தற்கால இலக்கியங்கள் முடுக்கமான சமுதாயச் சீர்திருத்தக் கருத்துக்களைக் கூறுவதற்கு மூல காரணமாய் நின்றவர் அயோத்திதாசரே ஆவார். அவரே இதற்கெல்லாம் முன்னோடி! அயோத்திதாசர் காலத்தில் தமிழகத்தில் தமிழ் மொழிக்குச் சிறப்பில்லை; முதலிடமில்லை. ஆங்கிலம் கற்றவர்கள் அரசுப் பணிகளில் அமர்ந்தனர். அவர்கள் தமிழ் இலக்கியங்களில் ஆங்கில மொழிச்சாயலையும் சமற்கிருத மேலாண்மையினையும் திணித்து வைத்தனர். பலர் எவன் பீடம் ஏறினாலும், பார்ப்பனர்கள் அவனது மொழியில் தேறி, அவன் ஆதரவில் வாழ்ந்து, தமிழாட்சி இல்லாத காலத்தில் தமிழ் இலக்கியங்களைப் பன்முகப்படுத்தி, தமிழ்மொழியின் ஏற்றத்திற்கு உதவாது எதிராகவே இருந்தனர். இச்சூழலில்தான் அயோத்திதாசரின் படைப்புகளில் **பாளி, சமற்கிருதம்** ஆகியவை மேம்பட்டுக் காணப்படுகின்றன. அவருடைய படைப்புகள் பௌத்த நெறிகளைக் கருப்பொருளாய்க் கொண்டவை என்பதால் பாளியும், வேத இலக்கியங்களை அவர் ஆய்வுக்கு உட்படுத்துவதால் சமற்கிருதமும் ஆளுமை கொண்டது இயல்பேயாகும். ஆயினும் இவற்றை நீக்கிப் பார்க்கும் போது **தனித்தமிழே** இவற்றில் கோலோச்சுவதையும், தமிழ்ப் பண்பாடே நிறைந்து நிற்பதையும் காணலாம்.

இவருடைய இலக்கியங்கள் மரபுப்படி, சாத்திர சம்பிரதாயங்களை அடிப்படையாகக் கொண்டு எழாமல், அவற்றை வெளிப்படையாக எதிர்த்தும், அவற்றின் காவலர் களைத் தூஷித்தும் பகுத்தறிவுப் படைகளால் ஓங்கியடிக்கின்றன. எனவேதான் பின் வந்த பாரதிதாசன் போன்றோர்க்கு இவர் முன்னோடியாய், முதல் வித்தாய் நின்றார்.

இவ்வாறு அயோத்திதாசர் ஆதிதிராவிடர் இயக்கம், பகுத்தறிவு இயக்கம், பார்ப்பனரல்லாதார் இயக்கம் ஆகிய தற்கால இயக்கங்களின் **தந்தை**யாகக் கருதப்படுகிறார்.

அயோத்திதாசரைப் போல் பௌத்த நெறி நூல்களை அவர் காலத்திலும் சரி, அவருக்குப் பின்னும் எவரும் அவரளவுக்கு எழுதியது இல்லை. **சமணம், சாங்கியம், இசுலாம், கிறித்தவம், சீக்கியம், ஜொராஷ்டிரம்** போலும் சிறுபான்மையரின் சமயங்களைப் பற்றிய நூல்கள் பரவலாக வெளி வருவதற்கு முன்பே, அயோத்திதாசர் பௌத்தம் பற்றிய இலக்கியங்களைப் பகுத்தறிவு என்னும் அடித்தளத்தின் மேல் படைத்து விட்டார். சாதிவெறியால் இவர் திராவிட மகாசன சபையைத் தோற்றுவிக்கவில்லை. ஆயினும் இத்தகைய தலை சிறந்த மும்மொழிப் புலவரைப் பற்றியும், அவருடைய படைப்புகள் பற்றியும், அவருடைய முழு வாழ்க்கை வரலாறு பற்றியும் எவருமே இதுவரை முழுமையாக எழுதி வெளியிட்டதில்லை.

அவர் தீண்டாத்தகாதவர் என்பதற்காக இவற்றை எவரும் தீண்டவில்லையோ?

அவர் தீட்சைப் பெற்ற மெய்யறிவர் (மெய்ஞ்ஞானி) அல்லவா?

இத்தகைய ஒரு பெருங்குறை சமுதாய வரலாற்றிலும், இருண்ட படலத்தை ஏற்படுத்திவிட்டன. இவ்விருண்ட படலங்களில் தீபம் ஏற்றி, வெளிச்சத்திற்குக் கொண்டு வந்து, அவர் பணிகளைக் கோவைப்படுத்தி, வெளிக்கொணர்ந்து தமிழ்த் தாய்க்கும், தமிழக வரலாற்றுக்கும், ஏன் உலக நாகரீக வரலாற்றுக்கும் கூடப் பணி செய்யவேண்டும் என்னும் உந்துதலே இவ்வாய்ப்பினை மேற்கொள்ளுவதற்குக் காரணமாகும்.

தமிழுக்கும், தமிழ்த் தேசிய உணர்விற்கும் தாங்களே சொந்தக்காரர்களென்று கூறுவோர் தமிழன் அயோதாசரை அறியாதவர்கள்! அறிந்தும் அவரை ஏற்க மறுப்பவர்கள்! தமிழ் வழித் திராவிடமும், திராவிடத்தின் வாழி திராவிடக் கட்சிக்காரர்களாகவும் வளர்ந்து வளமாய் வாழ்ந்து வரும் எவரும், அதற்கு ஆணி வேரான அயோத்திதாசரை இனியாவது நன்றி யுணர்வோடு போற்றுதல் வேண்டுமென்ற நோக்கத்தில்தான் இச்சிறிய அறிமுக நூலை யாத்தோம்.

எந்நன்றி கொன்றார்க்கும் உய்வுண்டாம் உய்வில்லை
செய்ந்நன்றி கொன்ற மகற்கு

இஃது அயோத்திதாசரின் தந்தை வள்ளுவன் வாய்மொழி ஆகும்.

சென்னை - *80* அன்புடன்
14-4-1999 **கோ. தங்கவேலு**

1. **செங்கற்பட்டு பறையர்கள்** பற்றிய **அறிக்கை :** திரீமென்னியர், மாவட்ட ஆட்சியாளர், செங்கற்பட்டு மாவட்டம்.
   செங்கை மாவட்ட ஆட்சியாளர் அலுவலகம், சைதாப்பேட்டை, *1892.*
2. **எம்.சி.இராசா** - ஒடுக்கப்பட்ட இந்துக்கள் ஆக்சிலியன் அச்சகம், சென்னை, *1925. (*பக்கம் *25-30)*
3. **அரசு ஆணை எண்** *: 704,* வருவாய்த்துறை, நாள் *: 2-9-1890.*
4. **எம்.சி.இராசா** - முன்சொன்ன நூல். *(*பக்*.40-41)*

இயல் ஒன்று
தமிழின எழுச்சியும் தோற்றமும்

உலகப் புகழ் பெற்ற எழில்மிகு கடற்கரையைக் கொண்ட **சென்னை** மாநகரம் நிலவியல், மொழியியல், பண்பாட்டியல், சமூகவியல், அரசியல் முதலியவற்றிலும் பண்டை முதலே பழம் பெருமை படைத்ததாகும். தற்கால வரலாற்றிலும் இம் மாநகரம் தலையாய இடத்தைப் பெற்றுள்ளது. ஆங்கில வணிகக் குழுமம் சென்னை நகரை நடுவாகக் கொண்டுதான் ஆங்கில ஆட்சியை உருவாக்கியது. இந்திய நாடு முழுவதையும் ஆங்கிலேயர்கள் கைப்பற்றுவதற்கு முதற்படியாகச் சென்னை மண்டிலத்தையே முதன் முதலாகக் கி.பி.1802 ஆம் ஆண்டு ஏற்படுத்தினர். அஃதாவது கி.பி.19 ஆம் நூற்றாண்டுத் தொடக்கத்தில்தான் ஆங்கிலராட்சி சென்னை மண்டிலத்திலிருந்து தொடங்கப் பெற்றது. சென்னை நகராட்சியும் முதன் முதலாக இந்திய நகரங்களுக்கு எடுத்துக் காட்டாகத் தொடங்கப் பெற்றது.

ஆங்கிலக் கல்வி முறையும் ஆங்கிலப் பள்ளிகளும், பின்னர் ஏற்பட்ட கலை, அறிவியல், தொழிற் கல்விக் கூடங்களும் இங்குதான் முதன் முதலாகத் தொடங்கப் பெற்றன. எனவேதான் பிரெஞ்சுக்காரரும், ஆங்கிலேயரும் இந் நகரைக் கைப்பற்றுவதற்குக் கடுமையாகப் போரிட்டுக் கொண்டனர். இறுதியில் பிரெஞ்சுக்காரர்கள் இந்நகரை இழந்து புதுச்சேரிக்கு ஓடினர். சென்னைக் கடற்கரைப்பட்டினம், மேற்கத்திய, கிழக்கத்திய நாடுகளை இணைக்கும் பாலமாக அமைந்தது. எனவேதான் புதுச்சேரியை நடுவாகக் கொண்டிருந்த பிரெஞ்சுக்காரர்கள் தோல்வியுற நேர்ந்தது. மேலை நாட்டு, கீழை நாட்டுப் பண்பாட்டுப் பரிமாற்றங்களுக்கும் சென்னை ஒரு சங்கமாக அமைந்தது. முதன் முதலாக அச்சகம் அமைத்து, அறிவுச்

சுடர் பரப்பிய இடமே சென்னை மண்டிலத்திலுள்ள தரங்கம்பாடிதானே! இதனாலன்றோ செல்லரித்துப் போன சங்க இலக்கியங்கள் அச்சேற முடிந்தது. மேட்டுக்குடிகளின் கைகளில் மட்டுமே தவழ்ந்த தமிழன்னை பாமரன் கைகளுக்கும் வந்தாள்!

இத்தாலியிலே தோன்றிய மறுமலர்ச்சியால் தாய்மொழி உணர்வு ஏற்பட்டது. இதனால் தேசிய உணர்வு தாய் மொழியை அடிப்படையாகக் கொண்டு வளர்ந்தது. கிரேக்கம், இலத்தீன் ஆகிய மொழிகளில் மட்டும் தேங்கிக் கிடந்த அறிவியல் பெட்டகம் தாய் மொழிகளில் எழுதப் பெற்றதால் தாய் மொழியை மட்டும் கற்றிருந்த பாமரன் கைகளில் தவழ்ந்தது. இதைப் போலத்தான் அச்சு இயந்திரத்திலேறிய ஓலைச் சுவடிகள் மேட்டுக்குடி மக்களிடமிருந்து, பாமர மக்களின் கைகளில் அச்சிட்ட நூல்களாகத் திகழ்ந்தன.

அந்நிலையிலும், மேட்டுக் குடியினர், தாங்கள் தாம் தமிழுக்குச் சொந்தக்காரர்களெனக் கூறி, கீழ்க்குடி மக்களைக் குறிப்பாக ஆதி திராவிடரைக் கற்றவர் வரிசையிலும் இடம் பெறாமல் செய்து விட்டனர். எனவேதான், தீண்டாமையாலும், அண்டாமையாலும் அல்லற்பட்டு இருளில் மூழ்கிக் கிடந்த அம்மக்கள் வெளிச்சத்திற்குவர முடியவில்லை! வெளிச்சம் போட்டு அவர்களை யாரும் காட்டவில்லை!

தமிழகத்தின் தலைநகரமாய்த் திகழ்ந்த சென்னை மாநகரம் முழுவதுமே பறையர்களின் சேரிகளாகவும், மீனவர்களின் குப்பங்களாகவும் திகழ்ந்த காலத்தில்தான் ஆங்கிலேயர்கள் இங்குக் குடியேறினர். ஆங்கிலேயேரின் வருகையால், அவர்களின் ஆட்சியால் இந்தியாவில் மேலை நாட்டுக் கல்வி பரவியது; அதனால் பண்பாடும், நாகரிகமும் மாறுபட்டன; சமத்துவம், சமன்மை, சகோதரத்துவம் ஆகியவை சமுதாயத்தில் தலை தூக்க முற்பட்டன. அவர்கள் தீண்டப்படாத மக்களைத் தீண்டினார்கள்; அவர்களின் கல்விக் கண்ணைத் திறந்தார்கள்; கோயிலுக்குள் (மாதாக் கோயில்) இட்டுச் சென்றனர். சுருங்கக் கூறின் அம்மக்களை இருளிலிருந்து வெளிச்சத்திற்குக் கொண்டு வந்தனர். கிறித்தவக் கல்விக் கூடங்களில் பறையர்கள் தடையின்றிச் சேர்ந்தனர். ஆங்கிலத்தோடு அச்சிட்ட தமிழ் நூல்களையும் தடையின்றித் தொட்டுப் படித்தனர். எனவே,

பாலை வனத்தில் தோன்றும் ஒரு சில சோலைகள் போல் அறிஞர் பெருமக்கள் தோன்றினர். தீண்டாமையை அறியாத ஆங்கிலேயர்கள் அவர்களைக் கைக் குலுக்கி வரவேற்றுப் போற்றினர். தங்களை மனிதர்கள், அதுவும் வெள்ளை மனிதர்கள், அதுவும் ஆளும் வர்க்கத்தினர் தொட்டுப் பழகி, போற்றுவதைக் கண்ட பறையர்கள் சுவர்க்கத்தில் காலடி வைத்ததாக எண்ணி மகிழ்ந்தனர் சென்னை நரகம் அவர்களுக்கு அப்பொழுதுதான் நகரமாகத் திகழ முற்பட்டது.

ஆங்கிலேயரின் கிழக்கிந்தியக் கும்பன ஆட்சி சென்னையில் வேரூன்றத் தொடங்கிய அக்காலத்தில் (1802) சென்னையில் உட்பகுதியில் பறையர்கள் வாழ்ந்த பகுதிகள் சேரிகள் எனவும், மீனவர்கள் வாழ்ந்த கடலோரப் பகுதிகள் குப்பம் எனவும் அழைக்கப்பட்டன.

இச்சேரிகள்

செம்மண் சேரி,
ஆல் தோட்டம்,
எழும்பூர்,
தேனாம்பேட்டை (மக்கித் தோட்டம்),
வியாசர்பாடி,
சேத்துப்பட்டு,
கொய்யத்தோப்பு,
குயில் தோப்பு

முதலியனவாகும்.

ஆங்கிலர் ஆட்சி கால்கோள்வதற்கு இவற்றில் வாழ்ந்த பறையர்களே பெருந்துணையாக இருந்தனர்.

கி.பி. 1806 இல் நடைபெற்ற **வேலூர்ப் புரட்சி,** 1857 இல் **முதல் விடுதலைப் போர் (சிப்பாய்க் கலகம்)** காலங்களில் ஆங்கிலரின் மனைவி மக்களுக்குப் பறையர்களே பாதுகாப்பாக இருந்தனர்.

சேரிப் பகுதிகளைப் பறையர்கள் 'மாநகரம்' ஆக்கினர்.

மக்கித் தோட்டம் 'மக்கி மாநகரம்' என்றும்,

சேத்துப்பட்டுச் சேரி 'சேத்துப்பட்டு மாநகரம்' என்றும் அழைக்கப்பட்டன.

இத்தகை சேரிப்பகுதிகளில் ஒன்றான **சென்னை தேனாம்பேட்டை மக்கி மாநகரம்** என்னுமிடத்தில்

கி.பி.1845 ஆம் ஆண்டு **கந்தசாமி** என்பாருக்கு மகனாகப் பிறந்தவர்தான் **அயோத்திதாசர்**.

இவருக்குப் பெற்றோர் இட்ட பெயர் **காத்தவராயன்** என்பதாகும்.

தன்னுடைய ஆசிரியரின் நினைவாக **அயோத்தி தாசக் கவிராயர்** எனப் பெயர் மாற்றிக் கொண்டார்.

கல்வியின் பயனாகப் **பண்டிதர்** என்னும் பட்டம் வாய்த்தது. எனவே இவர் **அயோத்தி தாசப் பண்டிதர்** என்று அழைக்கப்பட்டார்.

பண்டிதர் **தமிழ், பாளி, சமற்கிருதம் ஆங்கிலம்** ஆகிய மொழிகளில் பெரும்புலமை பெற்றார்.

இவர் சித்த மருத்துவத்திலும் தேர்ச்சி பெற்ற **மருத்துவர்** (Doctor) ஆக விளங்கினார்.

பௌத்த நெறியில் தம்மை இணைத்துக் கொண்டதால் இவரைத்

> **தொண்டை மண்டலம் வல்ல கலாநிதி, தெய்வப் புலமை, வைத்திய சித்தர்,**
> **கங்கை, கவியராசப் பண்டிதர்,**
> **க.அயோத்தி தாச தம்ம நாயக்கர்**

என்று அழைத்தனர்.

மக்கி மாநகரில் இளமை வாழ்க்கையைத் தொடங்கிய இவரை **அயோத்தி தாசக் கவிராசப் பண்டிதர்** என்பாரிடம் கல்வி கற்க அனுப்பி வைத்தனர்.

ஆங்கிலம், சமற்கிருதம், முதலான மொழிகளில் சிறந்த புலமை பெற்றுத் திகழ்ந்தார்.

அத்துடன் **பாளி** மொழியில் தேர்ந்த அறிஞரானார்.

ஆங்கிலம், சமற்கிருதம், பாளி மொழிகளுடன் தமிழறிவு மிக்க **பன்மொழிப் புலவர்** ஆனார்.

பாளி மொழி அறிஞராயிருந்ததால் வேத மூல நூல் களையும்,

சமற்கிருதப் புலமைப் பெற்றிருந்ததால் வேத மூல இலக்கியங்களையும்,

ஆங்கிலத்தில் பைபிளையும் ஆழ்ந்து கற்றார்.

இசுலாம், சீக்கிய சமய நூல்களையும் தத்துவங்களையும் ஆழமாக ஆய்வு செய்தார்.

மக்களின் வாழ்வியல் நிலைகளையும் ஆராய்ந்தார்.

பறையர் வீழ்ச்சிக்கான காரணங்களைக் கண்டறிய விரும்பினார்.

ஆசையே துன்பத்திற்குக் காரணம் எனப் புத்தர் பெருமான் கண்டறிந்ததுபோல், பறையர்களின் துன்பத்திற்கு, தாங்கள் முன்னேற வேண்டும் என்னும் ஆசையின்மையே காரணம் எனக் கண்டார்.

> நாமும் மனிதர்களே! பிறரைப் போல் நாமும் வாழ்க்கைத் தரத்தில் உயர வேண்டும். அதற்கான ஏந்துகள் எவையெவை எனக் கண்டறியும் அக்கறையும் இவர் களுக்கு இல்லை.

என்பதை உணர்ந்தார்.

> மாந்தன் ஒரு போலிகை உயிரி. பிறவற்றைக் கண்டவுடன் தானும் அவற்றைப் போலவே மாறுபவன். ஆனால் தன்னைச் சுற்றியிருக்கும் மற்ற சாதியினர் அனைவரும் வாழ்க்கையில் உயர்ந்து நிற்கும்போது, பறையன் மட்டும் பரம்பரையாகத் தாழ்ந்து கிடப்பது ஏன்?

என்பதற்கான விடை காண முற்பட்டார்.

அவனுக்கு முன்னேற வேண்டும் என்னும் ஆசையே இல்லையா என்னும் வினாவையும் தொடுத்தார்.

பிறவியே துன்பம்; பிறவியோடு தொடர்வனவே பிணி, மூப்பு, சாக்காடு; இதனாலே அரற்றல், கவலைப்படுதல், கையறுதல் ஆகியவை நிகழ்கின்றன. இவை புலன்களின் தூண்டுதலால் ஏற்படக் கூடியவை என்பதைப் புத்தர் பெருமான் கண்டு உணர்த்தினார்.

இதையே, **மணிமேகலை - சீத்தலைச் சாத்தனார்**

உணர்வே கருவுரு வாயில் ஊற்றே
நுகர்வே பிறப்பு, பிணி, மூப்புச்சாவே
அவலம் அரற்றுக் கவலை கையாறென
நுவலப் படுவன நோயாகுமே.

(மணிமேகலை 30 : 176-179)

என்று விளக்கியுள்ளார். ஆனால் அயோத்திதாசரோ,

பறையர்களின் பிறவியோடே பிறப்பதுவே சாதியும் தீண்டாமையும்; இதனாலேதான் அவர்களுக்கு எண்ணி லடங்காத் துன்பங்கள் ஏற்படுகின்றன என்று கூறினார்.

துன்பத்தைப் போக்குவதற்குப் புத்தர் பெருமான் **எண் வழிகளை** எடுத்துக் கூறியது போல் பறையர்களின் துயர் துடைக்கப் பண்டிதர் பல வழிகளைக் கண்டறிந்து வெளிப் படுத்தினார்.

தன்னையுணர்தல்,
தன்னைப்பற்றியே பேசுதல்,
தான் முன்னேறச் சிந்தித்தல்,
திரும்பத் திரும்ப அதையே சிந்தித்தல்,
அதற்கான வழிவகைகளைக் காணுதல்,
அவற்றைச் செயற்படுத்துதல்.

முதலிய வழிமுறைகளை அவர்களுக்குப் புகட்டினார். இவற்றுக்கெல்லாம் மூலமானது **கல்வி அறிவே** என்றார். தன்னை அறியும்போது தன்மானமும் தன் முயற்சியும் ஏற்படும் என்றார். உள்ளம், உடல், சொல் தூய்மை பேணப்பட வேண்டும் எனக் கூறினார்.

இவ்வாறு புத்தர் பெருமான் காண விழைந்த தனி மாந்தரின் தன்னுரிமை (சுதந்திரம்) சமன்மை (சமத்துவம்), உடன்

பிறப்பாண்மை (சகோதரத்துவம்) ஆகிய அடிப்படை உரிமைகளைக் கொண்ட சமனிலைச் சமுதாயத்தை வடிவமைக்கும் வகையிலேயே பண்டிதரின் சிந்தனைகள் வேர் கொண்டிருந்தன.

இந்திய மக்களின் ஏற்றத் தாழ்வுக்கும், ஏழ்மைக்கும், தீண்டாமைக்கும், சாதிய வேறுபாடுகளுக்கும் அவர்களின் **இந்து மத** இலக்கியங்களே காரணம் என்பதைக் கண்டுணர்ந்த பண்டிதர்.

இந்த இலக்கியங்கள் யாவும் கடவுளின் வாயினின்று வெளிப்போந்தவையென மக்கள் நம்புவதை வெறுத்தார்.

இரிக்கு வேதத்தில் சாதியும், தீண்டாமையும் இல்லை; ஆனால் பிற்கால வேதங்களிலும் பிராமணங்களிலும், தரும சாத்திரங்களிலும், கீதையிலும்தாம் சாதியைப் பற்றியும் தீண்டாமை பற்றியும் பேசப்படுவதைக் காணமுடியும் என்றார். பின் வந்த தன்னலக்காரப் போலிகளே இத்தகைய கெடுதிகளை ஏற்படுத்தி வைத்தனர் என்பதை வெளிப்படுத்தினார். இதன் விளைவே பறையர்கள் விலங்குகளைப் போல் நடத்தப் படுவதற்குக் காரணமாகும் என்றார்.

இதனால் இந்து மதத்தை வெறுப்பதா அல்லது அதன் கேடுகளைப் போக்குவதா என்பதில் ஆழ்ந்த பண்டிதர் இந்து மதத்திலுள்ள நல்ல சாரத்தைப் போற்றிக் கொள்வது என்னும் முடிவுக்கு வந்தார்.

முற்பிறவியில் செய்த வினையின் காரணமாகவே இப்பிறவி அமைகிறது என்றும், அதன் விளைவாகவே ஒரு குறிப்பிட்ட சாதியினம் பிறப்பதும், தீண்டத்தகாத குலத்தில் பிறப்பதுவும் நிகழ்கிறது என்னும் **கர்மகாண்டக்** கோட்பாட்டைப் பண்டிதர் ஏற்க மறுத்தார்.

இஃது நன்மை செய்ய முன் வந்ததுபோல் நடித்துத் தீமையே செய்த நயவஞ்சகர்களான வேஷப் பிராமணரின் செயலால் நேர்ந்த தீங்குகளாகும் என்றார்.

இக்கருத்தைத் தமிழறிந்த புலவர்களும், சமற்கிருதப் பண்டிதர்களும் எதிர்த்தார்கள்.

ஆனால் பண்டிதர் இக்கருத்தில் ஆழ்ந்த கவனம் செலுத்தி ஊன்றி நின்றார்.

இக்கருத்துகளையே தான் நடத்தி வந்த,

ஒரு பைசாத் தமிழன்
தமிழன் ஆகிய இதழ்களில் எழுதி வந்தார்.

மதம் என்பது வசதி படைத்தவர்களின் வாழ்வியல் பாதுகாப்புக்காக உருவாக்கப்பட்ட ஏற்பாடு என்பதே பண்டிதரின் கருத்தாகும்.

இவ்வசதி படைத்த செல்வர்கள் - பணக்காரர்கள் எளிய மக்களைச் சுரண்டி, கசக்கிப் பிழிந்து மதத்தின் பெயரால் மக்களை ஏமாற்றித் தம்மை உயர்த்தி கொள்கின்றனர் என்றார்.

மதம் இவர்களையே உயர்ந்தவர்கள் என்கிறது. மக்களிடையே நிலவும் ஏற்றத்தாழ்வுக்கு இம் மதமே காரணமாகும் என்றார் பண்டிதர்.

இதனாலேயே பண்டிதரைத் தமிழகத்தில் தோன்றிய பகுத்தறிவு இயக்கதின் விடி வெள்ளி என்றனர்.

பெரியார் பிறப்பதற்கு 35 ஆண்டுகளுக்கு முன்பே தோன்றித் தமிழக மக்களிடையே பகுத்தறிவு ஒளியைப் பாய்ச்சியவர் பண்டிதர் ஆவார்.

புரணங்களை ஆராய்ந்து அவற்றிலுள்ள மூடக் கதைகளையும் நம்பிக்கைகளையும் அம்பலப்படுத்தினார். தன்னுடைய இத்தகைய விளக்கவுரை வெளிப்பாடுகளைக்

கபாலீசுவரர் சரித்திர ஆராய்ச்சி
விபூதி ஆராய்ச்சி
அரிச் சந்திரன் பொய்

ஆகிய நூல்களின் மூலம் புலப்படுத்தினார்,

தமிழகத்தில் பின்னாளில் தோன்றிய

பகுத்தறிவு இயக்கம்,
சுயமரியாதை இயக்கம்
பார்ப்பனரல்லாதார் இயக்கம் (நீதிக்கட்சி),

திராவிடர் கழகம் ஆகிய இயக்கங்களுக்கு **அயோத்திதாசப்பண்டிதரே** முன்னோடியாகத் திகழ்கிறார் என்பதில் ஐயமில்லை.

பையனாக விருந்த குழந்தைப் பருவத்தைச் சென்னையிலே கழித்த பண்டிதர் இளமை வாழ்க்கையினை நீலமலை - **உதகமண்டலத்தில்** கழித்தார். அங்கு வாழ்ந்தோரில் பெரும் பாலோர் தாழ்த்தப்பட்டோரும் மலைவாழ் பழங்குடி மக்களுமேயாவர்.

இம்மக்கள் வெள்ளையர்களுக்குச் சொந்தமான **தேயிலைத் தோட்டங்கள், காஃபிக் காடுகள்** (Estates) ஆகியவற்றில் கூலிகளாகப் பிழைப்பு நடத்தி வந்தனர்.

இவர்களின் தற்குறித்தனத்தையும் ஏழைமை நிலையினையும் பயன்படுத்தி, கிறித்தவவிடையூழியர்கள் (Christian Missioneries) மதமாற்றம் செய்து வந்தனர். இதனைப் பொறுத்துக் கெள்ளாமல் மனம் வருந்திய பண்டிதர்,

> பாரத நாட்டின் பழம் பெரும் பண்பாட்டுச் சிறப்பினை எடுத்துக்கூறி, பறையர்கள் இப்பாரதத்தின் மண்ணின் மைந்தர்கள் என்றும், அவர்கள் மதம் மாறக் கூடாது என்றும் விளக்கிக் கூறினார்.

சாதியும் தீண்டாமையும் தன்னலக்காரர்கள் சிலரால் ஏற்படுத்தப்பட்டவை என்றும், இவை போன்ற கேடுகளைக் களைந்துவிட்டால் **இந்து மதமே சிறந்த மதம்** என்றும் எடுத்து இயம்பினார்.

மதம் மாறும் பறையர்களுக்குத் தாய்மொழிப் பற்றோ, தாய் நாட்டுப் பற்றோ, தாயகப் பண்பாட்டுணர்வோ இல்லாமல் போய்விடும் என்றும், இவையின்றி இவர்கள் இந்நாட்டில் புல்லுருவிகள் போல் வாழக்கூடாது என்றும் எடுத்துரைத்தார்.

எனவே பறையர்களுக்குச் சிறந்த சமயக்கோட்பாடுகளை வடிவமைத்து நெறிப்படுத்துவதற்காகக் கி.பி.1870 இல் **அத்துவைதானந்த சபை** என்னும் அமைப்பு ஒன்றைத் தோற்றுவித்தார்.

அப்பொழுது, அவருக்கு அகவை 25 ஆகும். அத்வைதக் கோட்பாட்டை முதன் முதலில் மக்களிடையே பரப்பியவர் **ஆதி சங்கரர்** ஆவார்.

ஆதி சங்கரர் கி.பி.768 இல் கேரளத்திலுள்ள காலடி என்னுமிடத்தில் ஒரு **வைதீக நம்பூதிரிப் பிராமணக்** குடும்பத்தில் பிறந்தார்.

இளமையிலேயே தந்தையை இழந்து, துறவு பூண்டு, பாரதம் முழுவதும் சுற்றித் திரிந்தார்.

பாரத நாட்டின் பல்வேறு இன, மரபு, மொழி, சமயப் பண்பாடுகளைக் கொண்ட பல திறப்பட்ட மக்களைக் கண்ட **ஆதிசங்கரர்** இவர்களின் வேற்றுமையில் ஒற்றுமை திகழும் உண்மையை உணர்ந்தார்.

பாரத நாட்டின் வழிவழி வந்த மரபுவழிப் பண்பாடே இந்த ஒற்றுமைக்குக் காரணம் ஆகும் என்பதனைக் கண்டு அத்தகைய பண்பாட்டை வளர்த்தெடுக்கவும், வலுப்படுத்தவும், மாந்த நேயத்தை உறுதிப்படுத்தவுமான நிலையான பணியினை மேற்கொள்ள விரும்பினார். இதற்குத் தான் வேதத்தில் தேர்ந்த ஞானியாக வேண்டும் என வடக்கு நோக்கிப் புறப்பட்டார்.

காசியில் வேத விற்பன்னராக விளங்கிய **விசுவநாதன்** என்னும் பறையர் ஒருவரிடம் ஞானோபதேசம் பெற்று முழு ஞானி ஆனார்.

அகன்ற பாரதத்தை உருவாக்க வேண்டுமானால் மெய்யறிவு (தத்துவத்தால்) மட்டுமே அதனை அமைக்க முடியும். அதற்காக பாரதத்தின் திசையெட்டும் மெய்யறிவினைப் புகட்டும் மடங்களை ஏற்படுத்த வேண்டும் என்று முடிவு செய்து, தனது குருவான **விசுவநாதப் பறையரின்** கட்டளைப்படி, **ஒரே கடவுள், ஒரே மக்கள்** என்னும் கோட்பாட்டு அடிப்படையில் 4 மடங்களை நிறுவினார்.

அவை இமயத்தில் **பத்திரிநாத்**, குசராத்தில் **துவாரகை**, ஒரிசாவில் **செகந்நாதபுரி**, மைசூரில் **சிருங்கேரி**, ஆகிய 4 இடங்களில் அமைக்கப்பட்டன[x]. இம்மடங்களில் அத்வைதக் கோட்பாடுகள் புகட்டப்பட்டன.

கடவுள் ஒருவரே! மக்களும் ஒருவரே என்பது தான் அத்வைதக் கோட்பாட்டின் அடித்தளமாகும்.

மாந்தன் மெய்யறிவு (மெய்ஞ்ஞானம்) பெறும்போது அவனுடைய மெய்யறிவும் ஆத்மாவும் ஒன்றிணைந்து ஆண்டவனுடன் ஒன்றியமாகின்றன.

எனவே அவன் இவ்வுலகில் வாழும்போது மாந்தவினத்திற் குள்ளேயே உயர்வு தாழ்வு கற்பித்து, வேற்றுமை உண்டாக்கக் கூடாது என்று மக்களுக்குப் போதித்தார்.

முயற்சியுடைய எவரும் மெய்யறிவைப் பெற முடியும். **ஆத்மா** எல்லாருக்கும் உண்டு; இதில் மாந்தருக்குள்ளே வேறுபாடு இல்லை என்பதே **ஆதி சங்கரர்** போதித்த அத்வைதக் கோட்பாடு ஆகும்.

இதையே தான் **பண்டிதர் அயோத்திதாசரும்** மக்களிடையே பரப்பினார்.

அத்வைதம் என்னும் சொல்லுக்கு அதுவும் இல்லை; இதுவும் இல்லை; அதாவது இரண்டும் இல்லை என்பது பொருளாகும்.

உலகிலுள்ள பொருள்கள் யாவும் மெய்யானவையே; அவை புலன்களால் உணரப்படுபவையாதலால் அவை மெய்யானவை ஆகின்றன.

அவற்றைத் துய்ப்பது அற்றுப் போகும்போது அந்த மெய்ம்மையும் அற்றுப் போகிறது; அதாவது மாந்தன் உலகைத் துய்க்கும் தன்மையற்றுப் போகும்போது அந்த உண்மையும் அற்றுப் போகிறது. அவன் தனது புலன்களாலே உலகைத் துய்க்கிறான். அப்புலன்கள் அவனுடைய உடம்போடு உள்ளன. அவன் உடல் உலகுடன் கரையும்போது அப் புலன்களும் மறைந்து விடுகின்றன. எனவே அவன் உலகை **இழந்து** விடுகிறான்.

இவ்வாறு மாந்தன் இவ்வுலகை இழப்பதையே **பண்டிதர்** அழிவு என்கிறார்.

இங்கு மாந்தன் எனக் கூறும்போது குறிப்பிட்ட ஒரு மனிதனைக் கூறவில்லை. உலகில் தொடர்ச்சியாகத் தோன்றி

நிலவியிருக்கும் மாந்தவினத்தையே பண்டிதர் குறிப்பிடுகிறார். மாந்தன் தோன்றிக் கொண்டேயிருந்து உலகைத் துய்த்துக் கொண்டிருப்பதையே, பண்டிதர் இவ்வுலகம் அவனுடைய **நிலை பெற்ற உலகம்** என்கிறார். ஆகவே, அவனுடைய இந்த உலகுக்கு மேலாக வேறொரு உலகமில்லை என்பதும், அதுவே பிரம்மம் என்பதும் **பண்டிதர் அயோத்தி தாசர்** அவர்களின் மெய்யறிவுக் கோட்பாடாகும்.

மாந்தனே மெய்யுலகம் என்னும் பகுத்தறிவுக் கோட்பாட்டைப் பண்டிதர் 1870லிருந்து 1875 வரை மக்களிடையே பரப்பினார். உலகே மாயம், வாழ்வே மாயம் என்றும் காயமே இது பொய்யடா என்றும், இவ்வுலகிற்கு மேலே விண்ணுலகம் உள்ளது; அதில் தேவரும் மூவரும் உள்ளனர்; கீழே நரகம் உள்ளது என்பன போன்ற புராணப் புரட்டுகளையெல்லாம் தம் எதிர்ப்புரையில் முறியடித்தார். ஆனால், அவருடைய கோட்பாட்டைப் பலரும் எதிர்க்க முனைந்தனர்.

பிராமணர்கள் மட்டுமன்றிச் சூத்திரர்களும், மேல் சாதி இந்துக்களும் ஏன் தீண்டத்தகாதோரும் கூட

வேதங்கள் ஆண்டவனின் அருள்வாக்கு என்றனர்.

மோட்சம், நரகம், மறு பிறவி உண்டு என்கின்றனர். ஆகவே தான் முயற்சி பலன் தராது என்பதை உணர்ந்து தனது அத்வைதக் கோட்பாட்டையும் கைவிட்டு, **இந்து மதத்தை விட்டு வெளியேற வேண்டும்** என்னும் முடிவுக்கு வந்தார்.

அவ்வாறு எனில் எந்த மதத்தில் தம்மை இணைத்துக் கொள்வது என்னும் சிந்தனை அவருடைய மனத்தில் எழுந்தது.

கிறித்தவம் மாறினாலும், அங்கேயும் இந்து மதத்தில் உள்ளதைப் போன்றே **உயர்சாதி, தாழ்ந்த சாதி** என்னும் சிக்கல் உள்ளது.

இசுலாமியத்திலும் இதே நிலைதான். மேலும் கிறித்தவம், இசுலாம் இரண்டிலுமே **ஏசுவும் நபிகள்** நாயகமும் மனிதன் மனிதனுக்காகவே என்னும் கோட்பாட்டைப் புகட்டவில்லை. பரலோகத்தை அடையவும், பரமபிதாவுடன் கலக்கவுமே மனிதன் பிறந்திருப்பதாகக் கூறிச் சென்றனர். இருவருமே

மனிதருள் மனிதராகக் காணப் பெறவில்லை; இவ்விரு சமயத்திற்கும் மாறிய இந்தியர், தாங்கள் **இந்தியர்** என்னும் உணர்வே இல்லாமல் தங்கள் தாய்நாடு **பெத்லகேம்**, என்றும் **அரேபியா** என்றுமே கருதிக் கொள்கிறார்கள்; பண்பாட்டிலும் வேற்று நாட்டுக்காரராகவே பாவனை செய்து கொள்கிறார்கள் இச் சமயங்களில் உரிமை (Liberty) சமன்மை (Equaeity) உடன்பிறப்பாண்மை (Fraternity) ஆகிய எதுவுமில்லை. கடவுளை மறந்து மனிதனை முதன்மைப் படுத்தும் மனித நேயப்பண்பாடு எதுவும் இவற்றில் இல்லை என்பதை உணர்ந்தார்.

ஆகவே **இந்து, கிறித்தவம், இசுலாம்** ஆகிய இம்மூன்று மதங்களையும் விட்டு வேறு மதத்திற்கு மாற வேண்டும் என்று அயோத்திதாசர் தீர்மானித்தார்.

> எந்தவொரு மதத்தையும் தழுவாமல் மனிதன் வாழ முடியாதா? எனக் கேட்ட போது அயோத்திதாசர்,
>
> ஒவ்வொரு மனிதனுக்கும் மதம் தேவையாகிறது அஃது, அவனைப் பண்படுத்தி, நெறிப்படுத்தி, ஒழுக்கம் நிறைந்தவனாக வாழ வழி செய்கிறது. என்றார். மதம் மனிதனுக்காக, மனிதனுக்கும் மனிதனுக்கும் இடையே இருக்க வேண்டுமேயொழிய மனிதனுக்கும் கடவுளுக்கும் இடையே இருக்கக்கூடாது என்றார். ஆயின் இங்கே **பூசாரி** என்னும் இடைத் தரகருக்கே இடமில்லையன்றோ?

இந்தியப் பண்பாட்டினை வாழ வைக்கவும், மாந்த நேயத்தை வளர்க்கவும் உள்ள ஒரே மதம் பௌத்தம் மட்டுமே! இது முற்கூறிய மூன்று மதங்களுக்கும் முன்பே உலகெங்கிலும் உடன்பிறப்பாண்மை உணர்வை வளர்த்தெடுத்ததாகும். இதனை **மதம்** எனக் கூறுவதைவிட **வாழ்க்கை நெறி** என்றே அழைக்கலாம். இதில் சாதி வேறுபாடுகள் இல்லை - தீண்டாமை இல்லை. இந்து மதத்தில் முதலாளியமும் பிராமணியமுமே கோலோச்சுகின்றன. இவை இரண்டும் ஒழிந்தால்தான் பாரத சமுதாயம் சமத்துவம் காண முடியும். இவை அவ்வளவு எளிதாக ஒழியக் கூடியவையல்ல என்பதையும் உணர்ந்த பண்டிதர், இதற்கெல்லாம் சிறந்தநெறி பௌத்தமே என்னும் முடிவுக்கு வந்தார்.

பின்னாளில் அண்ணல் அம்பேத்காரும் இவரைப் போவே, இந்து மதத்திலிருந்து கொண்டே சமுதாய சமத்துவம் அடைய முயன்று, தோல்வியுற்ற பின்னரே பௌத்தம் மாறினார் என்பதை இங்கு நினைவு கூறலாம். அம்பேத்கார் 1927 இல் இந்துக்களுக்குப் பொதுவான புழக்கத்திலிருந்து **மகாத்** என்னுமிடத்திலிருந்த ஒரு குளத்தில் ஒடுக்கப்பட்ட மக்களும் இந்துக்களே என்பதால் தண்ணீர் எடுக்கும் முயற்சியில் ஈடுபட்டு, மேல்சாதி இந்துக்களால் தாக்குதலுக்கு உள்ளாகிக் குருதி சிந்த நேரிட்டது. இம்மக்கள் அக்குளத்தில் இறங்கினார்கள் என்பதற்காக அக்குளத்தின் தீட்டைப் போக்கித் தூய்மைப் படுத்த, பூசாரிகள் மந்திரம் ஓதி, பசு மாட்டின் மூத்திரம், சாணி, பால், தயிர், மோர் ஆகிய **பஞ்ச கவ்ய**த்தை ஊற்றித் தூய்மைப் படுத்தினார்கள் மேல் சாதியினர். **குருதுவார்** சீக்கியருக்கும், **சர்ச்சு** கிறித்தவருக்கும் **பள்ளிவாசல்** இசுலாமியருக்கும் வழிபாட்டுத் தலங்கள் ஆகும். இதைப் போலவே இந்துக் **கோவில்** இந்துக்களின் வழிபாட்டுத் தலமாகும். ஒடுக்கப்பட்ட மக்களும் இந்துக்களே என்பதால் அவர்களின் வழிபாட்டுத் தலம் இந்துக் கோவிலே என்னும் அடிப்படை உரிமையை நிலை நாட்டவே அண்ணல் அம்பேத்கார் **1927** ஆம் ஆண்டு **நாசிக்**கிலுள்ள **கலாராம்** கோவிலுக்குள் தம் மக்களை அழைத்துச் சென்று வழிபாடு செய்ய முயன்றார். இப்போராட்டம் 1935 வரை நடைபெற்றது. ஆனால் இம்மக்கள் உயர்சாதி மக்களால் அடித்து நொறுக்கப்பட்டனர்[1].

இவ்விரு முயற்சிகளிலும் தோல்வியுற்ற பின்னரே இந்து மதத்தைச் சீர்திருத்த முடியாது; இனித் தீண்டத்தகாத மக்கள் இந்து மதத்திலேயே ஒட்டிக் கொண்டிருப்பதால் ஒரு பயனும் சமநிலை உண்டாகப் போவதில்லை எனக் கூறி **1935** இல் **இயோலா** என்னுமிடத்தில் தம் மக்களைக் கூட்டி, **இந்து** மதத்தை விட்டு வெளியேற வேண்டும் என்னும் தீர்மானத்தை நிறைவேற்றினார். இத்தீர்மானத்தின்படியே 1956 இல் தான் இறப்பதற்குச் சில மாதங்களுக்கு முன் நாகப்புரியில் பல இலட்சம் மக்களுடன் பௌத்தம் தழுவினார்.

அம்பேத்கார் இளமைக் காலந்தொட்டே, **இந்து** மதத்தின் கொடுமைகளைத் தீண்டாமை வடிவத்தில் பட்டுத் துய்த்தவர்;

பலகோடித் தீண்டத்தகாத மக்கள் இத்துன்பத்தில் துய்ப்பதைக் கண்டவர்; எனவேதான், இயோலாவில் கூடிய மாநாட்டில் **நான் இந்துவாகப் பிறந்துவிட்டேன்; ஆனால் ஒரு இந்துவாக இறக்கமாட்டேன்** எனச் சூளுரை ஏற்றார்; அச்சூளுரையினை நிறைவேற்றியும் முடித்தார்.

ஒரு கனம் சிந்தித்துப் பார்'ப்போமானால், இவ்விரு மேதைகளுக்கும் **இந்து மதம்** ஒரு சமனிலை அளிக்கும் மதமாகத் தோன்றியிருக்குமேயானால் இவ்விருவரும் **பௌத்தம்** தழுவி இருக்க மாட்டார்கள் அன்றோ? இன்று மட்டும் நிலைமை மாறியிருக்கிறதா என்ன?

இதனால் தான் இன்றும் **பறையர்கள் - தீண்டத்தகாத மக்கள்** சாதிக் கொடுமைகளைத் தாங்க முடியாமல் இசுலாமியத்திற்கும், கிறித்தவத்திற்கும் மதம் மாறிக் கொண்டே இருக்கிறார்கள்!

பிரம்ம ஞான சபை

ஆன்மீகப் பலத்தைப் பெருக்கி யோகாசனப் பயிற்சியால் வலுவடையச் செய்து, கடவுளுடன் ஆத்மாவை இரண்டறக் கலக்கச் செய்யும் முயற்சியாகப் பயிற்சியியக்கம் ஒன்றை முதன் முதலில் தொடங்கியவர்கள் **ஹெலினா பெத்ரோவ்னா பிளாவட்ஸ்கி** அம்மையாரும் **கர்னல் ஆல்காட்** என்பாரும் ஆவர். இவர்கள் இருவரும் ***7-9-1875*** அன்று அமெரிக்காவில் **நியூயார்க்** நகரில் இப்பயிற்சிக் கூடத்தைத் தொடங்கினார்கள். இதுவே **பிரம்ம ஞான சபை** (Thesophical Society) என்பதாகும்.

6-8-1879 இல் இவ்விருவரும் இந்தியாவிற்குப் **பம்பாய்** வந்தனர். பின்னர் இந்தியாவின் பல்வேறு இடங்களிலும் **பிரம்ம ஞான சபை**யின் கிளைகளை நிறுவினார்கள்.

கி.பி. ***1882*** இல் **சென்னை - அடையா**ற்றில் பிரம்ம ஞான சபையைத் தோற்றுவித்தனர். இது இந்தியாவிலுள்ள கிளைகளுக்குத் தலைமைப்பீடமாகியது. இவர்கள் இந்தியாவின் ஆன்மீகத் தத்துவமே பிரம்ம ஞான சபையின் மூலக் கருப் பொருள் என்றனர். இந்தியாவின் பல்வேறு பகுதிகளிலிருந்தும், உலக நாடுகள் பலவற்றிலிருந்தும் மக்கள் அடையாற்றுக்கு வரத் தொடங்கினர்.[2]

இவ்வாறு, அடையாற்றுக்கு வரும் மக்களின் எண்ணிக்கை ஆண்டுதோறும் பெருகிக் கொண்டே போனது. காலப்போக்கில் பிரம்ம ஞான சபையின் கூட்டம் ஒரு பண்பாட்டுப் பரிமாற்ற நடுவமாகவே மாறி விட்டது. அக்காலங்களில் வங்காளத்திலிருந்து வருபவர்களில் மீன் தீன்னும் பார்ப்பனர்கள் அதிகமாக இருந்தனர். இவ்வாறு கூடிய இந்திய மக்கள், தாங்களாகவே ஓர் அமைப்பை ஏற்படுத்திக் கொண்டு கருத்துப் பரிமாற்றம் செய்து கொண்டனர்.

இவ்வமைப்பே பின்னர் கி.பி. ***1885*** இல் தமிழ்நாட்டில் உருவாகி, இந்தியா முழுவதும் பரவிய **இந்திய தேசிய காங்கிரஸ்** (Indian National Congress) என்னும் அமைப்பாக மாறியது.[3]

உதகமண்டலத்திலிருந்து சென்னை திரும்பிய அயோத்திதாசப் பண்டிதர் மெய்யறிவு வேட்கை கொண்டு, பிரம்ம ஞான சபைக்கு அடிக்கடி சென்று வரலானார். இதனால், கர்னல் ஆல்காட்டுக்கும் பண்டிதருக்கும் இடையே நெருங்கிய தொடர்பு ஏற்படலாயிற்று. கர்னல் ஆல்காட் தனது பிரம்ம ஞான சபையின் கோட்பாட்டுக்கும் ஆன்மீகப் பயிற்சிக்கும், யோகாசனத்திற்கும் பௌத்தமே முதுகெலும்பாக உள்ளது எனக்கூறிப் பௌத்த நெறியிலுள்ள ஆன்மீகச் சிந்தனைகளைச் செயலுக்குக் கொண்டு வந்தார்.

இதனால் பண்டிதர் தன்னைப் பௌத்த நெறிக்கு ஆட்படுத்திக் கொண்டார். அதில் ஈடுபட்டுத் தேர்ந்த ஆன்மீகப் பயிற்சியாளர் ஆனார்.

ஆல்காட்டின் உதவியுடன் சென்னை நகரின் சேரிப் பகுதிகளில் பள்ளிகளை நிறுவி ஏழைக் குழந்தைகளுக்குக் கல்வி கற்பிக்கலானார்.

அடையாறு, செள்ளாளர், தேனாம்பேட்டை, மயிலாப்பூர், கோடம்பாக்கம் ஆகியவிடங்களில் இத்தகைய பள்ளிகள் தோற்றுவிக்கப்பட்டன இவை. **கர்னல் ஆல்காட் பஞ்சமர் பள்ளிகள்** என்றே அழைக்கப்பட்டன, காலப் போக்கில் இவை **ஆல்காட் பள்ளிகள்** எனப்பட்டன.[4]

இப்பள்ளிகளில் பயின்ற பிள்ளைகளில் பெரும்பாலோர் இரவில் வீட்டில் படிக்க விளக்கு வசதியும் இல்லாதவர்கள். இதனால் இப்பள்ளிகளில் பணியாற்றிய ஆசிரியர்கள் தங்களின் முழுநேரத்தையும் செலவிட்டு வீட்டில் படிக்க வேண்டிய பாடங்களையும் பள்ளியிலேயே சொல்லிக் கொடுத்தனர். இரவு நேரத்திலும் இவ்வாசிரியர்கள் பள்ளியில் தங்கிக் குழந்தை களுக்குப் பயிற்சியளித்தனர். இயற்கைச் சூழலுக்கு ஏற்ற கல்வியை வழங்கியதுடன், ஒழுக்கவுணர்வையே (ஒழுக்க சீலங் களையே) முகாமையாகக் கடைப்பிடித்து ஒழுகச் செய்தனர்.

இதுவே புத்தர் பெருமான் புகட்டிய பொன்னுரையின் நடைமுறைப் பயிற்சியாகும்; பண்டிதரும் இவர்களுடன் இணைந்து பணிபுரிந்து வரலானார்.

1994 இல் அடையாறு ஆல்காட் பள்ளியின் நூற்றாண்டு விழா கொண்டாடப் பெற்ற போது, தேசிய நாளிதழ்களும் இதனைப் பாராட்டிச் சிறப்புக் கட்டுரைகளை வெளியிட்டுச் சிறப்புச் செய்தன.

பஞ்சமர் பள்ளி அல்லது **கர்னல் ஆல்காட் பஞ்சமர் பள்ளி** என எவ்வகையில் அழைத்தாலும் இப்பள்ளி இன்று நகரத்தில் மிக உயர்வாக, மேட்டுக்குடி மக்களுக்காகவே ஏற்பட்டுள்ள பள்ளிகளுக்கு, எவ்வகையிலும் குறைந்தது அன்று என ஆங்கில நாளிதழ், படத்துடன் புகழ்ந்துரைத்துச் செய்தி வெளியிட்டது.[5]

பிரம்ம சபையில் சேர்ந்த நாள் முதற்கொண்டே அயோத்திதாசரின் மனத்தைக் கவர்ந்தவராகவே கர்னல் ஆல்காட் விளங்கினார்.

கண் காணாத நாட்டில் பிறந்து, இந்தியா வந்து, தீண்டத்தகாதோர் என ஒதுக்கப்பட்ட - ஒடுக்கப்பட்ட மக்களுக்கு அறிவுக் கண்ணைத் திறந்த ஆல்காட்டின் மனித நேயப் பணியும், புத்தர் பெருமானின் பொன்னுரைகளில் மூழ்கி, அவற்றுக்காகத் தன்னை ஒப்படைத்துக் கொண்டு (அர்ப்பணித்து) ஆன்மீகப் பயிற்சியில் ஈடுபட்டு வரும் அவரது செயல்பாடும் அவரைப் பெரிதும் ஈர்த்தன. இதனால் கர்னல் ஆல்காட்டுடனும், அவருடைய பிரம்ம ஞான சபையோடும்,

பஞ்சமர் பள்ளிகளோடும் அயோத்திதாசர் இரண்டறக் கலந்து விட்டார்.[6]

1896 இல் அயோத்திதாசரின் வேண்டுகோளுக்கு இணங்க கர்னல் ஆல்காட் சென்னையில் **பௌத்தக் கோவில்** ஒன்றைக் கட்டிக் கொடுத்தார்.

அயோத்திதாசர் தம் குல மக்களுடன் அக்கோவிலுக்குச் சென்று ஆன்மீகப் பயிற்சி பெறலானார்.

பறையர்களின் முன்னோர் பௌத்த நெறியைப் பின்பற்றி வந்தவர்களே என்பதைத் தம் மக்களுக்கு எடுத்து விளக்கினார்.

இதே கருத்தையே அண்ணல் அம்பேத்காரும் வரலாற்று அடிப்படையில் ஏற்றுக் கொண்டு கூறினார்.[7]

குடும்பம்

கோவை - **அரசம் பாளையம்** என்னும் சிற்றூரில் பிறந்ததாகக் கூறப்படுகிறது.

செங்கற்பட்டு - வெள்ளக்காளத்தியில் பிறந்தார் என்றொரு தகவல் கூறுகிறது.

பண்டிதரின் தந்தையார் **கந்தசாமி** ஆங்கில ஆட்சியில் அலுவலக உதவியாளர் - ஏவலராகப் பணியாற்றினார். இவர் ஓரளவிற்குக் கல்வியறிவு பெற்றவராகக் காணப்பட்டார். காத்தவராயன் உரிய பருவத்தில் திருமணம் செய்து கொண்டார். அவருக்குத் **தசரத ராமன்** என்னும் மகன் பிறந்தார். இவர் பிறவியிலேயே பார்வையற்றவராக இருந்தார். மனைவி சிறிது காலத்தில் இறந்துவிடவே அயோத்திதாசர் மறுமணம் செய்து கொண்டார். இவர் பெயர் **தனலட்சுமி** என்பதாகும். இவ்வம்மையார் **இரட்டைமலை சீனிவாசன்** என்பாரின் தங்கை ஆவார்.

எனவே அயோத்திதாசர், சீனிவாசனின் அளியர் (மைத்துனர்) உறவு முறையினராவார்.

தனலட்சுமி அக்காலத்திலேயே எட்டாம் வகுப்பு வரை கல்வி பயின்றவராக இருந்தார்.

இவர்களுக்கு **ஆறு** குழந்தைகள் பிறந்தனர். முதல் மகன்; பெயர் **பட்டாபிராமன்;** பள்ளி இறுதி வகுப்பு (S.S.L.C.) வரை படித்தவர். இவர் தந்தைக்கு உறுதுணையாக இருந்தார். அவருடைய எழுத்துப் பணிக்கும் இலக்கியப் பணிக்கும் உதவியாக இருந்தார்.

பண்டிதரின் மறைவுக்குப் பின் **தமிழன்** இதழைத் தொடர்ந்து நடத்தினார். இரண்டாவது மகன் **மாதவராம்;** எட்டாம் வகுப்பு வரை படித்தவர். இவர் மருந்தாளுநராக (Compounder)த் தந்தையுடன் பணி புரிந்தார். மூன்றாவது மகனான **ஜானகிராமன்** பள்ளி இறுதி வரை கல்வி கற்றார். இவர் தொடர் வழித் துறையில் (Railway) பணியாற்றினார். நான்காவது மகன் **இராசாராமன்;** பண்டிதர் பௌத்தம் பரப்பும் முயற்சியில் ஈடுபட்டபோது தந்தையுடன் ஊர் ஊராகச் சென்றார். தந்தையின் மறைவுக்குப்பின் **தென்னிந்தியச் சாக்கிய பௌத்த சங்கத்தின்** பொதுச் செயலாளராகப் பணியாற்றியவர்.

இராசாராமின் மகன் **அசோகன்** இன்றும் தாத்தாவின் புகழுக்கு அணி சேர்த்து ஒழுகியவர்.

பண்டிதருக்கு இரண்டு பெண் மக்கள் ஒருவர் **அம்பிகா தேவி;** எட்டாம் வகுப்பு வரை படித்தவர்; மற்றொருவர் **மாயா தேவி;** இவரும் எட்டாம் வகுப்பு வரை படித்தவர்.

பண்டிதரின் பிள்ளைகள் அறுவரில் **இராசாராம்** குடும்பம் மட்டுமே இன்றும் அடையாளம் காணக்கூடியதாய் உள்ளது.[8]

நீலமலை வாழ்க்கை

உதகமண்டலத்தில் வாழ்ந்த காலத்தில், பண்டிதர் நிலமற்ற தீண்டத்தகாத மக்களுக்கு விளைநிலங்கள் வழங்கி, அவர்களின் பொருளியல் நிலையை மேம்படுத்த ஆவன செய்யுமாறு ஆங்கில அரசைக் கேட்டுக் கொண்டார்.

இவருடைய கோரிக்கையின் அடிப்படையிலேயே ஆங்கில அரசு தீண்டத்தகாத பஞ்சமர்களுக்குப் **பஞ்சமி நிலங்கள்** வழங்கியது.

பண்டிதரே முதன்முதலாக நீலமலையில் தேயிலைத் தோட்டத் தொழிலாளர்களை ஒருங்கிணைக்கும் முயற்சியில் இறங்கினார்.

தோடர் என்னும் நீலமலைப் பழங்குடி மக்களை மேம்படுத்துவதற்கான முயற்சிகளில் முதன்முதலாக ஈடுபட்டுப் பாடுபட்டவராகப் பண்டிதரே காணப்படுகிறார். அவர்களின் வாழ்வியல் நிலைகளில் ஒரு மறுமலர்ச்சியினையும் ஏற்படுத்தி யிருக்கிறார்.

தன்னுடைய வாழ்க்கைத் துணையையும் இத்தோடர் பழங்குடிப் பெண்களிலேயே ஒருவரைத் தேடி மணந்திருக் கிறார்.

இவர்களுக்குப் பிறந்தவரே **தசரதராமன்** என்பவர்; பிறவியிலேய பார்வையற்றவராகப் பிறந்தார்.

நீலமலையில் சில ஏக்கர் நிலங்களைக் கையகப்படுத்தி, ஏழை எளிய மக்களைப் பயிரிடும்படி செய்தார். அங்குத் **துளசி மடம்** என்னும் மடம் ஒன்றினை நிறுவி, அந்த மடத்தில் **கௌதம புத்தர்** பெருமான் நின்ற வடிவிலான சிலை ஒன்றை நிறுவினார் என்றும் கூறப்படுகிறது.

இம்மடத்தில் தாம் எழுதிய நூல்களுடன் ஒரு பெரும் நூலகம் அமைத்துப் பராமரித்து வந்தார் என்றும் தகவல்கள் தெரிவிக்கின்றன.

இம்மடத்திற்கு ஏராளமாக நிலங்கள் இருந்ததாகவும் கூறுகின்றனர். இந்நிலங்களில் ஏழை மக்கள் கேரட், பீட்ரூட், உருளைக்கிழங்கு ஆகியவற்றைப் பயிரிட்டு வந்தனர்.

பண்டிதர் நீலமலையை விட்டகன்று சென்னை சேர்ந்து விட்டதால் இடம் மடமும் அதனைச் சார்ந்த நிலங்களும் கவனிப்பாரற்று வேறு கைமாறி விட்டதாகக் கூறப்படுகின்றது.

நீலமலை வாழ்க்கையின்போதுதான் ‘அத்வைதம்’ கோட்பாட்டில் ஈடுபாடு காட்டலானார்.

இந்து மதம் பற்றிய ஆய்வில் மூழ்கி, சமயத் தத்துவங்கள் பலவற்றையும் கற்றார்.

பழங்குடி மக்கள் மதம் மாறுவதைக் குறிப்பாக இந்து மதத்திலிருந்து கிறித்தவம் மாறுவதைக் கடுமையாக எதிர்த்தார்.

ஆங்கிலேயர் அரசியலால் மட்டுமின்றி, அறிவாலும் தம்மை அடிமைப்படுத்த முயல்வதாக உணர்ந்தார்.

கிறித்தவம் புகுவதற்கு பண்டிதர் காட்டிய எதிர்ப்பினைப் போல் பலரும் எதிர்க்கத் தொடங்கியதால் அதனையும் முறியடிக்க வேண்டிய தேவையும் கூடுதலாக அவருக்கு வந்து சேர்ந்தது.

இசுலாமியமும் ஏற்புடையதன்று என்றதால் அவர்தம் எதிர்ப்பையும் இவர் சந்திக்க நேர்ந்தது.

இந்து மதத்திலுள்ள சைவ, வைணவக் கோட்பாடு களையும் எதிர்க்கலானார்.

இந்து மத 'அத்வைதம்' அவரை ஈர்த்தது; அதனையும் தூக்கி எறிந்து விட்டுப் பகுத்தறிவுக் கொள்கையில் அவர் பற்றுப் பரவியது. மக்களின் வாழ்வியல் சிக்கல்களைத் தீர்த்து வைப்பதில் மதத்தின் பங்களிப்பும், அரசுடன் அது கொண் டிருக்கும் தொடர்பு பற்றியும் சிந்திப்பதற்கு உரிய வாய்ப்பும் இங்கு அமைந்தது.[9]

1881 ஆம் ஆண்டுக் குடி மதிப்புக் கணக்கின்படி சென்னை மண்டிலத்தில் ஆதிதிராவிடர் 15%.

இவர்களைப் **பஞ்சமர், பறையர்** என்னாது, **இந்துக்கள்** என்றோ குறிப்பிடாது,

பூர்வத் தமிழர் அல்லது **ஆதித்தமிழர்**

என்றே பதிவு செய்ய வேண்டும் எனக் கோரினார் பண்டிதர் க. அயோத்திதாசர்.

தமிழ் நாட்டில் ஆதி திராவிடர்கள் **செங்கற்பட்டு** மாவட்டதில்தான் மிக அதிக எண்ணிக்கையில் (2,43,500 = 24.8%) இருந்தனர்.

இதற்கு அடுத்தபடியாக இவர்கள் வாழ்வது **தென்னார்க்காடு** மாவட்டத்தில்தான்.

ஆதி திராவிடர்களின் இக்காலச் சமூகம், பொருளியல், சமயம், கல்வி, பண்பாட்டு நிலைகள் பற்றி அக்காலத்தில் செங்கற்பட்டு மாவட்ட ஆட்சித் தலைவராக இருந்த

திரிமென்னியர் (Tremenheere) அறிக்கையின் மூலம் அறியலாம். (Tremenheere's Notes on the Pariahs of chengleput)

1890 இல் **திராவிட மகா சன சபை**யைத் தொடங்கினார். அரசுக்குப் பத்து அம்சக் கோரிக்கை ஒன்றினை இச்சபையின் வழியாகத் தெரிவித்தார்.

இதற்குப் பின்னரே ஆதிதிராவிடர்களுக்குத் தரிசு நிலங்கள் அளிப்பது தொடர்ந்தது. அவ்வாறு அளித்த நிலங்கள் பஞ்சமி நிலங்கள் எனப்பட்டன.

அக்காலத்தில் நிலங்கள் யாவும் நிலக்கிழார்கள், கோவில்கள், பார்ப்பனர் வெள்ளாளர் ஆகியோர்க்கு மட்டுமே சொந்தங்களாயிருந்தன.

இவர்க்கு உட்படாத நிலங்கள் **பொறக்குடி (புறக்குடி - புறம்போக்கு நிலங்கள்)** நிலங்கள் எனப்பட்டன. இந் நிலங்களைத் தர்க்காசு செய்து ஆதி திராவிடர்க்கு அளிக்கும்படி அரசு ஆணையிட்டது. (எண் : 704, வருவாய்த துறை, நாள் : 2-9-1890) இவ்வாணையைச் சாதி இந்துக்கள் எல்லாரும் எதிர்த்தார்கள். ஆங்கிலச் செய்தித்தாள்களும் ஆதி திராவிடர்கள் நிலவுடைமையாளராய் மாறுவதற்குக் கடும் எதிர்ப்பைத் தெரிவித்தன.

மெல்ல மெல்ல அவற்றைக் கிழார்கள் பிடுங்கிக் கொண்டனர்; பறித்துக் கொண்டனர்.

காடு திருத்திக் கழனி ஆக்கியபின் அவற்றைத் தங்கள் மேய்ச்சல் நிலங்களுக்காகக் கவர்ந்து கொண்டனர்.

மீறுவோர் மீது பொய் வழக்குகள் புனைந்து சிறைக்குள் தள்ளினர்; அல்லது தொழுவத்தில் அடைத்துப் போட்டனர்.

இத்தகைய நிகழ்வு ஒன்றை கர்னல் **ஆல்காட்** தனது **ஏழைப் பறையன்** (The Poor Pariah) என்னும் நூலிலும் குறிப்பிடுகின்றார்.

கி.பி.1810 இல் சென்னை **பெரிய பறைச்சேரி**யில் வாழும் பறையர்கள் ஆங்கிலக் கிழக்கிந்தியக் கும்பன ஆட்சியாளர்க்கு எழுதிய கோரிக்கை விண்ணப்பத்தில்,

தங்களின் பண்டைய வரலாற்றைக் கூறி, ஆங்கிலர்க்கு அவர்தம் இன்ப துன்பத்தில் பங்கேற்று எவ்வகையிலெல்லாம் உதவினார்கள் எனக் கூறப்பட்டுள்ளது.

முதல் ஆவணம் : இதில் மேலும் தங்களுக்கு வீட்டு வரி செலுத்துவதில் விதிவிலக்களிக்க வேண்டும் எனக் கோரியிருந்தனர். அதற்கான ஆங்கில அதிகாரி **பிளவர்**, சிறிய வீடுகளுக்கும் குடிசைகளுக்கும் விலக்களித்தார். இக்கோரிக்கை விண்ணப்பத்தை **வடார்க்காடு மாவட்ட ஆதி திராவிட நடுவண் திட்ட அமைப்புத்** தலைவர் ஆர்.ஏ.மாஸ் அச்சிட்டு வெளியிட்டார்.

கி.பி. 1891 இல் பண்டிதர் **அயோத்திதாசர்** உதக மண்டலத்தில் நடைபெற்ற **திராவிட ஜன சபை**யின் முதல் மாநாட்டில் நிறைவேற்றிய 10 அம்சங்கள் அடங்கிய தீர்மானங்கள் **இரண்டாவது** ஆவணம் ஆகும்.

1909 இல் **தமிழன்** இதழில் வெளியிட்டுள்ளார்.

அன்றைய பதிவுத்துறை அதிகாரியாக இருந்த **திவான் பகதூர் சீனிவாசராகவ ஐயங்கார்** என்பார்க்குப் பண்டிதர் எழுதிய மடல் **மூன்றாவது** ஆவணம் ஆகும். ஆதி திராவிடர் கிறித்தவம் மாறினாலும், இசுலாம் மாறினாலும் முன்னேற முடியாது எனக் குறிப்பிட்டுள்ளார்.

எழுத்தறிவுக் கொள்கையைத் தமிழகத்தில் விதைத்தவர் என்பதனால் இவர் **பகுத்தறிவுப் பாட்டன்** என்றும் அழைக்கப்படுகிறார்.

பண்டிதரின் வரலாற்று உண்மைகள், வாழ்க்கைச் சாதனைகள் திட்டமிட்டு மறைக்கப்பட்டுள்ளன. பண்டிதர் பற்றி அறிமுகம் செய்தவர் **அன்பு பொன்னோவியம்**.

இவர் எழுதிய **பழங்குடி மக்கள் தந்த பகுத்தறிவாளர் அயோத்திதாசர்** என்னும் கட்டுரையே முதல் அறிமுகம் ஆகும்.[10]

> தமிழ் நாட்டில் **1875**லிருந்து பகுத்தறிவின் தந்தைக்கும் தந்தையாகிய **பண்டித அயோத்திதாஸ்** அவர்களின் பிரச்சாரத்தால் ஏற்பட்ட விழிப்புணர்ச்சி, ஆதி திராவிடர் என்ற கண்ணோட்டங்களையும் கடந்து

பொதுவான வரலாறு உணர்ச்சியாகப் பண்டிதர் அயோத்திதாசர் வரலாற்றுப் பாத்திரம் வரையறுக்கத்தக்கது.[11]

1. **தனஞ்செய் கீர்** - டாக்டர் அம்பேத்கார் - வாழ்க்கையும் தொண்டும். பம்பாய், 1977 (பக். 106 - 8)

2. **கோ. தங்கவேலு** - இந்திய வரலாறு, மடலம் 3. பழனியப்பா பிரதர்ஸ், சென்னை, 1977. (பக். 325:6)

3. **திவான் பகதூர் இரட்டைமலை சீனிவாசன் அவர்கள் ஜீவிய சரித்திரம்.** சென்னை, 1939, (பக். 26-27)

4. **தமிழன்** தங்கவயல், கோலார், (1-12-1890)

5. Indian Express (20-12-1994), சென்னை.

6. **கோ. வேலாம்பாள் - க. அயோத்திதாசப் பண்டிதரின் அரும்பணிகள்** (எம். ஃபில் பட்ட ஆய்வேடு; வெளியிடப் பெறாதது).

7. **டாக்டர் பி.ஆர். அம்பேத்கார் - தீண்டத்தகாதோர்.** சிராவஸ்தி, 1969, (பக்.96)

8. **அம்பேத்கார் பிரியன் - பகுத்தறிவுப் பாட்டன் பண்டிதமணி அயோத்திதாசர்.** சென்னை, 1997. (பக்.19)

9. மேற்படி நூல் : பக்கம். 25.

10. மேற்படி நூல் : பக்கம் : 90 - 91

11. இ. ஜீவரத்திரம் - செட்யூல்டு சமூகம் அறிவுவழி - ஜன 1985.

இயல் இரண்டு

தமிழர் சமயம் - சமயப் பணிகள்

தென்னிந்திய சாக்கிய பௌத்த சங்கம் (கி.பி. 1898)

1898 இல் **இலங்கை**யில் நடைபெற்ற மாநாட்டில் கர்னல் ஆல்காட்டுடன் பண்டிதரும் சென்று கலந்து கொண்டார். அவர்களுடன் அடையாறு ஆல்காட் பஞ்சமர் பள்ளியின் தலைமை ஆசிரியர் **பி. கிருஷ்ணசாமி**யும் சென்றார்.

இலங்கை சென்றவுடன் பண்டிதர் **பௌத்த சமயத்**தில் தன்னை இணைத்துக் கொண்டார். அன்றுமுதல் பௌத்த சமயத்தில் தன்னை முழுவதுமாக ஈடுபடுத்திக் கொண்டார்.[1] சென்னை திரும்பியதும் **1902** இல் இராயப்பேட்டையில் **தென்னிந்திய சாக்கிய பௌத்த சங்கம்** என்னும் அமைப்பை ஏற்படுத்தினார். இவ்வமைப்பு **சென்னை நகரத் தென்னிந்திய பௌத்த சங்கம்** எனப் பெயர் மாற்றம் பெற்றது. இதன் கிளைகள் சென்னையில் **நெல்வயல் சாலை, பெரம்பூர், தேனாம்பேட்டை, எழும்பூர்** ஆகிய இடங்களில் அமைக்கப் பட்டன. சென்னை நகரத்திலிருந்தும், புறநகர்ப் பகுதிகளி லிருந்தும் இச்சங்க அமைப்புகளில் பல்லாயிரம் பறையர்கள் உறுப்பினர்கள் ஆயினர்.

தமிழ், பாளி, சமற்கிருதம், ஆங்கிலம் ஆகிய மொழிகளில் வல்லுநரான அயோத்திதாசர், உலகெங்கிலுமுள்ள பௌத்த சங்கங்களுடன் தொடர்பு கொண்டு, அங்கிருந்த பௌத்த நெறியில் வல்ல அறிஞர்களையும், பௌத்த பிக்குகளையும் அழைத்து இச்சங்களில் பௌத்த நெறிகளை விளக்கச் செய்தார். வாரந்தோறும் ஒவ்வொரு கிளைச் சங்கத்திலும் சொற்பொழிவு நடந்துகொண்டே இருக்கும். அச் சொற்பொழிவுகளைக் கையெழுத்துப் படிகளாக எழுதி

மக்களிடையே பௌத்த நெறிகளைப் பரப்பி வந்தார். அத்தோடு தான் நடத்திய **ஒரு பைசாத் தமிழன்** இதழிலும் தொடர்ந்து அறிஞர்களின் கட்டுரைகளை வெளியிட்டார். சிறுவர்களும் பௌத்த நெறியைப் பற்றி அறிந்து கொள்வதற்காகப் புத்த மார்க்க வினா விடை எனும் கையேடு ஒன்றையும் வெளி யிட்டார். இது இவர் மறைவுக்குப் பின் 1930 இல் நூலாக வெளி வந்தது.

இச்சங்க உறுப்பினர்கள், **திரிபிடகங்களை** நாள்தோறும் மனப்பாடம் (பாராயணம்) செய்வார்கள். அயோத்தி தாசர் இத்திரிபிடகங்களை விளக்கிப் பேசுவார். வேறு சில அறிஞர்களும் பேசுவார்கள்.

> "பௌத்தம் ஒரு சமயம் - மதம் அன்று; அஃதொரு வாழ்க்கை வழிகாட்டி நெறியாகும்."

என்பதனை மக்களுக்குத் தெளிவாக விளக்கினார்.

ஒரு மதத்தைத் தோற்றுவித்தவரைத் **திருவிறக்க மாந்தர் (அவதார புருஷர்)** என்பர். அத்தகைய மதத்தில் வழிபாடுகள், பூசனைகள், பலி கொடுப்பது முதலான சடங்குகள் இருக்கும்; ஆனால் பௌத்தம் மாந்தனை நெறிப்படுத்தி ஆன்மீகத்தில் திளைக்க வைக்கும் வழிகாட்டியே; இதில் வேள்வி முறை, வழிபாட்டு முறை எதுவுமே இல்லை. மூலவரும் இல்லை; வழிகாட்டி என்போரும் இல்லை. தரகர்களாகப் பூசாரிகள் என்போர் இல்லை என்று மக்களுக்கு வெளிப்படுத்துவார். எனவே ஏழை எளியவரும் மனத்தூய்மை பெற்று இன்பம் அடைந்தனர். மேலும் பண்டைக்காலம் முதலே பௌத்தம் ஆதியரின் நெறியாக இருந்ததைச் சுட்டிக்காட்டி, பறையர்களை இச்சங்கத்தின் வழியாக ஒன்றிணைத்தார்.

இவ்வாறு அயோத்திதாசர் தனியொருவராக நின்று பௌத்த நெறியில் பகுத்தறிவு இயக்கத்தைப் பரப்பினார். இம்முயற்சியில் இவருக்கு உறுதுணையாக நின்றவர்கள் **ம. சிங்காரவேலுச் செட்டியார், பேரா. இலட்சுமி நரசு நாயுடு** ஆகிய இருவரும் ஆவர். சிங்காரவேலர் மீனவர் குலத்தைச் சேர்ந்தவர்; அயோத்திதாசருக்கு அகவையில் இளையவர். அயோத்திதாசர் பறையர்களைப் பௌத்த நெறிக்கு

மாற்றியதைப் போலவே சிங்காரவேலரும் மீனவர்களைப் பௌத்தர்களாக்கினார். **பேரா. இலட்சுமி நரசு நாயுடு** (கி.பி. ***1860 - 1934***) மிகச்சிறந்த மெய்ம்மவியல் அறிஞர்; பகுத்தறிவாளர்; எப்பொழுதும் நாத்திகம் பேசுவார். எனவே, அக்கால மக்கள் இவரை **நாத்திகம் நாயுடு** என்றே அழைப்பார்கள். அயோத்திதாசரின் பௌத்த சங்க உறுப்பாகத் திகழ்ந்த நாயுடு, சமயக்கோட்பாடுகளை அலசி ஆராய்ந்து, பலதிறப்பட்ட வாதங்களை முன் வைத்துப் பேசி மக்களைப் புராண, இதிகாச, கர்ம விதிகளை வீசி எறியச் செய்வார்.

சாதியைச் சாடுவார்; தீண்டாமையை எதிர்ப்பார்; பாரத நாடு ஆரியப் பார்ப்பனரால் கெட்டது என்பார்; எதையும் வரலாற்று அடிப்படையில்தான் பேசுவார். **பௌத்தக் கோவில்**களாக இருந்தவையே பின்னாளில் **இந்துக் கோவில்**களாக ஆயின என்பதற்குத் **திருவரங்கம் கோவிலை** எடுத்துக்காட்டாகக் கூறிய **இலட்சுமி நரசு**, புத்தர் பெருமான் பரிநிர்வாணம் அடைந்த உருவமே திருவரங்கனின் உருவமாகும்; **அறவாணன்** என்னும் புத்தர் பெருமானின் பெயர் **அரங்கநாதன்** என்றாயிற்று எனக் கூறிப் பல்வேறு சான்றுகளைக் காட்டினார்.

தம் வீட்டிலேயே பௌத்த நெறிப் பள்ளியொன்றையும், பயிற்சிக் கூடமொன்றையும் தொடங்கிப் பலரும் பயனடையச் செய்தார். **பௌத்தத்தின் சாறம்** (Essence of Buddhism) என்னும் ஓர் அரிய நூலைப் படைத்தார். அதில் தனது நாத்திகக் கோட்பாடுகளை நிலை நாட்டினார். இந்நூல் தான் **அண்ணல் அம்பேத்கார்** அவர்களின் **புத்தரும் அவருடைய தம்மமும்** என்னும் நூலுக்கு அடிப்படைச் சான்றாகப் பயன்பட்டது.[2]

பேரா. இலட்சுமி நரசு அவர்களின் பணியைப் பற்றி அண்ணல் அம்பேத்கார் அவர்கள் குறிப்பிடுகையில்,

> "பேரா. இலட்சுமி நரசு சென்னையிலுள்ள ஒரு பெயர் பெற்ற **பௌத்தர்** ஆவார். தான் பௌத்த நெறியை ஏற்றுக் கொண்டதிலிருந்து அவர் தென்னிந்தியாவில் பௌத்தத்தைப் பரப்புவதற்கு மதிப்பிட முடியாத அளவுக்கு மாபெரும் தொண்டு ஆற்றி வருகிறார்.

இலட்சுமி நரசு ஒரு தலை சிறந்த சீர்திருத்தக்காரர்; 20 ஆம் நூற்றாண்டின் தொடக்கத்திலேயே அவர் திறமையெல்லாம் பயன்படுத்திச் சாதியத்தை எதிர்த்துப் போராடி, அதன் கொடுமைக்கு எதிராக **இந்து** மதத்தில் ஒரு புரட்சியையே ஏற்படுத்தியுள்ளார். பௌத்த நெறியில் தன்னை ஒப்படைத்துக் கொண்ட அவர், வாரந்தோறும் பௌத்த நெறிகள் பற்றிய சொற்பொழிவு களை நடத்தி மனநிறைவு பெற்றவர். பேரா. இலட்சுமி நரசு செய்த ஒரே பாவம் சமுதாயச் சீர்திருத்தமே!''

என்று எழுதினார்.

இவ்வாறு சிங்காரவேலரும், இலட்சுமி நரசும் அயோத்திதாசருக்கு உறுதுணையாய் நின்று பகுத்தறிவு இயக்கத்தைப் பௌத்த நெறிகளாகப் பரப்பி வந்தனர். அயோத்தி தாசரின் பௌத்த சங்கக் கூட்டங்களில் இவ்விருவரும் கலந்து கொண்டு பேசும் கருத்துகளைத் தனது **ஒரு பைசாத் தமிழன்** இதழில் அயோத்திதாசர் வெளியிட்டு வந்தார். சிங்காரவேலரின் நாத்திகக் கருத்தைப் பண்டிதர் தனது இதழில் பாட்டு வடிவிலே வெளியிடுவார்.

“மனுக்களால் சிருஷ்டித்துள்ள கடவுளரும்
மதங்களும் இன்னும் அனந்தமுண்டு
அவற்றை விரிக்கின் வீணேயாம்.
..... சிருஷ்டிகள் உண்டென்பதும்
சிருஷ்டிகள் உண்டென்பதும் வெறும்
பொய்யே யாம்.''

அயோத்திதாசர் சிங்காரவேலுக்கு முந்திப் பிறந்தவர்; பெரியார்க்கு முந்தியே தமிழகத்தில் பகுத்தறிவு பேசியவர்; நாத்திக வாதத்தின் முன்னோடிகளில் அவர் ஒருவர்; **அயோத்திதாசப் பண்டிதர், சிங்காரவேலர், இலட்சுமி நரசு** ஆகிய மூவரும் தமிழகத்தில் அறியப்படாத செய்திகள் அவை [3] என்று வரலாற்றாசிரியர்கள் பின்னாளில் விதந்து பேசினர்.

“ஆதியிலே நாத்திகத்தைப் பாத்திகட்டி - நானும்
அன்றாடம் வளர்த்திருந்த சென்னைச் செல்வன்
சிந்தனையில் முதிர்ந்திருந்த பெரும் பேராசான் -

அறிஞர்

சிங்கார வேலருக்கும் அவர்க்கும் மூத்த
நாடு புகழ் லட்சுமி நரசுவுக்கும் நல்லவர்க்கும்
பெரியார்க்கும் இன்னும் யார்க்கும்
மூத்தவன் தான் அயோத்திதாசனாவான்
முழுப் பெருமை முதல் பெருமை அவர்க்கேயுண்டு"

எனப்பாட்டு வடிவிலே நிலை தெளிவாக்கப்படுகிறது.[4]

அயோத்திதாசரின் பணிக்கு உறுதுணையாக நின்ற இலட்சுமி நரசு, ம. சிங்காரவேலர் ஆகியோருடன் கர்னல் ஆல்காட், டாக்டர் அன்னி பெசண்ட் ஆகிய அயல் நாட்டவரும் துணை நின்றனர். ஒரு சமயம் பஞ்சமர் பள்ளிகளைத் தாங்களே நடத்திக் கொள்ளலாம் எனக் கர்னல் ஆல்காட் கேட்டபோது அயோத்திதாசர் தான் பௌத்த நெறி பரப்புவதற்கு முழுமையாக ஒப்படைத்துக் கொண்டமையால் அப்பணியினை அமெரிக்காவிலுள்ள செல்வி. **மேரி சாரா இ. பால்மெர்** என்பாரிடம் ஒப்படைக்குமாறு கூறினார். இதன்படியே, கர்னல் ஆல்காட் அப்பெண்மணியை அடையாற்றுக்கு அழைத்து, அப்பணியை அவரிடம் ஒப்படைத்தார்.

பஞ்சமர் பள்ளிகளை அமைத்துப் பறையரின் குழந்தைகளுக்குக் கல்வி கற்பிக்க வேண்டும் என்னும் முயற்சியில் ஈடுபட்டபோது கர்னல் ஆல்காட் அவர்களுக்கும், அயோத்திதாசருக்கும் உறுதுணையாய் நின்று பாடுபட்டவர் டாக்டர் அன்னி பெசண்ட் அம்மையார் ஆவர். **16-11-1893** இல் அவர் இந்தியாவுக்கு வருகை தந்து, **1933** இல் தனது **86**வது அகவையில் தான் மறையும் வரை பிரம்ம ஞான சபையில் இருந்து கொண்டு சாதி ஒழிப்பு, பெண் கல்வி, நாட்டு விடுதலைப் பணிகளில் ஈடுபட்டார். இவருடைய வீரமிக்க சொற்பொழிவுகள் **இந்தியனே விழித்தெழு** எனும் நூலாக வெளிவந்தது. காசியில் மையக் கல்லூரி எனும் பெயரில் கல்லூரி ஒன்றைத் தொடங்கி, இந்து சமயப் பண்பாடுகளைக் கற்பிக்கும் நடுவமாக அதனை மாற்றினார். **பொது வாழ்வு** என்னும் வார இதழையும் **நவ இந்தியா** என்னும் நாளேட்டையும் தொடங்கி ஆங்கில ஏகாதிபத்தியத்தை எதிர்த்தும், இந்திய விடுதலையை ஆதரித்தும் எழுதி வந்தார். **தன்னாட்சி இயக்கம்** (Home Rule Movement)

தொடங்கி, இந்தியாவுக்கு விடுதலை வேண்டும் எனக் கிளர்ச்சி செய்ததால் **1917** இல் சிறைப்படுத்தப்பட்டார்.

> அன்னிபெசண்ட் இல்லையென்றால் மகாத்மா காந்தியும் இருக்க முடியாது.

என்று **கவிக்குயில் சரோஜினி நாயுடு** கூறுமளவுக்கு இந்தியரோடும், இந்தியப் பண்பாட்டோடும், இந்திய விடுதலையோடும் அன்னிபெசண்ட் இரண்டறக் கலந்து விட்டார்.

மகாத்மாவின் அரிசன சேவா சங்கத்தில் முழு மூச்சோடு ஈடுபட்ட அன்னிபெசண்ட், அயோத்திதாசருடன் தோளோடு தோள் நின்று பாடுபட்டதில் வியப்பொன்றுமில்லை.[5]

பண்டிதரும் தமிழ்த் தென்றலும்

திருவாரூர் வி. கல்யாணசுந்தர முதலியார் என்னும் **திரு.வி.க. (கி.பி. 1883** - *1953)* சென்னை - இராயப்பேட்டை - **வெஸ்லி கல்லூரியில் 1894** இல் நான்காம் வகுப்பு படித்துக் கொண்டிருக்கும்போது முடக்குவாத நோய் ஏற்பட்டது. பன்னிரண்டு அகவையாயிருந்த கல்யாணசுந்தரன் உடல் பருத்துக் காணப்பட்டதால் மாணவர்கள் அவரைப் **பொதுக்கன்** என்று எள்ளி நகையாடி வந்தனர். அவரின் உடற் பருமனைக் குறைக்க அவருடைய தந்தையார் **விருத்தாசல முதலியார்** மருந்து, எண்ணெய் சாப்பிடச் செய்தார். அஃதொரு சாமியார் கொடுத்தது முறை மருந்து; அதற்குக் கடுமையான பத்தியம் கடைப்பிடிக்கப்பட வேண்டும் மருந்து உண்ட கல்யாண சுந்தரன், பத்திய முறையை மீறி, நண்பன் ஒருவன் கொடுத்த உளுந்து வடையைத் தின்று விட்டார். வீடு திரும்புவதற்குள் கை, கால்கள் முடங்கி விட்டன. முடக்குவாதம் கண்டு வீட்டிலேயே முடங்கிக் கிடந்தார். அக்காலத்தில் இராயப்பேட்டையில் தங்கிச் சித்த மருத்துவம் செய்து வந்த **அயோத்தி தாசர்** அவர்களை அழைத்துச் சென்று, கல்யாண சுந்தரனுக்கு மருத்துவம் செய்ய வைத்தார். மருத்துவர் அயோத்திதாசர் அரும்பாடுபட்டுக் கல்யாண சுந்தரனின் முடக்கு வாத நோயைக் குணப் படுத்தினார். சில நாளில் கை கால்கள் நிமிர்ந்து நேராயின. நோய் நீங்கிப் படுக்கையினின்று எழுந்தார் கல்யாண சுந்தரன். மீண்டும்

பள்ளிப்படிப்பைத் தொடங்கும் வேளை தந்தையார் நோய்வாய்ப்பட்டார்; தாயார் காலமானார்; எனவே நான்கு ஆண்டுகள் படிப்பைத் தொடர முடியாது தடைப்பட்டு நின்றது. மீண்டும் கல்யாண சுந்தரன் அதே வெஸ்லி கல்லூரியில் கி.பி. 1899 இல் இடையில் விட்ட அதே நான்காம் வகுப்பில் சேர்ந்து படிப்பைத் தொடர்ந்தார்.[6]

அயோத்திதாசரால் மருத்துவம் கண்டு மறுவாழ்வு அளிக்கப்பெற்ற திரு.வி.க. பின்னாளில் தன்னை விட 35 அகவை முதியவரான அயோத்திதாசரின் உதவியையும், அறிவாற்றலையும், பன்மொழிப் புலமையினையும் மேலான பட்டறிவையும் கூடப் பொருட்படுத்தாமல் தன்னுடைய மதப்பித்தத்தால், சாதி வெறியுணர்வால் பண்டிதர்க்கு இழைத்த தீங்குகள் வெளிப்படுத்தும் திறத்தன அல்ல!

யாழ்ப்பாணம் **கதிரை வேற்பிள்ளை** என்பார் வெள்ளாளர் குலத்தைச் சேர்ந்தவர்; சைவமும் தமிழும் இரு கண்கள் எனக் கொண்டவர். இவரை மனத்தளவில் குருவாக ஏற்றுக்கொண்ட மாணவர்கள் தமிழகத்தில் ஏராளமாக இருந்தனர். அத்தகையோரில் திரு.வி.க.வும் ஒருவர். 1901 முதல் கதிரைவேற்பிள்ளையைக் குருவாக ஏற்றுக் கொண்டிருந்த திரு.வி.க. இராயப்பேட்டையில் **சைவ சபை** ஒன்றை அமைத்தார். பின்னர், இந்தச் சபை **1903** இல் **பாலசுப்பிரமணியர் பக்த ஜன சபை** ஆயிற்று. சென்னையில் நாலா பக்கமும் சென்று சைவப் பிரச்சாரம் செய்து வந்தார். சிவ தீக்கையும் பெற்று முழுச் சைவர் ஆனார்; சைவம் ஒன்றே மெய்யானது; அதுவே வீடு பேற்றுக்கு உரியது என்றும் நம்பினார்.

வெஸ்லி கல்லூரியில் திரு.வி.க. படித்தபோது பைபிளையும் ஒரு பாடமாகப் படிக்கும் வாய்ப்பைப் பெற்றார். எனவே கிறிஸ்தவ மதத்தில் அதிக ஈடுபாடு கொண்டார். ஏசுவின் உபதேசங்களும் சிவஞான சித்தியாரின் போதனைகளும் அப்பர், சம்பந்தர் திருவாக்கும் ஒத்திருப்பதைக் கண்டு மகிழ்வார். குறிப்பாகப் பாவ மன்னிப்புக் கோரும் பகுதியுடன் மாணிக்க வாசகரின் திருவாசகத்தை ஒப்பிட்டு உருகுவார். கிறித்தவராகவே மாறவும் தீர்மானித்தார்.[7]

ஆனால் **பௌத்தம்** மட்டும் ஏனோ அவருக்குப் பகையாயிற்று. அயோத்திதாசர் தான் இராயப்பேட்டையில் நிறுவியிருந்த சாக்கிய பௌத்த சங்கத்தில் கிழமை (வாரந்) தோறும் சிறந்த அறிஞர் பெருமக்களை அழைத்து வந்து புத்தர் பெருமானின் பொன்னுரைகளை விளக்கிப் பேசச் செய்வார். அச்சங்கத்தைப் பராமரிக்கும் பொறுப்பை இலங்கையிலிருந்து வந்த ஒரு தமிழ்ப்பிக்குவிடம் ஒப்படைத்திருந்தார். தானும் பல்வேறு இடங்களுக்கும் சென்று பௌத்த நெறியைப் பரப்பி வந்தார்.

இந்நாட்டிலிருந்தும் வெளி நாடுகளிலிருந்தும் அறிஞர்கள் பலரையும் அழைத்துப் பேச வைத்தார். இவருடைய இம்முயற்சிக்குப் **பேரா. இலட்சுமி நரசு நாயுடு** என்பாரும் வழக்கறிஞர் **ம. சிங்காரவேலுச் செட்டியார்** என்பாரும் அவருக்குத் தோன்றாத் துணையாய் நின்றார்கள்.

ஒரு சமயம் இராயப்பேட்டையில் நடைபெற்ற பௌத்த சங்கக் கூட்டத்தில் பகுத்தறிவாளர் பலரும் கலந்து கொண்டு இந்து மதத்திலும் கிறித்தவ மதத்திலும் நிலவும் மூடநம்பிக்கைகளைக் கண்டித்துப் பேசினர். ஆழ்வார்களும் நாயன்மார்களும் உண்மைக்குப் புறம்பாகவும், பகுத்தறிவுக்கு ஒவ்வாமலும் பாடிய கருத்துகளைச் சாடினர்.

இதனைக் கேள்வியுற்ற **கதிரைவேற்பிள்ளை**, சைவ நாயன்மார்களைப் பழித்துப் பேசியவர்களை ஒழித்துக் கட்டுவோம் என்று கூறித் தொடைதட்டி எழுந்தார். **மயிலாப்பூரில்** கண்டனக் கூட்டம் ஒன்றைக் கூட்டி, அயோத்தி தாசரையும், பேசிய அறிஞர்களையும் பௌத்தத்தையும் தாக்கிப் பேசினார். சைவப் பித்தர்களும், சாதி வெறியர்களும் கைதட்டி அவரின் கண்டனக் குரலுக்கு ஆதரவு காட்டினர். இதனால் கதிரை வேற்பிள்ளை, தனது கண்டனத்திற்குப் பொது மக்களின் ஆதரவு அதிகம் இருப்பதாகக் கருதி நகரின் பல்வேறு பகுதிகளிலும் பௌத்த மதத்திற்கு எதிரான கண்டனக் கூட்டங்களைத் தொடர்ந்து நடத்தினார். கூட்டங்களில் பேசிய தனது கருத்துகளைப் "**புத்த மதக் கண்டனம்**" என்றும் நூலாகத் தொகுத்துக் கூட்டத்தினரிடையே விற்பனையும் செய்தார்.

தன்னுடைய குருவுடன் சேர்ந்து கொண்டு திரு.வி.க.வும் சைவ வெறி தலைக்கேறிச் சாக்கிய சங்கத்தைக் குறி வைத்துத் தாக்க முற்பட்டார். பௌத்த சங்கக் கூட்டம் எங்கு நடை பெற்றாலும், அயோத்திதாசர் எங்கு மேடையில் பேசினாலும் கூட்டத்தில் புகுந்து, கலவரம் செய்து அடித்து நொறுக்கத் தொடங்கினார். தன்னுடன் தனது தோழர்களையும் சேர்த்துக் கொண்டு ஒரு முரட்டுக் கும்பல் அதிரடி நடத்தினார்.

இராயப்பேட்டையில் ஒரு சமையம் பௌத்த சாக்கிய சங்கக் கூட்டத்தில் **சிங்காரவேலர்**, விவிலியம் - வரலாற்றுத் தொடர்பான நூல் அன்று என்னும் தலைப்பில் ஆணித்தரமான வாதங்களை முன் வைத்துப் பேசினார். வரலாற்று அடிப்படையில் விவிலியமும் ஒரு புராணப் புரட்டேயென்று பேசி முடித்தார். இதனைக் கேட்டறிந்த **திரு.வி.க.** சமய நூல்கள் புனிதமானவை யென்றும், இவற்றில் வரலாற்றுக்கோ, பகுத்தறிவுக்கோ இடமில்லையென்றும் கூறிக் கொந்தளித்து எழுந்தார். விவிலியத்தைப் பேசியதற்குக் கொந்தளித்து எழுந்த திரு.வி.க. பௌத்தத்தை மட்டும் ஏன் எதிர்த்தார்? ஒன்று அவர் அதைப் பற்றி அறியாமல் இருந்திருக்கலாம்; அல்லது அதைப் பற்றிப் பரப்புரை செய்து வரும் அயோத்திதாசரின் குலத்தின் மீது வெறுப்புக் கொண்டிருக்கலாம்!

இந் நிகழ்விற்கு அடுத்த கிழமை அயோத்திதாசர் பௌத்த சங்கப் பொதுக் கூட்டம் ஒன்றில் **அருங்கலைச் செப்பு** என்னும் தலைப்பில் பௌத்த நெறிகளைப் பற்றி விளக்கிப் பேசினார். அவரையடுத்துப் பேசிய **போ. இலட்சுமி நரசு**, திருவரங்கம் (ஸ்ரீரங்கம்) ஒரு பௌத்தக் கோயிலே என்னும் பொருளில் வரலாறு, கட்டடக் கலை முதலியவற்றை அடிப்படையாகக் கொண்டு பேசினார். அக் கோவிலில் பள்ளி கொண்டிருக்கும் அரங்கநாதன், **அறவாணன்** என்றும், அக்கோவிலின் மூலக் கட்டடம் **புத்தர் பள்ளிக்** கட்டடமே என்றும் கூறினார். திருஞான சம்பந்தர் எலும்பை மலராக்கிய கதையைத் தருக்க முறையில் மறுத்துரைத்தார். அப்போது திடீரெனத் திரு.வி.க.வும், அவரது அடியாட்களும் கூட்டத்திற்குள் புகுந்து அடிதடி நடத்தத் தொடங்கி விட்டனர். மக்கள் கூட்டம் நாலாபுறமும் அஞ்சிச் சிதறியோடியது. மக்கள் கூட்டத்தினர்

இவர்களை **வானரங்கள்** எனத் திட்டிக் கொண்டே சென்றனர்.

இந் நிகழ்ச்சியைத் தனது இறுதிக் காலத்தில் எண்ணி வருந்தியதாகத் திரு.வி.க. எழுதியுள்ளார்.[8]

அக்கால கட்டத்தில் **தமிழ்** தங்களுக்கே உரியதென்றும், வேறு சாதியார் தமிழ் அறிஞரானாலும் மதிப்பது இல்லையென்றும், பிள்ளைமார்களும், மேல்சாதி முதலியார்களும் இறுமாந்திருந்தனர். சைவமும் தமிழும் தங்களின் இரு கண்கள் என்றிருந்த அவர்கள் காலத்தில் **பிள்ளைத் தமிழ், முதலியார் தமிழ்** என்றே அவர்தம் பேச்சுரைகளையும் நூல்களையும் அழைத்தனர். பௌத்தத்தின் மறுமலர்ச்சிக்கு **இலட்சுமிநரசு, சிங்காரவேலர், அயோத்திதாசர்** ஆகியோர் எழுந்ததை இச் சைவ மேலோர் எதிர்த்தனர். இவர்களை முறையே **கீழ்ச்சாதி** - நாயுடு, மீனவர், பறையர் என்றே அழைத்தனர். இசுலாமியத்தை **மிலேச்சர் மதம்** என்றும், பௌத்தத்தைப் **பறையர் மதம்** என்றும் இகழ்ந்தனர்; **கிறித்தவம்** மட்டும் மேலோர் மதம் என்று மதித்துப் புகழ்ந்தனர். விவிலியத்தின் சொந்தக்காரன் ஆங்கிலேயன்; இந்த அடிமைகளின் ஆண்டை - எசமான்; சைவர் என்போர், கழுத்திலே அக்க மாலை பூண்டு, நெற்றியிலே நீறு அணிந்து, இடுப்பிலே பீதாம்பரம் புனைந்து, வீதியிலே திருமறைகளை ஓதிக் கொண்டே செல்வார்கள்; பார்ப்பதற்குப் பார்ப்பனப் பூசாரிகளைப் போலவே வேடந்தரித்து, அயலாரைக் கண்டால் ஒதுங்கி நடந்து, தொடாமல் சென்ற இவர்கள் தங்கள் உணவு, உடை, நடை, பாவனைகளில் பார்ப்பனர்களைக் காட்டிலும் மேலானவர்களாகவே காட்சியளித்தனர். அயோத்தி தாசரின் சாக்கிய சங்கங்கள் இவர்களின் கண்களைத் திறந்தன. தீண்டத்தகாதோரான **பஞ்சமர்** வேதங்களால் அறியப் பெறாத மெய்ம்மங்கள் (தத்துவங்கள்) பற்றிப் பேசுவதையும், **பாளி, சமற்கிருதம், தமிழ், ஆங்கிலம்** ஆகிய மொழிகளில் புலமை பெற்றிருந்த அயோத்திதாசரால் பௌத்தம் மறுமலர்ச்சி அடைவதையும், சைவத்தால் கழுவேற்றப்பட்ட பௌத்தம் மீண்டும் தழைப்பதா என வெறி கொண்டனர்.

சைவர்களால் கழுவேற்றப்பட்டவர்கள் பௌத்தர்களே என்று அயோத்திதாசர் கருத்துக் கொண்டிருந்தார். சைவ

வளர்ச்சிக்கெனத் திருநெல்வேலி வெள்ளாளர்கள் (பிள்ளைமார்) சைவ சித்தாந்த சபைகளைத் தோற்றுவித்தனர். இவர்களைப் **போலிப் பார்ப்பனர்** என்றும், **பார்ப்பன அடிவருடி**கள் என்றும் அழைத்தது இதனாலன்றோ?

இத்தகைய நிகழ்ச்சிகளுக்குப் பின்னும் அயோத்திதாசர், திரு.வி.க.வைப் பற்றிக் குறைவாகப் பேசியதுமில்லை; எழுதியது மில்லை. அவர் ஓர் ஆன்றவிந்தடங்கிய சான்றோர். இளம் அகவையில் அயோத்திதாசரின் பௌத்தப் பிரச்சாரத்திற்குத் தொல்லை விளைத்ததைத் தன் வாழ்க்கைக் குறிப்புகளில் குறிப்பிட்ட திரு.வி.க. அந்தப் பௌத்த சமயமே அவருடைய மதவெறியைத் தீர்த்தது என்றும் குறிப்பிடுகிறார்.

இராயப்பேட்டை சாக்கிய பௌத்த சங்கத் தலைவர் அயோத்திதாசப் பண்டிதர் இவ்வுலக வாழ்க்கையை நீத்த போது யான் ஈழம் வரை சென்று திரும்பினேன். அயோத்திதாசர் என் குடும்ப மருத்துவர்; அவர்தம் சங்கம் எனது மதவெறியைத் தீர்க்கும் மருந்தாயிற்று; அவரது பிரிவு எனக்குத் துன்பம் விளைத்தது. ஓர் இரங்கற்பாவும் என்னால் யாக்கப்பட்டது. என்று எழுதியுள்ளார்.[9]

முதலில் மதவெறி கொண்டு அலைந்த திரு.வி.க. பிற்காலத்தில் அயோத்திதாசர், இலட்சுமி நரசு, சிங்கார வேலர் ஆகியோரின் பகுத்தறிவு வாதத்தையும் பௌத்த நெறி இயக்கத்தையும் பெரிதும் மதித்தார்.

சிந்தாதிரிப்பேட்டையில் **பேரா.இலட்சுமி நரசு** நடத்திய பௌத்த சங்கக் கூட்டத்தில் 6-4-1928 இல் திரு.வி.க. **தமிழ் நூல்களில் பௌத்தம்** என்னும் பொருள் பற்றிப் பேசியதி லிருந்து இவருடைய காழ்ப்புணர்ச்சி நீங்கி விட்டதை அறியலாம். இவ்வாறே, சிங்காரவேலரின் மகாபோதி பௌத்த சங்கக் கூட்டங்களிலும் கலந்து கொண்டு திரு.வி.க. உரை நிகழ்த்தினர்.

இவ்வாறு, இளமையில் கதிரைவேற்பிள்ளையின் மத வெறியால் தூண்டப் பெற்று, பலருடைய மனக் கசப்பைத் தேடிக் கொண்ட திரு.வி.க. தான் பிற்காலத்தில் பகுத்தறிவு இயக்கம், பிராமணரல்லாதார் இயக்கம் முதலியவற்றுக்குப்

பெரியார் அவர்களுடன் தோள் கொடுத்து நின்றார். வகுப்பு வாரிப் படிநிகராளியம் கோரிய பெரியாரைக் காஞ்சிபுரத்தில் வெளியேற்றிய திரு.வி.க. பின்னர் அவரே அதற்காகப் போராடவும் முன்வந்தார்.

அயோத்திதாசர், சிங்காரவேலர், இலட்சுமி நரசு, கைவல்ய சாமியார், கல்யாணசுந்தரனார் ஆகிய ஐவரும் தமிழகத்தில் உருவான **பார்ப்பனரல்லாதார் இயக்கம்** ஒன்றுக்கு வித்திட்டவர்கள் எனில் அது மிகையாகாது. அதுவே நீதிக் கட்சியாக வடிவெடுத்தது. இக்கட்சி, சென்னை மண்டிலத்தை ஏறத்தாழப் பதினேழு ஆண்டுகள் ஆட்சி செய்தது. முதல் மூவரின் பகுத்தறிவுக் கருத்துகளைச் சுமந்து வந்ததுதான் **ஒரு பைசா தமிழன்** இது தமிழர்களின் மூடநம்பிக்கைகளைத் தவிர்க்கும் சம்மட்டியாகும்.

19-6-1908 இல் அயோத்தி தாசர் **ஒரு பைசா தமிழன்** என்னும் கிழமை (வார) இதழைத் தொடங்கினார். இந்த இதழின் விலை ஒரு **சல்லி (பைசா)** யாகும். சென்னை - இராயப் பேட்டையிலிருந்து வெளியான இவ்விதழ் தமிழர் வாழும் நிலமெல்லாம் வரவேற்புப் பெற்றது. இதில் பௌத்த நெறிகளைத் தெளிவாக வெளியிட்டார். புத்தரின் போதனைகளை இவ்விதழில் **பூர்வத் தமிழொளி** எனும் தலைப்பில் வெளியிட்டார்.

26-8-1908 இலிருந்து **ஒரு பைசா தமிழன்** என்றிருந்த தலைப்பைத் **தமிழன்** என்று மாற்றினார்.

புதிய பெயர் தாங்கி வெளிவந்த இதழிலும் **பூர்வத் தமிழொளி** கட்டுரை தொடர்ந்து வெளிவந்தது. இதையே பின்னாளில் **பூர்வத் தமிழொளியாம் புத்தரது ஆதிவேதம்** என்னும் ***303*** பக்கங்களைக் கொண்ட நூலாகக் கோலார் மாரிக் குப்பம் சாக்கிய பௌத்த சங்கத்தின் சார்பில் *1912* இல் வெளியிட்டார். அந்நாளில் **தமிழ், தமிழன்**, என்னும் தலைப்பிலும் பௌத்த சமயத்தைப் பற்றியும் வெளிவந்த தாளிகை அயோத்திதாசரின் **தமிழன்** என்பதேயாகும். பௌத்தம் **பறையர் மதம்** எனக் கருதியதால் சாதி இந்துக்கள் இதனைச் சீண்டுவதில்லை. இத்தகைய முயற்சிகளால்

தமிழகத்திலும் மைசூரிலும், **ஆதித் தமிழர்** வாழ்ந்த உலகின் பல பாகங்களிலும் பௌத்தம் பரவியது.

பௌத்தத்தின் மறுமலர்ச்சியாளரான **அயோத்திதாசர்** மறைவுக்குப் பின்னும் அவருடைய மகன் பட்டாபி**இராமன்** என்பாரை ஆசிரியராகக் கொண்டு, **தமிழன் *17-6-1914*** முதல் ***26-8-1915*** வரை வெளிவந்தது.

பல ஆண்டுகள் இடைவெளிக்குப்பின் ***7-7-1926*** முதல் ***27-6-1934*** வரை கோலார் தங்கவயல் **பண்டிதமணி கோ. அப்பாத்துரை** அவர்களை ஆசிரியராகக் கொண்டு தமிழன் வெளிவந்தது.

பண்டிதருக்குப் பின் பௌத்தம்

அயோத்திதாசர் தனது ***69*** ஆம் அகவையில் ***5-5-1914*** அன்று பரிநிர்வாணம் அடைந்தார். தனது வாழ்நாள் முழுவதும் பௌத்த நெறி வளர்ச்சிக்காகப் பாடுபட்ட அவருடைய சுடரொளியால் அவருடைய மறைவுக்கும் பின்னும் அவருடைய மாணவர்களால் சீடர்களால் மேலும் வளர்ச்சி பெறத் தொடங்கியது. **பேரா. இலட்சுமி நரசு** தலைமையில் ***1917*** இல் சென்னையில் முதல் பௌத்த மாநாடு நடைபெற்றது. இம் மாநாட்டில் ஆதிதிராவிடர்களுக்கு அரசியல் உரிமைகள் வழங்கவேண்டும் என்னும் கோரிக்கை எழுந்தது. இக்கோரிக்கை யினை ஆங்கில அரசின் **மாண்டேகு செம்சுஃபோர்டு** அவர்களிடம் அளிப்பதற்கு ஒரு குழுவினை அமைப்பதற்கான தீர்மானமும் நிறைவேற்றப்பட்டது இதுவே முதல் முறையாகும். இம் மாநாட்டிற்குத் தமிழகத்தின் ஒவ்வொரு மாவட்டத்தி லிருந்தும், மைசூர், கொழும்பு, இரங்கூன் முதலிய இடங்களிலிருந்தும் பேராளர்கள் வந்திருந்தனர்.

இரண்டாவது பௌத்த மாநாடு ***1920*** இல் பெங்களூரிலும் நான்காவது மாநாடு ***1932*** இல் **கோலார்** தங்க வயலிலும் ஐந்தாவது மாநாடு ***1952*** இல் வடஆர்க்காடு வேலூரிலும் நடைபெற்றது.

இம்மாநாடுகளில் பகுத்தறிவு இயக்கத்திற்கு உரமூட்டும் சமூகம், அரசியல் தொடர்பான தீர்மானங்கள் இயற்றப்பட்டன. இத்தகைய மாநாடுகளால் கருநாடகத்தில் குறிப்பாகக் **கோலார்,**

பெங்களூர், ஊப்ளி, தார்வார் ஆகிய விடங்களில் பௌத்த மறுமலர்ச்சி வெகுவாகப் பரவியது. இங்கெல்லாம் பௌத்தர்களின் எண்ணிக்கை பெருகியது.[10]

1907 இல் அயோத்திதாசரின் நெருங்கிய உறவினரான **எம்.ஒய். முருகேசன்** என்பார் கோலார் தங்கவயல் - மாரிக்கும்பத்தில் **தென்னிந்திய பௌத்த சங்கம்** ஒன்றைத் தோற்றுவித்தார். இச்சங்கத்தின் வளர்ச்சிக்காக வடஆர்க்காடு மாவட்டம் திருப்பத்தூர் **ஏ.பி. பெரியசாமிப் புலவர், கோ. குருசாமி, பண்டிதமணி கோ. அப்பாத்துரை, ஈ.என். அய்யாக்கண்ணுப் புலவர்** முதலியோர் அரும்பாடுபட்டவர்களில் குறிப்பிடத்தக்க சிலராவர். இவர்களின் நாவன்மையாலேயே இம் மண்டிலமெங்கும் பௌத்தம் பரவியது. இப்பெருமக்கள் ***1916*** இல் கோலார் **சேம்பியன் ரீப்**பிலும் சாக்கிய பௌத்த சங்கத்தின் கிளையொன்றினைத் தோற்றுவித்தனர். இவ்விரு அமைப்புகளும் ***1970*** ஆம் ஆண்டு வரை மிகச் சிறப்பாக நடந்து வந்தன.

1908 இல் கோலார் தங்கச் சுரங்கத் தொழிலாளர்கள் ***1000*** பேரும் அவர்தம் குடும்பத்தாரும் **பஞ்சசீலம்** ஏற்றுப் பௌத்தர்கள் ஆயினர். இவ்விழாவிற்கு **அயர்லாந்து** நாட்டைச் சேர்ந்த புத்தபிக்கு **யு. விசுத்தா** என்பார் தலைமை தாங்கினார். இவ்விழாவில் பங்கேற்பதற்காக **இலங்கை, பர்மா, தாய்லாந்து** முதலிய நாடுகளிலிருந்தும் தங்கவயலுக்கு வந்திருந்தார்கள்.[11]

சோம்பியன் ரீப் பௌத்தம் தொடங்கிய ***(1916 - 18)*** இரண்டு ஆண்டுகளில் ***89*** சொற்பொழிவுகளை நிகழ்த்திச் சாதனை படைத்தது. இச்சொற்பொழிவுகளை நிகழ்த்திய அறிஞர்களில் குறிப்பிடத்தக்கவர்கள் **பேரா. இலட்சுமி நரசு, ஏ.பி. பெரிய சாமிப் புலவர், க.ஆ. பட்டாபிராமன், சொப்பனேசுவரி அம்மையார்** ஆகியோர் ஆவர்.

பட்டாபிராமன் என்பவர் அயோத்திதாசரின் மறைவுக்குப் பின் **தமிழன்** இதழ் நடத்தியவர்; அவரின் புதல்வர் ஆவார்.[12]

கோலாரில் வாழ்ந்து வந்த பௌத்தர்கள் எல்லாருமே **பறையர்கள்** எனலாம். இவர்களில் பெரும்பாலோர்

வடஆர்க்காடு மாவட்டத்திலிருந்து கோலாரில் குடியேறிய வர்களே. கௌதம சித்தார்த்தர் அச்சு இயந்திரக் கூடத்தை அங்கு அமைத்து **அயோத்திதாசர், பகுத்தறிவுச் சிங்கம் மாசிலா மணியார், முருகேசனார், பண்டிதமணி அப்பாத்துரையார், அய்யாக்கண்ணுப் புலவர், ஏ.பி. பெரியசாமிப் புலவர்** முதலியோர் எழுதிய நூல்களை அச்சிட்டு வெளியிட்டவர்கள் இவர்களே. இதனால் பௌத்த நூல்கள் பல்கிப் பெருகி, இங்குள்ள **சித்தார்த்தர் நூல் நிலையம். பௌத்த இளைஞர் சங்கநூல் நிலையம்** ஆகியவற்றை நிரப்பியுள்ளன.

கோலாரிலுள்ள பௌத்தர்கள் திங்கள் தோறும் **வெள்ளுவா (முழுநிலா)** இரவில் **பௌத்த பூர்ணிமா**வைக் கொண்டாடுவார்கள் **சங்கராந்தி(தை)**யைப் **புத்தர்** பெருமானின் பரிநிர்வாண நாளாகக் கொண்டாடுவார்கள். அவர்களின் திருமணங்கள் எத்தகைய சடங்குகளும், பூசாரியு மின்றி நடைபெறும் மணமகளும் மணமகனும் பௌத்த சமயத்தின் பெயராலும் திருக்குறளின் பெயராலும் உறுதிமொழி எடுத்துக் கொள்வார்கள். இதுவே அவர்களின் திருமண முறையாகும். **தந்தை பெரியார்** கோலார் சென்ற போது, இத்தகைய திருமணமுறை அவரைப் பெரிதும் கவர்ந்தது. இதே முறையில்தான் அவர் **சுயமரியாதைத் திருமணம்** எனப் பெயரிட்டு இங்கு நடத்தத் தொடங்கினார்.

கோலாரைப் போலவே, பெங்களூரிலும் இத்தகைய பௌத்த சங்கங்கள் தோன்றின. ***1907*** இல் அயோத்திதாசர் பெங்களூரில் ஒரு பௌத்த சங்கத்தைத் தோற்றுவித்தார். ***1918*** இல் இங்கு பௌத்த விகாரை ஒன்றும் கட்டப்பட்டது. இதற்கென அங்கிருந்த **தொட்டண்ணசெட்டி** என்பார் நன்கொடை அளித்துள்ளார்.

1920 இல் இரண்டாவது பௌத்த மாநாடு பெங்களூரிலுள்ள மேயோ மண்டவத்தில் நடந்தது. இம்மாநாட்டிற்குத் தலைமை தாங்கியவர் **பேரா. இலட்சுமி நரசு** ஆவார்.

1916 இல் வடஆர்க்காடு மாவட்டம் திருப்பத்தூரிலும் ஒரு சாக்கிய பௌத்த சங்கம் அமைக்கப் பெற்றது. இதனை **ஏ.பி.**

பெரியசாமிப் புலவர், அனுமந்த உபாசகர் ஆகிய இருவரும் நிறுவினர். திருப்பத்தூரைப் போலவே இம்மாவட்டத்தில் **பள்ளி கொண்டா, அழிச்சிக்குப்பம், காவனூர், திப்ப சமுத்திரம், நாகவேடு, வாலாசாபேட்டை, வன்னிவேடு, சக்கரமல்லூர்** முதலிய இடங்களில் பௌத்த சங்கங்கள் நிறுவப் பெற்றன. இவற்றுக்கெல்லாம் காரணமாக விளங்கியவர் **ஏ.பி. பெரியசாமிப் புலவர்** ஆவார்.[13] இவர் அயோத்தி தாசரின் மாணவர்களில் ஒருவர்.

வடஆர்க்காடு மாவட்டத்தைச் சேர்ந்தோர் கருநாடகத்திலுள்ள **ஊப்ளி**யில் தொடர்வழி(Railway)த் தொழிலாளர்களாகப் பணியாற்றியோர் **1928** இல் அங்கு ஒரு பௌத்த சங்கத்தை அமைத்தனர். சங்கத்தின் சார்பில் ஓர் ஆங்கிலோ - இந்தியன் ஆங்கிலப் பள்ளியை நடத்தி வருகிறார்கள். அடையாற்றுப் பஞ்சமர் பள்ளித் தலைமையாசிரியர் **கிருட்டிணசாமி**யார் இரங்கூனில் ஒரு பௌத்த சங்கத்தை ஏற்படுத்தினார். இதைப் போலவே பஞ்சமர் பள்ளியாசிரியர் ஒருவர் **நேட்டாலில்** பௌத்த சங்கம் ஒன்றை நிறுவினார்.[14]

இவ்வாறு, சென்னைச் சேரிப் பகுதியொன்றில் தோன்றிய **காத்தவராயன்**, பன்மொழிப் புலவராகி, **அயோத்திதாசர்** என்னும் அழியாப் பெயருடன் பாரதத்தின் பழம் பெரும் பண்பாட்டின் பெட்டகமான பௌத்தத்தை இப் பாரதத்தில் மட்டுமன்றிப் பாரெல்லாம் பரவச் செய்து, பௌத்தத்தை மறுமலர்ச்சி அடையச் செய்தார். அவருடைய நூல்கள் பௌத்த நெறிகளையே கூறுகின்றன. இதனால், அவர் தமிழ் இலக்கியப் போக்கிலும், கருப்பொருளிலும் ஒரு புதிய திருப்பத்தை ஏற்படுத்தி விட்டார். **பௌத்தம்** ஆதித் திராவிடரின் பண்டைய பாதையே என்பதை நிறுவி, அவர்களை விழித்தெழச் செய்தவரும் அயோத்திதாசரே! இவரைப் பின்பற்றியே **அண்ணல் அம்பேத்காரும்** மிகப் பெரிய மதமாற்றப் புரட்சியை ஏற்படுத்தினார்.

அயோத்திதாசர் மதம் மாற்றம்

அயோத்திதாசர் பௌத்த நெறியில் இணைந்தது பற்றிப் பல்வேறு அறிஞர்களால் பலவாறு கூறப்பட்டுள்ளது.

அயோத்திதாசரின் கருத்துப்படி **மதம்** என்பது வசதி படைத்தோரின் பாதுகாப்புக்காகவே ஏற்படுத்தப்பட்டது. இவர்கள் எளியோரை வாட்டி வதைத்து மதத்தின் பெயரால் தம்மை உயர்த்திக் கொண்டார்கள். மதம் இவர்களை உயர்ந்த வராகவே கூறுகிறது. எனவே மக்களிடையே காணப்படும் ஏற்றத்தாழ்வுக்கு மதமே காரணம் என்பதாகிறது.

ஆனாலும் அயோத்திதாசர் இந்து மதத்திலுள்ள பலதரப்பட்ட கோட்பாடுகளையும், கடவுளர்களையும் ஏற்காமல் ஆன்மீக நெறியைக் கூறும் அத்வைதத்தை ஏற்று, அதனையே மக்களிடையே பரப்ப முயன்றார். **பிரம்ம ஞான சபை**யோடும், **கர்னல் ஆல்காட்**டோடும் கொண்ட தொடர்பால் மதம் மக்களுக்காகவேயன்றி, மக்கள் மதத்திற்காக அல்லர் என்னும் கோட்பாட்டை ஏற்றார். இம்முறையில் பௌத்தம் ஒன்று தான் மக்களுக்காக ஏற்பட்ட நெறிமுறை ஆகும் என்பதை உணர்ந்தார். அதில் **அவதாரம் கடவுள், யாகம், பூசை, வழிபாட்டு விதிகள்** என்பவை எதுவுமில்லை. எனவேதான் தொடக்க காலத்தில் அவர் கொண்டிருந்த அத்வைத சமய நோக்கையும் கைவிட்டுப் **பௌத்த நெறி**க்கு மாறினார்.

சமற்கிருதத்தில் தேர்ந்த அயோத்திதாசர் வேதம், புராணம், சாஸ்திரங்களைச் சமற்கிருத மொழியிலேயே கற்று, ஆய்ந்து தெளிந்தவர். புராணங்கள் மூட நம்பிக்கையால் உருவானவை என்பதைத் தனது **கபாலீசர் சரித்திர ஆராய்ச்சி** எனும் நூலில் தனது பகுத்தறிவு வாதத்தைத் தெளிவாக எடுத்து வைத்துள்ளார். அதில்,

> கபாலீசன் உற்சவத்திற்கு முன் காரணமாயிருப்பது தான் சிவராத்திரி. இரவு முழுவதும் கண் விழித்துப் புராணம் படிப்பார்கள். அடுத்த நாள் பிணவறையிலுள்ள மண்டையோடு முதலியவற்றை வாரியெடுத்து எறிந்து, கொள்ளை, கொள்ளை என்று கூறுவார்கள். இவ்வாறு செய்வதல்லாமல் வேறொரு நற்காரியமும் இப் பண்டிகையில் நடைபெறாது... காளியும் சிவனும் சுடலைப் பிணத்தருகில் கூத்தாடினார்களாம். அப்போது

> நாராயண மூர்த்தி மத்தளம் அடித்தாராம்... மதக் கோட்பாடுகளில் நுழைந்தவர்களுக்கு உண்மை இன்னதெனத் தெரியவில்லை. ஆகையால் தான் சிவராத்திரி நம்பிக்கை பெருத்து நாய் ராசாவாகி விட்டதெனக் கூறுகிறார்கள். சிவராத்திரியில் கோவிலுக்குப் போகிறவர்களே! இது உண்மையா? இக்கதை நம்மை அவமதிக்கிறதே! விடுதலையடையுங்கள்!

என்று எழுதினார்.

அடுத்து அயோத்திதாசர் புராணங்கள் மூடநம்பிக்கையை வளர்க்கின்றன என்பதற்குத் தனது **விபூதி ஆராய்ச்சி** என்னும் நூலில் ஐதீகவாதிகளைச் சாடிப் பகுத்தறிவுத் தீயினை மூட்டுகிறார்.

எனவே புராணப் புரட்டுகள் நிறைந்த இந்து மதத்திலிருந்து கொண்டு தீண்டாமையை ஒழிப்பதும், மக்களைப் பகுத்தறிவுக்குப் பக்குவப் படுத்துவதும் முடியாத செயல் என்று அறிந்த அயோத்திதாசர் பௌத்த நெறியைத் தழுவினார்.

மேலும், ஆதி திராவிடர்கள் இந்துக்கள் அல்லர் என்பதும், அவர்களுக்கு மதமே இல்லை என்பதும், அவர்கள் மதம் நான்கு வருணப் பாகுபாட்டுக்கு அப்பாற்பட்டது என்பதும் அயோத்திதாசர் அறிந்த வரலாற்று உண்மைகளாகும். எனவேதான் ***1881*** ஆம் ஆண்டுக் குடிமதிப்புக் கணக்கில் **ஆதி திராவிடர்கள்** சாதி, மதம், வருண வேறுபாடற்றவர்கள் என்றும் அவர்களைப் **பூர்வத் தமிழர் (ஆதித் தமிழர்)** என்றே கணக்கெடுப்பில் குறிப்பிட வேண்டும் என்றும் கோரினார். ***1888*** ஆம் ஆண்டில் **ஆதித் தமிழர் இந்துக்கள் அல்லர்** என்பதற்கான வரலாற்று உண்மைகளை எழுதி ஓர் அறிக்கையினை வெளியிட்டார். இதற்கான காரணங்களைத் தெளிவாக எடுத்துரைத்தார். அறிஞர்கள் பலர் இக்கருத்தை மறுத்துப் போரில் வெற்றி பெற்றார்.

1912 ஆம் ஆண்டு **பூர்வத் தமிழொளியாம் புத்தரது ஆதி வேதம்** என்னும் நூலை வெளியிட்டார். இதில் ஆதி திராவிடர் பண்டை முதலே பௌத்தர்களே என்பதை நிலைநாட்டினார். ***1907*** இல் இவர் தொடங்கிய **ஒரு பைசா தமிழன்** என்னும்

இதழில் இவர் தொடர்ந்து எழுதிய கட்டுரைகளே இந்நூலாக உருவானது.

இங்கு அயோத்திதாசரைப் போலவே சமுதாய, சமயக் கருத்துகளைக் கொண்டிருந்த **இரட்டை மலை சீனிவாசன்** அவர்களைப் பற்றியும் குறிப்பிடவேண்டும். அயோத்திதாசர் **1891** இல் **திராவிட மகாசன சபை**யை நிறுவினார். இதைப் போலவே, அதே ஆண்டில் இரட்டைமலை சீனிவாசனும் சென்னையில் **பறையர் மகாசன சபை**யைத் தோற்றுவித்தார். 1893, அக்டோபரில் **பறையன்** என்னும் தாளிகையைத் தொடங்கினார்.

ஆதிதிராவிடர்கள் இந்துக்கள் அல்லர்: சீக்கியர், இந்துக்களைப் போலவே அவர்கள் தனிச் சமுதாயத்தைச் சேர்ந்தவர்கள். பிற சமுதாயத்தில் வண்ணார், மஞ்சிகர் (அம்பட்டர்) ஆகியோர் குருக்களாக இருக்கிறார்கள். இந்துக்களுக்குப் பிராமணர்கள் இருப்பதைப் போலவே, இவர்களுக்கு வள்ளுவர் என்போர் சடங்குகளை நடத்தி வைக்கும் குருக்களாக உள்ளனர். இந்துக்கள் கோவில்களில் வழிபாடு செய்ய ஆதி திராவிடர்களை அனுமதிப்பது இல்லை. காரணம் இவர்களை இந்துக்களாக ஏற்றுக் கொள்ளாததே ஆகும். ஆதி திராவிடர்களுக்கெனத் தனியாகச் சுடுகாடும் இடுகாடும் உள்ளன.

இவ்வாறு இந்துக்களினின்று பிறப்பு முதல் இறப்புக்குப் பின்னும் தனித்து நிற்கும் ஒரு சமூகம் எப்படி இந்துச் சமுதாயம் ஆகும்? எனவேதான் இரட்டைமலை சீனிவாசன், ஆதி திராவிடர்கள் இந்துக்கள் அல்லர் என்றார். அன்றைய இந்தியாவில் அரசப்படிநிகராளியான **எல்ஜின் பிரபு** சென்னை வந்தபோது இந்துக்கள், இசுலாமியர், கிறித்தவர் முதலானோர் தனித்தனியே வரவேற்புரை வழங்கியதைப் போலவே, **பறையர்** சார்பாக இவர் வரவேற்பு அளித்து, ஆதிதிராவிடர் தனிச் சமுதாயத்தைச் சேர்ந்தவர்கள் என்பதை அரசு அறிய உறுதிப்படுத்தினார்கள்.[15]

பௌத்த நெறியில் ஈடுபாடு கொண்ட அயோத்திதாசர், கர்னல் ஆல்காட்டிடம் தீக்கை பெற்று **1900** ஆம் ஆண்டு முதல்

அந்நெறியை ஆதி திராவிட மக்களிடையே பரப்பத் தொடங்கினார். பறையர் என்று அழைப்பவரைப் **பௌத்தர்** என அழைப்பதுதான் சிறப்பானது என்றும், பௌத்தம் பண்டைக் காலம் முதலே ஆதி திராவிடரின் சமயமாகும் என்றும் விளக்கினார்.

டாக்டர் பீ.ஆர். அப்பேத்கார், பூனா ஒப்பந்தத்தால் தானும் தமது மக்களும் ஏமாற்றப்பட்டதை எண்ணி வருந்தி, இந்துவாக இருப்பதால்தானே இந்தக் கொடுமை, எனவே இந்துவாகப் பிறந்த நான் இந்துவாக இறக்கப் போவது இல்லை எனச் சூளுரை மேற்கொண்டார். இதற்கு இரட்டை மலை சீனிவாசன் ஆதி திராவிடர்கள் இந்துக்களே அல்லர் என்றும், இந்துவாகப் பிறந்தால்தானே இந்துவாக இறப்பதற்கு என்று விடையளித்தார்.[16]

1. கர்னல் ஆல்காட் **பழைய நாட்பொத்தக ஏடுகள் - ஆறாம் தொகுதி. 1896 - 98** (பக்.346)

2. டாக்டர் பி.ஆர். அம்பேத்கார் - **புத்தரும் அவருடைய தம்மமும்**. சித்தார்த்தா பப்ளிகேஷன் - பம்பாய் 1974.

3. **டாக்டர் முத்து குணசேகரன் - செஞ்ஞாயிரும் விண்மீன்களும்** சென்னை, 1981, (பக். 14)

4. மேற்படி நூல் : பக்கம் 10

5. **கோ. தங்கவேலு** - இந்தியா வரலாறு, மடலம் 3. பழனியப்பா பிரதர்ஸ், சென்னை, 1977. (பக். 126 - 7)

6. **சக்திதாசன் சுப்பிரமணியம்** - திரு.வி.க. வாழ்வும் தொண்டும். பாரி, சென்னை, 1990. (பக்.25-27)

7. மேற்படி நூல் (பக். 122-4)

8. **திரு.வி.க. வாழ்க்கைக் குறிப்புகள்**. கழகம், சென்னை, 1983 (பக். 506-7)

9. பெ.சு. மணி - **பகுத்தறிவு இயக்கச் செம்மல் பண்டிதர் அயோத்திதாசர், காரல் மார்க்சின் இலக்கிய இதயம்**. பூங்கொடி பதிப்பகம், சென்னை, 1986, (பக்.26சீ - 282)

10. **சி.அயவதனராவ்** - *மைசூர் அரசின் செய்தி இதழ் (மடலம்-1) அரசு அச்சகம், பெங்களூர், 1927.*

11. **ஆர்.விஜயகுமார்** - *டெக்கான் ஹெரால்டு. (பெங்களூர்) 6-5-1918.*

12. **சேம்பியன் ரீப்** *பௌத்த சங்கத்தின் இரண்டாம் ஆண்டு அறிக்கை, 1918.*

13. **டி.பி.கமலநாதன்** - *தென்னிந்திய செட்யூல்டு இன மக்களின் விடுதலைப் போர் பற்றிய வரலாற்று உண்மைகள். திருப்பத்தூர், 1985 (பக்.56)*

14. **அயோத்திதாசர் மறைவு நினைவு மலர்** *தங்கவயல் பௌத்த சங்கம். 1915 (பக்.35)*

15. **திவான் பகதூர் இரட்டைமலை சீனிவாசன் அவர்கள் ஜீவிய சரித்திர சுருக்கம்.** *சென்னை, 1939, (பக்.24-26)*

16. **தனஞ் செய்கீர்** *டாக்டர் அம்பேத்கார் வாழ்வும் தொண்டும்.*

இயல் மூன்று

தமிழினம் - சமூகப் பணிகள்

அயோத்திதாசரின் சமயப் பணிகள் சமுதாய மேம்பாட்டையே அடிப்படையாகக் கொண்டவை. உலக சமயங்கள் யாவும் மக்களை ஒன்றிணைக்கும் நோக்கம் உடையன; ஆனால் **இந்து** மதமோ மக்களைச் **சாதி**களாகக் கூறுபடுத்தியுள்ளது.

நான்கு வருணங்களையும் நானே படைத்தேன் என ஆண்டவனே கூறுவதாக **இந்து வேதம்** குறிப்பாகப் **பகவத் கீதை** தெரிவிக்கிறது. ஆண்டவனை மூலக்கருப் பொருளாகக் கொண்டது **இந்து மதம்**. இந்துக்களின் வேதமும், கீதையும் கூறும் சாதிக் கூறுகளை ஆண்டவனின் வாய்மொழி என்றும், ஆண்டவனின் வாயுரை பொய்யாகாது என்றும் நம்புவதால் தான் சாதிகளை ஒழிக்க முடியவில்லை என்பதும், சாதியின் சேயாகிய **தீண்டாமை**யையும் ஒழிக்க முடியவில்லை என்பதும் அயோத்தி தாசரின் முடிந்த முடிபாகும். இத்தகைய சாதிக் கூறுகளும், தீண்டாமையும் இந்து மதம் தவிர்த்த உலக சமயங்களில் காணப்படவில்லை. சமுதாயம் ஏற்றத் தாழ்வாகச் சிதறிக் கிடப்பதற்குக் காரணம் இந்து மதமே என்பதும், இதனைச் சீர்திருத்துவது என்பது, ஒருவனுடைய ஆயுள் காலத்தையும் தாண்டும் முயற்சி என்பதும் அது பயனற்ற முயற்சி என்பதும், அவர்தம் பட்டறிவால் கண்டதாகும். எனவேதான், சமுதாய சமத்துவத்தைக் கொண்ட பாரத நாட்டின் பழம் பெரும் நெறியான **பௌத்த நெறி**யே சிறந்ததெனக் கொண்டார். அதன் வழியிலாவது மக்களை ஒன்றிணைக்கலாம் என முயன்றார்.

சமுதாயத்தைச் சீர்திருத்துவது என்பது, சமுதாயத்தின் அடித்தளத்தில் உள்ளவர்களைச் சம நிலைக்குக் கொண்டு

வருவதேயாகும். இதையே அயோத்திதாசர் தமது முதல் முயற்சியாக மேற்கொண்டார்.

மாந்தவியல் அடிப்படையில் உலகில் முதலில் தோன்றிய மாந்தன் **தமிழனே** என்பதும் **முதன் மொழி தமிழே** என்பதும் அயோத்தி தாசர் கண்ட உண்மையாகும். அந்த முதல் மாந்தனைப் **பூர்வத் தமிழன்** அல்லது **ஆதித் தமிழன்** என்றார். அந்த ஆதித்தமிழன்தான் **ஆதித் திராவிடன்** ஆனான். இவன் இந்து மதம் வகுத்துள்ள நான்கு வருணப் பாகுபாடுகளுக்கும் அப்பாற் பட்டவன். அதாவது வருண பேத மற்றவன் (சாதி வேறுபாடு அற்றவன்) இவனைச் சிலர் **ஐந்தாம் வருணத்தவன் (பஞ்சமன்)** என்று அழைத்தனர். இதனை வேதப் பிராமணர்கள் ஏற்கவில்லை. ஏனெனில், வேதத்தில் நான்கு வருணங்கள் பற்றியே கூறப்பட்டுள்ளது. வேதம் ஆண்டவன் வாய்மொழி; அஃது பொய்யாவதில்லை!

பண்டிதரின் பார்ப்பன எதிர்ப்பு

இந்தியச் சமுதாயச் சீரழிவுக்குப் பார்ப்பனர்களே காரணம் என்பதை உணர்ந்திருந்த பண்டிதர்.

> பார்ப்பனர்கள் என்று சொல்லிக் கொள்வோர்களுக்கும் **பறையர்** என்று அழைக்கப்படுவோர்களுக்குமுள்ள பழைய விரோதத்தைப் பரப்பிடப் பாடுபடுங்கள். நமது பத்திரிகையின் வாயிலாகப் பார்ப்பனர் என்போருக்கும் பறையர்கள் என்போருக்கும் பௌத்த மார்க்கத்தை அழிக்க வேண்டி நேரிட்ட பூர்வ விரோதம் என்பது நாளது வரையில் வைத்துக்கொண்டு, திராவிடப் பௌத்தர்களைத் தலையெடுக்க விடாமல் தாழ்த்தி, பறையர் பறையர் என்று குலையச் செய்து வருகின்றார்கள் என்று விளக்கி வருகின்றோம்.
>
> இதுவரை மதத்துறையில் ஆதிக்கம் வகித்தவர்கள் இனிமேல் அரசியல் செயல்பாடுகளில் முந்திக் கொள்ள முயற்சிக்கின்றார்கள்.1

என்று எழுதினார்.

இந்திய அரசியல் பார்ப்பனர் ஆதிக்கத்தை எதிர்த்த முதல் தமிழர் பண்டிதர் அயோத்திதாசரே ஆவார்.

நாம் தமிழர்

அயோத்திதாசரே தமிழகத்தில் **நாம் தமிழர்** என்னும் உணர்வை ஏற்படுத்தியவர் ஆவார்.

1881 ஆம் அண்டுக் குடி மதிப்புக் கணக்கெடுப்பின் போது ஆதித் திராவிட மக்களை **ஆதித் தமிழர் (பூர்வத் தமிழர்)** எனக் குறிக்கும்படி செய்தார். இன்று **திராவிடம்** எனும் பருண்மை யாகக் காட்சியளிக்கும் தமிழக ஆட்சி அயோத்திதாசரின் கருப்பொருளான **தமிழன்** என்னும் உயிர் மூலத்தைக் கொண்டதாகும். இச்சொல்லைச் சமுதாய அளவிலும் அரசியல் அடிப்படையிலும் முதன் முதலாகப் பயன்படுத்தியவர் அயோத்திதாசரே ஆவார். அவரின் காலம் வரை **தமிழ்** மொழியை முதன்மைப் படுத்தும் நிலை இருந்தது; அயோத்தி தாசர்தான் **தமிழன்** என்னும் இனத்தை முதன் முதலாக முன்னிறுத்தினார்; முதன்மைப்படுத்தினார்.

தமிழ் என்னும் மூலத்திலிருந்தே **திராவிடம்** தோன்றியதாக மொழிநூல் அறிஞர்கள் இன்று ஏற்றுக் கொண்டுள்ளனர். இதன் அடிப்படையில்தான் அயோத்திதாசர் **கி.பி. *1890*** இல் **திராவிடர் கழகம்** என்னும் அமைப்பைத் தோற்றுவித்தார். ***1883*** இலேயே **திராவிடப் பாண்டியன்** என்னும் இதழ் ஒன்றையும் நடத்தி வந்தார். இதற்கு மறைத்திரு. **டி.ஜாண் ரத்தினம்** என்பவரை ஆசிரியராக அமர்த்தினார். மறைத்திரு. **டி.ஜாண் ரத்தினம் (கி.பி. *1846 - 1942)*** சென்னையில் **திராவிடப் பள்ளி** ஒன்றைத் தொடங்கி ஆதிதிராவிடர் பிள்ளைகளுக்குக் கல்வி கற்பித்து வந்தார். இவ்வாறு அயோத்திதாசர் **தமிழன் திராவிடன்** என்னும் சொற்களுக்கு உயிரூட்டி, இயக்கமாக நடைமுறைப்படுத்திக் காட்டினார். சாதிகளாகப் பல்வேறு கூறுகளாகப் பிளவுபட்டுக் கிடந்த மக்களைத் **தமிழன்** என்னும் இனவுணர்வால் ஒன்றிணைக்க முயன்றார்.

மேலும் சமுதாயத்தைப் பல கூறுகளாகப் பிளவு படுத்தியிருக்கும் **இந்து** மதத்தை விட்டொழித்து, சமுதாயத்தை ஒன்றிணைக்கும் **பௌத்த நெறி**யில் தம்மை இணைத்துக் கொண்டது சமுதாய ஒருமைப்பாட்டிற்கே ஆகும். இத்தகைய

கருத்துகளை வெளியிடவும், தமிழர்களைத் தமிழ் இன உணர்விலும் ஒன்று சேர்க்கவுமே இவர் **1907** இல் **ஒரு பைசா தமிழன்** என்னும் தாளிகையைத் தொடங்கினார். பின்னர் இஃது **தமிழன்** என்றே பெயர் மாற்றம் பெற்றது. இவ்விதழின் விலை முதலில் **ஒரு சல்லி - பைசா** என்பதால், இஃது **ஒரு பைசா தமிழன்** என்று பெயர் வழங்குவதாயிற்று.

கி.பி. 1890 இல் தாம் ஏற்படுத்திய **திராவிடர் கழகம்** என்னும் அமைப்பையே **திராவிட மகா சனசபை** என்று மாற்றினார். **திராவிடர்** என்னும் சொல்லைத் தான் பயன்படுத்தி வருவதற்கு அவர்,

> ஆரியரல்லாத, ஆரியக் கலப்பில்லாத மண்ணின் மைந்தர்களான தமிழர்களைக் குறிப்பதுதான் **திராவிடர்** என்னும் சொல்.

என்று விடை பகர்ந்தார் **திராவிடர்** என்பது ஆரியரல்லாத தூய **தமிழர்களை**க் குறிக்கும் **தேசிய இனப் பெயர்** ஆகும் என்றார்.

கி.பி.1875 இல் ஆதி திராவி அறிஞர்கள் பலர் கூடி, **ஆதி திராவிட மகா சன சபை** என்னும் சமுதாய அமைப்பை ஏற்படுத்தினார்கள். ஆனால் இதனை மேல் சாதி இந்துக்கள் **பஞ்சமர் மகா சன சபை** என்றும் **பறையர் மகா சன சபை** என்றும் அழைத்தனரேயொழிய **ஆதி திராவிட மகா சன சபை** என்று அழைக்கவில்லை.

கி.பி. **1892** இல் இச்சபையை 1860 ஆம் ஆண்டுச் சட்டப்படி பதிவு செய்து கொண்டனர். இருப்பினும் இது பறையர் மகா சன சபை என்றே மற்றவர்களால் அழைக்கப் பட்டது. **தமிழன்** தாளிகையைக் கூட மேல்சாதி இந்துக்கள் **பறையன் பத்திரிகை** என்றே அழைத்ததோடு அதனைத் தொடவும் மறுத்தனர். ஆனால் அயோத்திதாசர் உருவாக்கிய **திராவிட மகா சன சபை** ஒடுக்கப்பட்ட மக்களுக்காக ஆங்கில ஆட்சியாளரிடம் கேட்டுப் பெறும் சலுகைகளை மட்டும், தாங்களும் **திராவிடர்**களே எனக் கூறித் துய்த்து வந்தார்கள். இதனால் தான் இச்சபை கி.பி. 1892 இல் ஆதி என்னும் அடைமொழியைச் சேர்த்து **ஆதி திராவிட மகா சன சபை**

எனப் பதிவு செய்யப் பெற்றது. **1928** இல் இச்சபை **அகில இந்திய ஆதி திராவிட மகா சன சபை** எனப் பெயர் மாற்றம் பெற்றது.

ஆதி திராவிடர்களின் உணர்வுகளைத் தட்டியெழுப்பி, அவர்கள் தன்மானம் பெறவே கி.பி. **1866** இல் **மகா விகட தூதன்** என்னும் தாளிகை தொடங்கப் பெற்றது. இதைப் போலவே கி.பி. **1893** இல் இரட்டைமலை சீனிவாசன் **பறையன்** என்னும் இதழ் ஒன்றினைத் தொடங்கினார். இது சங்கத் தமிழ்ப் பெயர் ஆகும் என்றார்.

சீனிவாசனின் தங்கை **தனலட்சுமி** அம்மாளையே அயோத்தி தாசர் மணந்து கொண்டார்.

அயோத்திதாசர் கி.பி. 1907 இல் **ஒரு பைசா தமிழன்** இதழைத் தொடங்கியதற்குக் காரணம், தமிழர் தமிழர்களாய் இணைந்து வாழ வேண்டும் என்னும் மிக உயரிய நோக்கத்தோடு தான் அயோத்திதாசர் இவ்விதழைத் தொடங்கினார். தமிழினம் ஏற்றத் தாழ்வுற்றுக் கிடப்பதால் அதன் அடித்தளத்திலுள்ள ஆதி திராவிடர் ஒன்றுபட்டு எழ வேண்டும் என்பதற்காகவே, இவ்விதழில் அவர்களுக்கு விழிப்புணர்வு உண்டாகும்படியான கட்டுரைகளை வெளியிட்டார். இதுவே பிற்காலத்தில் பகுத்தறிவு இயக்கத்திற்கும், பிராமணரல்லாதார் இயக்கத்திற்கும் அடித்தளமாயிற்று; அடி உரமுமாயிற்று. எனவேதான்,

> தமிழகத்தில் ஆதி திராவிடர் இயக்கம், பகுத்தறிவு இயக்கம், பிராமணரல்லாதார் இயக்கம் ஆகியவற்றுக்குச் சக்தி வாய்ந்த ஒரு முன்னோடியாகத் திகழ்ந்தவர் **அயோத்திதாசர்** அவர்கள்.

என்று புகழப்படுகிறார். இந்த வரலாற்று உண்மை முற்கூறிய இரண்டாவது, மூன்றாவது இயக்கங்களைப் பற்றிய தமிழக வரலாற்று ஆய்வுகளில் எடுத்துரைக்கப்படாமல் இருந்து வருகிறது.

> பார்ப்பனரல்லாதார் உணர்ச்சியை மூலதனமாகக் கொண்டு எழுதப் பெறும் ஆய்வுகளிலும் அயோத்திதாசர் அவர்களின் வரலாற்றுப் பங்களிப்பு ஓரிரு சொற்றொடர்

களில் கூட இடம் பெறாமல் உள்ள அவலம் நீடித்து வருகிறது.[2]

பகுத்தறிவின் விதையை முதன் முதலாகத் தமிழகத்தில் ஊன்றிய பெருமை **பண்டிதர் அயோத்திதாசர்** அவர்களையே சாரும். இக்காலத்தில் பகுத்தறிவு, முன்னேற்றம், நாகரிகம் எனப் பேசுவோர் பிறப்பெடுப்பதற்கு முன்பே அதைத் தமிழகத்திற்குத் தந்த பெருந்தகை அயோத்திதாசரே ஆவார். ஆனால் அதனை அவர் அரசியல் சூதாட்டத்திற்குப் பயன்படுத்தவில்லை என்பதே வரலாறு.[3]

குறிப்பாகத் தமிழ் நாட்டில் ***1875*** இலிருந்து பகுத்தறிவின் தந்தைக்கும் தந்தையாகிய **பண்டிதர் அயோத்திதாசர்** பிரச்சாரத்தால் அடைந்த விழிப்புணர்ச்சிதான் பார்ப்பன ரல்லாதாரின் பகுத்தறிவு உணர்ச்சியாகும்.[4]

திராவிட மகா சன சபையின் முதல் மாநாடு

பண்டிதர் உருவாக்கிய **திராவிட மகாசன சபை**யின் முதல் மாநாடு 1-12-1891 அன்று **நீலமலை உதகமண்டல**த்தில் கூடியது.

இம்மாநாட்டில் சிறப்பான பத்துத் தீர்மானங்கள் நிறைவேற்றப்பட்டு அரசுக்கு அனுப்பி வைக்கப்பட்டன.

★ ஒடுக்கப்பட்ட வகுப்பாரைப் **பறையன்** என அழைத்தாலோ, குறிப்பிட்டாலோ, ஏளனப்படுத்தினாலோ அவ்வாறு செய்வோரைத் தண்டிப்பதற்குக் கடுமையான சட்டம் கொண்டு வரப்படவேண்டும்.

★ ஒடுக்கப்பட்ட வகுப்பாரை முன்னேற்ற வேண்டுமானால் அவர்களுக்குக் கல்வி கற்பிக்க வேண்டும்; அக் கடமையை அரசே முழுமையாக ஏற்று அவர்களுக்கெனத் தனிப் பள்ளிகளை அமைத்துத் தனியாக ஆசிரியர்களையும் அமர்த்தவேண்டும்; மாணவர்களிடமிருந்து கல்விக் கட்டணமாக அரைக்கட்டணமே பெறப்படவேண்டும்.

★ பள்ளி இறுதி வகுப்பில் தேர்ச்சி பெறும் ஒடுக்கப்பட்ட வகுப்பாரில் ஆண்டுதோறும் மூவரைத் தெரிவு செய்து,

உதவித் தொகை அளித்துப் பட்டப்படிப்புக்கு அனுப்பி வைக்க வேண்டும்.

- ★ பள்ளி இறுதி வகுப்பில் தேர்ச்சி பெறும் ஒடுக்கப்பட்ட மாணவர்கள் அனைவருக்கும் அரசுப் பணிகள் அளிக்கப் படவேண்டும்.

- ★ ஒடுக்கப்பட்டோரின் கல்வித்தகுதி, நடத்தை, உடல் நலம் ஆகியவற்றின் அடிப்படையில் அரசுப்பணிகளில் சேர்வதற்கு எந்த வகையான தடைகளும் இருத்தல் கூடாது.

- ★ ஒடுக்கப்பட்டோரின் வேலை வாய்ப்புகள், அவர்களின் குறைபாடுகள் பற்றிய விவரங்களை அரசுக்கு அறிவிப் பதற்கு ஒவ்வோர் ஊரிலும் நகரிலும் பேராளர்களை அமர்த்த வேண்டும். பொதுவாக அரசுக்கு வரி செலுத்து வோரின் பிள்ளைகளுக்கு அரசுப் பணியில் சேர்வதற்கு முன்னுரிமை அளிக்கப்பட்டு வருகிறது. அவ்வாறே வரி செலுத்தும் ஒடுக்கப்பட்டோரின் பிள்ளைகளுக்கும் முன்னுரிமை அளிக்கவேண்டும்.

- ★ சிறைச்சாலைகள் சட்ட விதிமுறைகள் 1 ஆம் பிரிவு, 646 இன் கீழ் சிறைக் கைதிகளாயுள்ள பறையர்களை மற்ற சிறையாளிகளின் மலம், மூத்திரத்தை எடுக்கும் படி கூறும் விதியை மாற்ற வேண்டும்.

- ★ பொதுக்கிணறுகள், குளங்கள் ஆகியவற்றிலிருந்து குடி தண்ணீர் எடுக்கும் உரிமை ஒடுக்கப்பட்டவர்களுக்கு மறுக்கப்படுகிறது. இத்தடையை அரசு அகற்ற வேண்டும்.

- ★ உயர்சாதியினர் பணியாற்றும் அரசு அலுவலகங்கள், நீதி மன்றங்கள் ஆகியவற்றின் வளாகத்திற்குள் செல்லவும், அங்கு அமரவும் ஒடுக்கப்பட்டோருக்கு உரிமை மறுக்கப் படுகிறது. இத்தடைகளை நீக்கி, அவர்களும் பிற சாதியினரைப் போல் உட்செல்ல, உட்கார உரிமை வழங்க வேண்டும்.

- ★ ஒடுக்கப்பட்ட வகுப்பாரின் படித்த நல்ல நடத்தை உள்ளவர்களைத் தேர்ந்தெடுத்து, அவர்களைக் கிராம

அதிகாரிகளாகவும், கிராம முன்சீப்புகளாகவும் அமர்த்த வேண்டும்.[5]

இத்தீர்மானங்கள் யாவற்றையும் அரசுக்கும், அனைத்திந்தியக் காங்கிரசுக் கட்சியின் பொதுச் செயலாளர் **வீரராகவாச்சாரி**க்கும் முசுலீம் லீக்கிற்கும் **(22-12-1891** அன்று) அயோத்திதாசர் அனுப்பி வைத்தார். காங்கிரசுக் கட்சியிலிருந்து பெற்றுக் கொண்டதாகப் பற்றுச் சீட்டுக் கூட வரவில்லை. எனவே, மீண்டும் ஒரு முறை 1909 இல் தனது தமிழன் - இதழில் இத்தீர்மானங்களை வெளியிட்டுக் காங்கிரசுக் கட்சியின் பொறுப்பற்ற போக்கைக் கண்டித்து எழுதினார். முசுலீம் லீக்கும் விடையளிக்கவில்லை. ஆகவே, பார்ப்பனரின் கூடாரமான காங்கிரசுக் கட்சியும், இசுலாமியரின் முசுலீம் லீக்கும் ஆதிதிராவிடர் மீது அக்கறை கொண்டவை அல்லவென்பதை அறிந்து கொண்டார். எவருடைய உதவியுமின்றி, ஒன்றிணைந்து போராடினால் உரிமைகளைப் பெற முடியும்; அதன் வழி முன்னேற முடியும் என்னும் முடிவுக்கு வந்தார்.

உதகை மாநாட்டுத் தீர்மானங்கள் பின்னர் தமிழன் - இதழிலும் வெளியிடப்பட்டன.

எவராவது பறையர் என உச்சரித்தார்களோ அல்லது பொதுக் கூட்டங்களில் பேசினாலோ அப்படிப்பட்டவர்களைத் தண்டிக்கக் கூடிய சரத்துமையமாகக் கொண்ட சட்டம் கொண்டு வரப்பட்டு நிறைவேற்றப்பட வேண்டும்.

ஒடுக்கப்பட்ட மக்களின் முன்னேற்றமான வாழ்விற்காகக் கல்வி இவ்வினத்தோருக்கு முக்கியமானதாகும். இக் குலத்தோருக்கு தனிப்பட்ட முறையில் ஒவ்வொரு கிராமத்திலும் பள்ளிகள் தொடங்கப்பட்டு, ஒடுக்கப்பட்ட இன ஆசிரியர்களை நியமிக்க வேண்டும். இப்படிப்பட்ட பள்ளிகளில் படிக்கும் மாணவர்களுக்குப் பாதிக் கட்டணமே வசூலிக்க வேண்டும்.

ஒவ்வொரு குடும்பத்திலும் குறைந்தது 3 பிள்ளைகள் படிப்பதற்கு உதவித் தொகை (ஸ்காலர்ஷிப்) கொடுக்க வேண்டும்.

கல்வியில் தேர்ச்சி பெற்ற ஒவ்வொரு குடும்பத்தில் உள்ளவர்களுக்கும் இத்தமிழ்நாட்டிலுள்ள ஒவ்வொரு அரசு அலுவலகங்களிலும் உத்தியோகம் அளிக்க வேண்டும்.

இவர்கள் கல்வி, நல்லொழுக்கத்திற்குத் தகுந்தவாறு எத்தகைய உத்தியோகங்களும் தடையின்றிக் கொடுத்து வரவேண்டும்.

முனிசிபல் சங்கங்களிலும், கிராமச் சங்கங்களிலும் இக்குலத்தோரின் கஷ்ட நஷ்டங்களை அறிந்து பேசுவதற்குச் சகல டிஸ்டிக்குகளிலும் - ஜில்லாக்களிலும் ஒருவர் பெருந் தொகையான வரி செலுத்தக் கூடாதவராயினும் கல்வி நல்லொழுக்கம் கண்டு இக்குலத்தோர் யாரை நியமிக்கின் றார்களோ அவர்களை ஓர் அங்கமாக ஏற்றுக்கொண்டு காரியாதிகளை நடத்த வேண்டும்.

அக்காலத்திலுள்ள சிறைச்சாலை விதி 464வது சட்டத்தில் பறையர்களைச் சகல தாழ்ந்த வேலைகளைச் செய்விக்கலாம் என்று ஏற்படுத்தி இருப்பதை மாற்ற வேண்டும்.

இத்தேசத்திலுள்ள பொதுவான குளங்களிலும், கிணறுகளிலும் இக்குலத்தோர் யாதுமொரு தடையுமின்றி தண்ணீரெடுக்க விதி செய்ய வேண்டும்.

ஆங்கிலேய துரைகள் அறிவது:- இந்துக்கள் உத்தியோகம் செய்யும் அலுவலகங்களிலும், கச்சேரிகளிலும் இக்குலத்தோர் உள்ளுக்கு வரப்போகாது, உட்காரப் போகாது என்னும் தடைகளை அகற்றி இக்குலத்தோரை உள்ளுக்கு வரச்செய்து பிரயாதை உடனுக்குடன் விசாரித்து நீதி அளித்து அனுப்ப வேண்டும், இக்குலத்தோருள் பெருந்தொகையோர் வாசம் செய்யும் கிராமங்களில் மணியக்காரன், முனிசிபல் அலுவலர் களிடம் இவர்களில் பொறுப்பான ஒருவரை நியமிப்பதுடன், கலெக்டர் துரை அவர்கள் கிராமங்களுக்குள் வருங்காலம் இவர்களை விசாரித்து நீதி அளிக்க வேண்டும்.

*(**1-12-1891** அன்று **உதகமண்டலத்தில்** நடைபெற்ற* ***திராவிட மாகஜன சபை***
மாநாட்டில் நிறைவேற்றப்பட்ட தீர்மானங்கள். ***தமிழன்*** *- 14-10-1908)*

பொதுவான தெரு, சாலை வழியாகப் போகிறவர்களைத் தடுப்பவர்களுக்கு விதிக்கக் கூடிய அபராதம் நூறு ரூபாயும், லோக்கல் போர்டு மார்க்கெட்டுகளுக்குள் போகின்றவர்களைத் தடுப்பவர்களுக்கு விதிக்கக் கூடிய அபராதம் நூறு ரூபாயும், பொதுவான கிணறு, குளம், முதலியவைகளை உபயோகிக்கையிலும் அனுபவிக்கையிலும் தடுப்பவர்களுக்கு விதிக்கக் கூடிய அபராதம் நூறு ரூபாயும், தெருவை உபயோகிக்கையில் தடுப்பவருக்கு விதிக்கக் கூடிய அபராதம் நூறு ரூபாயும் விதிக்க வேண்டும்.

பதிவுத்துறை

தலைமை அதிகாரிக்குப் பண்டிதரின் மடல்

1858 ஆம் ஆண்டு முதல், **இங்கிலாந்து** நாட்டின் அரசியாயிருந்த **விக்டோரியா மகாராணி,** இந்தியாவை ஆண்டு வந்த கிழகிந்தியக் கும்பனத்தின் ஆட்சியைத்தானே ஏற்று இந்தியாவின் பேரரசி ஆனார். அவர் அந்த ஆண்டு விடுத்த பேரறிக்கையே 1858 ஆம் ஆண்டு அரசியல் சட்டமானது. அதன்படி **இந்தியர்** எல்லாரும் இந்தியப் பேரரசியாரின் குடி மக்கள் ஆயினர். இந்தியர்களுக்கு அன்று முதல் அரசுப்பணிகளில் அவரவர் திறமைக்கு ஏற்ப, சாதிசமய வேறுபாடின்றிப் பதவிகள் வழங்கப்பட்டன. ஆயினும் இந்து சமயத்தால் உருவான சாதியும் தீண்டாமையும் ஒழிந்தபாடில்லை. இந்தியாவின் சமய, சமூகப் பழக்க வழக்கங்களில் ஆங்கில அரசு தலையிடாது என்று சட்டம் கூறியதால் மேல்சாதி இந்துக்கள் கடைப்பிடித்து வந்த தீண்டாமைக்கும், தீண்டத்தகாதோருக்கு இந்துக்கள் இழைத்து வந்த கொடுமைகளுக்கும், குடியுரிமை மறுப்புகளுக்கும் இச்சட்டம் பாதுகாப்பு அளிப்பதாயிற்று. எனவே தீண்டத்தகாத மக்களின் நிலைமை மேலும் மோசமடைந்து வரலாயிற்று.

இந்நிலையில் பதிவுத் துறையின் தலைமை அதிகாரி, தான் வழக்கமாக அரசுக்கு அனுப்பும் அறிக்கையில், இந்நாட்டின் பழங்குடி மக்களாகிய தீண்டத்தகாத ஏழைகளாகிய **திராவிடர்கள்** தாமாகவே முன்னேற விரும்பினால் கிறித்தவம் அல்லது இசுலாம் மதம் மாறினால்தான் முடியும் எனக் குறிப்பிட்டிருந்தார். இவ்வறிக்கையைக் கண்ணுற்ற அயோத்திதாசர், அன்றைய பதிவுத்துறையின் தலைமை அதிகாரியாயிருந்த

எஸ்.சீனிவாசராகவ ஐயங்கார் என்பாருக்கு **1892** ஆம் ஆண்டு வெளிப்படையாகவே கடிதம் ஒன்றிணை எழுதினார்.

*"நீங்கள் இவ்வாறு கருணைமிகு அரசுக்கு எழுதியுள்ள கடிதத்திலிருந்து எனக்கு ஒன்று தெளிவாகப் புலனாகிறது. அதாவது நீங்கள் தீண்டதகாதோரின் பரிதாபகரமான நிலையை உணர்ந்து விட்டீர். அவர்கள் உள்ளபடியே முன்னேற வேண்டும் என்ற நல்லெண்ணமும் தங்களின் மனத்தில் ஏற்பட்டுள்ளது. அதனால் அவ்வாறு அவர்கள் முன்னேறுவதற்காக, அவர்கள் **இசுலாம்** அல்லது **கிறித்தவம்** தழுவ வேண்டும் என்று நீங்கள் கூறும் யோசனையைத்தான் என்னால் ஏற்க முடியவில்லை. எனக்கே இது ஐயப்பாட்டை ஏற்படுத்தி விட்டது. இது பற்றி யான் கீழ்க்காணும் செய்தியைத் தங்களின் கவனத்திற்குக் கொண்டு வருவது எனது கடமையாகிறது."*

கிறித்தவர்கள் கத்தோலிக்கர் என்றும் பிராட்டடஸ்டண்டுகள் (எதிர்ப்பாளர்கள்) என்றும் இரு கூறுகளாகப் பிரிந்துள்ளனர். சில கத்தோலிக்கக் கோவில்களில் பறையர்களுக்கென தனி இடங்கள் ஒதுக்கப்பட்டு, அவர்கள் கீழ்ச் சாதிக்காரர்களாகவே நடத்தப்படுகின்றனர். இதனால் அவர்களின் மனம் அதிகம் புண்பட்டுவிடுகிறது. பிராட்டடஸ்டண்டு கோவில்களிலும் சில இடங்களில் அவர்களைத் தனியே ஒதுக்கி, இராபோசனம் எடுப்பதையும் தடுக்கின்றனர். இதனால் மதம் மாறிய பறையர்கள் அங்கும் மனவேதனையோடு தான் வாழ்கிறார்கள். கிறித்தவம் மாறிய சிலர் வாழ்க்கைத் தரத்தில் உயர்ந்திருப்பது உண்மை.

கிறித்தவம் மாறியதாலேயே அவர்களின் வாழ்க்கைத் தரம் உயர்ந்து விட்டதெனக் கூற முடியாது. **ஏசு சபை** ஊழியர்களின் கருணையால் அவர்களுக்கு உணவும் உடையும், மேலான கல்வியும் அளிக்கப்பட்டதால்தான் அவர்கள் அவ்வாறு வாழ்க்கையில் முன்னேற முடிந்ததேயொழிய, கிறித்தவம் மாறிய ஒரே காரணத்தால் மட்டுமன்று.

இசுலாம் மாறிவிட்டால் மட்டும் பறையர்கள் முன்னேறிவிடுவார்களா என்ன? இன்றைய முகமதியர் சமூகம் கல்வியில் மிகவும் பின்தங்கி நிற்கிறது. இதனை அறிந்து தான் நமது காருண்ய மிக்க அரசு அவர்களுக்குக் கல்வியில் பல சிறப்புச் சலுகைகளை நல்கியுள்ளது. இந்நிலையில் **பறையர்**களும் இசுலாம் சமயத்தில் சேர்ந்து முசுலீம் ஆகிவிட்டால் அவர்களுக்கு எத்தகைய இடையூறுகள் ஏற்படும் என்பதை என்னால் மதிப்பிட முடியவில்லை.

இந்நிலையில் பறையர்கள் வாழ்க்கையில் முன்னேற வேண்டுமானால் கிறித்தவர்களாகவோ இசுலாமியராகவோ மாறவேண்டும் என நீங்கள் கூறியிருப்பது பலதரப்பட்ட, பயங்கரமான ஐயப்பாடுகளை ஏற்படுத்தியுள்ளது. ஆயினும் **திராவிடர்** அல்லது **பறையர்** எனப்படும் அவர்களின் தாழ்ந்த நிலைக்கு என்ன காரணம் என்பதை, அவர்களில் ஒருவனான நான் என்னுடைய சொந்த அனுபவத்தைக் கொண்டு என்னால் தான் விளக்க முடியும் என்பதைக் கூறிக் கொள்கிறேன்.

முதலாவதாக : **1853** இல் நமது மேன்மை தங்கிய விக்டோரியா மகாராணியார் அறிவித்த பேரறிக்கையும் **1833**இல் பாராளுமன்றம் கொண்டு வந்த அரசியல் சட்டமும் இந்தியர் அனைவருக்குமாக ஏற்பட்டவையேயன்றிப் **பறையர்**க் கென அவற்றில் ஒன்றுமில்லை. உயர் சாதியான் ஒருவன் கொடூரமான குற்றமான சித்திரவதை செய்து நகைகளை கொள்ளையடித்த குற்றத்திற்காகச் சிறையில் கடுந் தண்டனையை அனுபவிக்கிறான். ஆனால் சிறையினுள்ளே அவன் தன் மலம், தன் மூத்திரத்தைக் கூடத் தானே எடுத்து அப்புறப்படுத்த வேண்டும் என்ற விதி அவனுக்கில்லை. ஓர் ஏழைப் பறையன் உண்ண உணவின்றிப் பலநாள் பட்டினி கிடக்கிறான். பசி தாங்காமல் ஒரு பிடி அரிசியைத் திருடி விடுகிறான். இந்தச் சிறு குற்றத்திற்காகச் சிறை செல்லுகிறான். சிறையினுள்ளே அந்தக் கொடிய குற்றவாளியான மேல் சாதிக்காரனின் மலம், மூத்திரம் ஆகியவற்றை இவன்தான்

அகற்றவேண்டும் என்று சிறைச்சாலை விதி உள்ளது. இந்த இழிந்த வேலையை இவன்தான் செய்யவேண்டும் என்று சிறைச்சாலைகள் விதி **464** இல் திட்டவட்டமாகக் கூறப்பட்டுள்ளது. இதைப் படிக்கும் எவரும் ஆங்கில ஆட்சியில் பறையர்களுக்கு இத்தகைய கடுமையான, இழிவான விதியா என்று வருந்துகிறார்கள். ஆங்கில ஆட்சியால் எவ்வளவுதான் நன்மை ஏற்பட்டிருந்தாலும் இந்தப் பறையர்களுக்கு மட்டும் நீதி, நியாயம் கிடைக்க வில்லையே? ஆங்கில ஆட்சியால் ஏற்பட்ட நன்மைகளை இவர்களால் துய்த்து இன்புற முடியவில்லையே! அவர்களைத் தூசு, துரும்பாக எண்ணி மண்ணோடு மண்ணாக அல்லவா மிதிக்கிறார்கள்!

இரண்டாவதாக : சட்டத்தின் மிக உயர்வான பகுதியாகக் கருதப்படும் விதி, **428**, விதி 434 ஆகியவற்றின்படி கிராம ஊழியர்களான தச்சர், தட்டார், கருமார் முதலானவர்கள் கடமை தவறிவிட்டதால் சாதாரணமாக அவர்களை விசாரிப்பார்கள். ஆனால் பறையர்களை மட்டும் குறைந்தது ஆறு மணி நேரம் தொழுவத்தில் மாட்டி விடுகிறார்கள். இந்தச் சட்ட விதிகளையும், தண்டனை முறைகளையும் அடையும் பறையரில் ஒரு சில வசதி படைத்தோரும் சாதி இந்துக் களுக்குப் பயந்து அடங்கி ஒடுங்கியே வாழ்கின்றனர். இதனால் அவர்களின் பண்பாடும், நாகரிகமும் வளர்ச்சியின்றிக் குன்றி விடுகின்றன. படிப்பறிவற்ற சாதி இந்துக்கள் பறையர்களை மனிதர்களாக மதிக்காமல் விலங்குகளிலும் கீழாக மதிக்கிறார்கள். யாராவது ஒரு பறையன் தன்னிலையில் கொஞ்சம் முன்னேற்றம் அடைவானானால் அதனைப் பொறுத்துக் கொள்ள முடியாத இந்தச் சாதி இந்துக்கள் அவன் மீது ஏதாவது ஒரு குற்றத்தைச் சுமத்தித் தொழுவத்தில் அவதியுறுபவர்கள் மற்றவருக்கும் இத்தகைய கொடுமை நேர்ந்துவிடுமே யென அஞ்சி, அடங்கி ஒடுங்கி வாழ்கின்றனர். இத்தகைய தண்டனையிலிருந்து தப்பி வாழும் சிலரையும் ஏதாவதொரு குற்றம் சுமத்தி இந்தியக் குற்றவியல் சட்டம் விதி 224 இன் கீழ் சிறைக்கு அனுப்பி விடுகின்றனர்.

இவ்வாறு உயர் சாதிக்காரர்கள் பறையர்கள் மீது செலுத்தும் அளவுக்கு மீறிய அதிகாரமும், கொடுமைகளும் கட்டுக்கடங்காமல் உள்ளன. இந்நிலையில் பறையர்கள் திடீரென நேரும் ஈமச் செலவுகளுக்கும் திருமணச் செலவுகளுக்கும் பெரும் வட்டி விகிதத்திற்றுகும் சிறு தொகையைச் சாதி இந்துக்களிடம் பெறுகிறார்கள். இக்கடனைத் திருப்பித் தர முடியாமல் அவர்களுக்குக் கொத்தடிமையாகி விடுகின்றனர். வெளியுலகிற்கு அவர்கள் அடிமை என்பது வெளிப்படையாகத் தெரியா விட்டாலும் அவர்களின் கடனுக்காக வாழையடி வாழையாக அடிமைகள் ஆகின்றனர். கடைசியாக, மிராசு உரிமை வழங்கப்பட்டபின் அந்த உரிமையைப் பெற்ற சாதி இந்துக்கள் பறையர்களின் நிலங்களை ஆர்ஜிதம் செய்து கொண்டு, அவர்களை ஏழை ஏந்திலிகளாக்கி விடுகின்றனர். இவையாவும் அவர்களின் முன்னேற்றத் திற்குத் தடையாகவுள்ள காரணங்கள் ஆகும். எனவேதான் ஏழை உழவர்களாகிய பறையர்கள் தாமாகப் பயிரிட்டுச் சாப்பிடக் கூட முடியவில்லை.

மூன்றாவதாக : முதன் முதலாக ஐரோப்பியர் இந்த நாட்டைவென்று, இந்நாட்டை முன்னேற்றுவதற்காகப் போக்குவரத்துப் பாதைகளைப் போட்டனர்; படை களைச் சீரமைத்தனர். இதில் **சாப்பர்ஸ் அண்டு மைனர்ஸ்** எனப்படும் படை குறிப்பிடத்தக்கதாகும். இப்படை முழுக்க முழுக்கப் **பறையர்**களைக் கொண்டதாகும். இப்படைதான் உயர்ந்த மலை காடுகளை அழித்துப் பாதைகளைப் போட்டது. மேடு பள்ளங்களை நிரவிச் சமநிலைப்படுத்தியது. மரங்களை வெட்டிப் பாதைகளை அமைத்தது. இத்தகைய உடல் உழைப்புகள் தங்கள் சாதியின் பெருமைக்கு இழுக்கு ஆகுமென்றும். படையில் சேர்ந்ததால் கடல் கடந்தும், அயல் நாடு செல்ல வேண்டிவரும் என்றும், இஃது உயர் சாதிக்கு அடுக்காது என்றும் கருதிய சாதி இந்துக்கள் நாட்டை மேம்படுத்தும் இத்தகைய செயலில் ஈடுபடவில்லை. ஆனால் பறையர் என அழைக்கப்பெறும் திராவிடர்களுக்கு இத்தகைய

கட்டுப்பாடுகள் எதுவுமில்லை. ஏனென்றால் அவர்கள் சாதியற்றவர்கள். எனவே தாங்களே முன்வந்து மிக அதிக எண்ணிக்கையில் ஆங்கிலப் படையில் சேர்ந்தனர். காடு, கரம்பு, மலை, வனம், வனாந்தரம் முதலியவற்றின் ஊடேயும், குன்றுகளின் மீதும், பள்ளத்தாக்குகளிலும் நெடும் பாதைகளைப் போட்டுப் போக்கு வரத்தையும் செய்தித் தொடர்புகளையும் ஏற்படுத்தினர். அந்தக் காலத்தில் நடந்த பல போர்களில் பங்கேற்று உயிர்த் தியாகமும் செய்தனர். அஞ்சாமை அவர்களின் நெஞ்சோடு பிறந்ததால் இவர்களைத் தவிர எவரும் படையில் சேரவில்லை. போர்க்களங்களில் எத்தகைய இடுக்கண்க ளையும் தாங்கி தங்களின் ஐரோப்பிய எஜமானர்களுக்கு உண்மைச் சேவகம் புரிந்தனர்.

இவர்களின் உண்மையான சேவைகளைப் பாராட்டி, ஐரோப்பியர்கள் இவர்களுக்குப் படையில் உயர் பதவிகளை அளித்தனர். இதனால் இவர்களும் இவர்களுடைய உறவினர்களும் நல்ல வாழ்க்கை வாழ்ந்தனர். ஓய்வு பெற்ற பின்னும் ஓய்வுக்கால ஊதியம் பெற்றுத் தன்மானத்தோடு வாழ்ந்தனர். தம் பிள்ளைகளுக்குக் கல்வி கொடுத்து, அவர்களையும் எதிர்காலத்தில் நல்ல நிலைக்கு வரச் செய்தனர்.

இவ்வாறு பறையர்களின் வாழ்க்கைத்தரம் ஐரோப்பியர்களால் உயர்ந்ததால் அவர்களின் நாகரிகமும் பண்பாடும் உயர்ந்தன. இதனைக் கண்டு பொறாத உயர்சாதி இந்துக்கள் தாங்களும் படையில் சேர்ந்தனர். படையில் சேர்ந்தால் தங்களின் சாதி ஒழுக்கமும் கட்டுப்பாடும் கெட்டுப்போகும் என்றிருந்த சாதிக்கட்டுப் பாட்டை உடைத் தெறிந்து வெளியில் வந்து விட்டனர். இவர்கள் படையில் சேர்ந்ததால் பறையர்களின் முன்னேற்றம் தடைப்பட்டது. அங்கும் சாதி வேற்றும் வலுவடையச் செய்தனர். ஆங்கிலத் தளபதிகளிடம் தாங்களே உண்மையானவர்கள் எனக் காட்டிக்கொண்டு, பறையர் கீழ்ச்சாதிக்காரர், தீண்டத் தகாதவர் எனக் கூறிப் படையிலிருந்து விரட்டி விட்டனர். பிரிட்டானியரும்

இவர்களின் நயவஞ்சகத்தை அறியாமல் தீண்டத்தகா தோரைப் படையில் சேர்க்க மறுத்து விட்டனர்.

(அயோத்தி தாசரின் காலத்திற்குப் பிறகு **அண்ணல் அம்பேத்கார்** படைத்துறையில் சிறப்புற்றிருந்த மராத்தியத்தின் மகார் குலத்தவரின் வாய்மையினையும் வீரத்தையும், சென்னை மண்டிலப் பறையர்களின் வாய்மையினையும் வீரத்தையும் எடுத்துக் கூறி, இந்த வீர மறவர்களை மீண்டும் படையில் சேர்த்துக்கொள்ள வேண்டுமெனப் போராடி வென்றார். இதனால் இவர்களின் வாழ்வில் மீண்டும் மலர்ச்சி ஏற்பட்டது.)

நான்காவதாக : வெள்ளையர்கள் முதன்முதலாக நவீன முறை மருத்துவமனைகளைப் படை வீரர்களுக்காகவும் பொது மக்களுக்காகவும் ஏற்படுத்தும்போது, புண்களைக் கழுவி, சுத்தப்படுத்தி மருந்திடவும், இறந்த பிணங்களைத் தொட்டுத் தூக்கவும், காயங்களுக்குக் கட்டுப்போடவுமான பணிகள் அருவருக்கத் தக்கவை எனக் கூறியும், படையிலுள்ள பலதரப்பட்ட தேசிய இனங்களைச் சேர்ந்தவர்களுக்கும், பல்வேறு சாதிகளான பொது மக்களுக்கும் பணி புரிய உயர் சாதி இந்துக்கள் தங்கள் சாதி ஆச்சாரம் கெட்டுவிடும் என்பதற் காகவும் மருத்துவப் பணியில் சேர மறுத்து விட்டனர். ஆனால் பறையர்கள் மட்டும் மனமுவந்து இத்தகைய பணிகளில் சேர்ந்து மனித நேயத்திற்காகப் பாடுபட்டனர். போர்க்களங்களுக்குச் சென்றும் பனி, மழை, வெயில் ஆகியவற்றின் இயற்கை மாற்றங்களிலும், காலி, மலை, கடல் முதலிய இடங்களிலும் தங்கள் வாழ்விடங்களை விட்டு வெகு தூரத்திலும் பல நேரங்களில் முற்றிலும் மாறுபட்ட தட்ப வெப்பமுள்ள அயல் நாட்டுப் போர்க்கள மருத்துவமனைகளிலும் இம்மக்கள் இத்தகைய பணிகளைச் செய்து அரசுக்கும் நாட்டிற்கும் உதவி செய்தனர்; தங்களுக்குக் கிடைத்த ஊதியத்தைக் கொண்டு தாங்களும் தம் சுற்றத்தாரும் குறையின்றி உண்டனர். தம் பிள்ளைகளைப் படிக்க வைத்தனர். தங்களின் முதுமைக் காலத்திலும் ஓய்வுக்கால ஊதியம் பெற்றுக் கௌரவமான வாழ்க்கை நடத்தினர். இன்று நிலைமை என்ன ஆனது? இவர்களைக் கண்டு பொறாத சாதி இந்துக்கள் மருத்துவப் பணிகளில் புகுந்தனர்; தீண்டத்தகாதவர்கள் நோயாளிகளைத்

தொட்டுப் புண்களைக் கழுவுவதும், கட்டுக் கட்டுவதுங் கூடாது; நோயால் வாடுவதைவிட அவர்களைத் தொடுவதால் வரும் தீட்டு கொடுமையானது; அடுத்த பிறவியிலும் தொடரக்கூடியது என்று கூறி, கட்டுக் கட்டும் பணியைக்கூடப் பறித்துக் கொண்டனர். மருத்துவப் பணிகள் அனைத்திலும் அவர்களின் ஆதிக்கமே மேலோங்கியது. அய்யோ பரிதாபம்! பறையர்கள் மருத்துவப் பணியில் சேரவும் தடை விதிக்கப்பட்டு விட்டதே!

ஐந்தாவதாக : கிராமங்களில் ஊர்களையும், ஊர் நிலங்களின் விளைச்சல்களையும் பாதுகாக்கும் காவல்காரர் களாகவும், தமது சாதி இந்து எசமானர்களின் சொத்துக்களைக் காக்கும் காவல்காரர்களாகவும் பாரம்பரியமாகப் பறையர்கள் அமர்ந்து உண்மைச் சேவகர்களாகப் பணி புரிந்தனர். ஆனால் இன்று இவர்கள் காவல் துறையிலும், உப்பு உற்பத்தித் துறையிலும், மது உற்பத்தித் துறையிலும் காவல்காரர்களாக அமரத் தடை விதிக்கப்பட்டுள்ளது. இத்துறைகளிலுள்ள சேவகர் களுக்கும் அவர்கள் பறையர் என்ற காரணத்தால் பதவி உயர்வு கிடைப்பதில்லை. இதனாலும் இம்மக்களின் பொருளாதார நிலையில் மந்த நிலை ஏற்பட்டு அழிந்து போகிறார்கள்.

ஆறாவதாக : பறையர்கள் நாட்டின் எந்தப் பகுதிக்குச் சென்றாலும் அவர்களால் செல்வந்தர்களாக ஆக முடிவதில்லை. தங்களின் உடல் நலத்தைக்கூட அவர்களால் காத்துக்கொள்ள முடிவதில்லை. இவர்கள் இன்ன சாதியென்று தெரிந்தவுடனேயே சமுதாயத்தில் எந்த இடத்திலும் இவர்களுக்கு இடமில்லாமல் போய்விடுகிறது. ஆனால், இவர்களைத் தவிர்த்த மற்ற எந்தச் சாதிக்கும் இத்தகைய நிலை ஏற்படுவதில்லை. மற்றவர்களோடு கலந்து உறவாடி, மற்றவர்களைப்போல இவர்களால் எந்த இடத்திலும் வாழ்ந்து சுகத்தை அனுபவிக்க முடிவதில்லை. காரணம் இவர்களுடைய சாதி குறுக்கே வந்து நின்று விடுகிறது; எனவே மற்றவர்களினின்றும் தனித்து இவர்கள் எப்பொழுதுமே இழிந்த நிலையிலேயே வாழ வேண்டியுள்ளது. ஒரு பறையன், தான் சுகாதாரமான இடத்தில் வாழவேண்டும் என நினைத்தாலும் அவனால் அவ்வாறு வாழ முடியாது.

எடுத்துக்காட்டாக : சென்னை நகர நகராட்சி எல்லைக்குள் **ஆல் தோட்டம்** (Halls Garden) என்பது ஒரு சிற்றூர். இங்கு

வாழும் மக்கள் அனைவரும் பறையர்கள். நகராட்சியார் இப்பகுதிக்கு எந்தவித நன்மையும் செய்வதில்லை. நல்ல பாதை கிடையாது; கழிவுக் கால்வாய் கிடையாது; தண்ணீர்க் குழாய் கிடையாது; சேறும் சகதியும் தேங்கிக் கிடக்கிறது. குறிப்பாக மழைக்காலங்களில் சகிக்க முடியாத துர்நாற்றம் வீசுகிறது; இஃது நீரையும், காற்றையும், சுற்றுப் புறச் சூழ்நிலைகளையும் மாசுபடுத்தி விடுகிறது; இப்பகுதியில் வாழும் மக்கள் மாசுபடிந்த நீரைக் குடித்து, மாசு படிந்த காற்றைச் சுவாசித்து, சேறும் சகதியுமுள்ள இடத்தில் வசித்து வருகிறார்கள். இதனால் அவர்களுக்கு எல்லாவிதமான நோய்களும் ஏற்படுகின்றன. அவர்களின் சுகாதாரம் கெட்டு, உடல் நலம் பாதிக்கப்படுவதால் எப்படி இவர்கள் உழைத்து, ஊதியம் ஈட்டி வாழ்க்கையில் முன்னேற முடியும்? சென்னை நகராட்சி எல்லைக்குள்ளிருக்கும் ஒரு சேரிப் பகுதியே இக்கதிக்கு ஆளாகி உள்ளதென்றால் கிராமப்புறங்களிலுள்ள சேரிகளின் நிலைமைகளைப் பற்றிக் கேட்கவா வேண்டும்?

இத்தகைய கேடுகளோடு, அரசாங்கமே உயிர் குடிக்கும் மேலும் ஒரு கேட்டை உண்டாக்குகிறது. கள்ளுக்கடைகளும் சாராயக் கடைகளும் இச்சேரிப் பகுதிகளில்தான் அதிகம் உள்ளன. குறைந்தது இரண்டு, மூன்று கடைகள் சேரியைச் சுற்றிலும் உள்ளன. உடல் உழைப்பால் நாள் முழுவதும் ஈட்டும் கூலியின் முக்கால் பாகத்தைக் குடிக்கச் செலவழித்துவிட்டு, மனைவி மக்களைப் பட்டினி போட்டு வதைக்கும் இவர்களின் உடல் நலமும், உள்ளத்தின் நலமும் வெகுவிரைவில் கெட்டுப்போய் அகால மரணம் ஏற்படுகிறது. இதனால் பல குடும்பங்கள் அனாதைகளாகி விடுகின்றன. இந்த நிலையில் அவர்கள் கல்வியிலும், ஒழுக்கத்திலும் முன்னேறி வாழ்க்கையில் உயர்வடைவது என்பது பகல் கனவாகவே நின்று விடுகிறது.

இங்கு ஒன்றைக் கவனிக்க வேண்டும். சென்னை நகரத்திலுள்ள எல்லாப் பகுதிகளிலுமுள்ள ஜல்லி போட்ட சாலைகள், கழிவு நீர்ப் பாதைகள், குடிநீர்க் குழாய்கள், குப்பைத் தொட்டிகள், தொடக்கப் பள்ளிகள், நூல்கள், செய்தித் தாள்கள் படிக்கும் நூல் நிலையங்கள், மனமகிழ் மன்றங்கள், விளையாட்டு அரங்குகள் முதலிய ஏந்துகளைச் சேரிப்பகுதிக்கு மட்டும்

நகராட்சி அமைப்பதில்லை. மாறாகக் கள்ளுக்கடைகளையும், சாராயக் கடைகளையும் சூதாட்டக் கிடங்குகளையும், பரத்தையர் இல்லங்களையும் அமைக்கிறார்கள். ஆகவே அரசுக்கே அக்கறையில்லை. சாதி இந்துக்களுக்கோ இவர்களும் நம் சகோதரர்களே என்ற உணர்வு இல்லை. மாறாக இவர்கள் கெட்டழிந்து போகட்டும் என்பதற்காகவே மேற்கண்ட சூழ்நிலைகளை ஏற்படுத்தியுள்ளார்கள். இவர்களும் மற்றவர் களைப் போல், நகராட்சிக்கான வரிகளைச் செலுத்துகிறார்கள். மற்றவர்களோ அரண்மனை போன்ற வீடுகளின் ரம்மியமான சூழலில், காற்றோட்டத்தில், தெருவுக்கு இரண்டு குழாய் இணைப்புகளும் சிமெண்டுச் சாலையும் உடைய ஏந்துகளோடு வாழ்கிறார்கள். இவர்களோ ஆறடிக் குடிசைகளில் சேறும் சகதியுமுள்ள நிலத்தில் கழிவுக் கால்வாயும், குழாய் நீருமின்றி நரகத்தில் வாழ்கிறார்கள்.

ஏழாவதாக : கிராமப் புறங்களிலுருக்கும் இவ்வினத்தைச் சேர்ந்த மக்கள், மேல் சாதிக்காரர்களின் வாழ்க்கை நலனுக்கு அடித்தளமாய் அமைந்துள்ளனர். அன்றாடம் உதயத்திலிருந்து இருட்டும் வரை அவர்களின் வயல்களில், கொளுத்தும் வெய்யிலில் கடுமையாக உழைக்கிறார்கள். மாதக் கடைசியில் அவர்களுக்கு ஒரு ரூபாய்க்கு மேல் இரண்டு ரூபாய்க்கு உள்ளாகத் தான் கூலி கிடைக்கிறது. இந்த வருவாய் அவர்களுக்கு அரை வயிற்றுக் கஞ்சிக்கும், அரைகுறை உடைக்கும் கூடப் போதுமானதாக இல்லை. இதனால் ஏறத்தாழ எலும்புக் கூடுகளாகவே இவர்கள் காட்சியளிக்கின்றனர். இவ்வாறு தங்களுடைய எசமானர்களாகிய சாதி இந்துக்களுக்குக் கஷ்டப் பட்டு உழைத்தாலும் அவர்கள் தங்களின் கிணறுகளிலிருந்து நல்ல குடிநீரைக் கூட எடுக்க அனுமதிப்பதில்லை. இதனால், இம்மக்கள் மழைநீர் தேங்கியுள்ள குளம், குட்டைகளிலிருந்து நீர் எடுத்துக் குடித்துப் பல்வேறு நோய்களுக்கு ஆளாகிறார்கள்.

ஒரு சிலர் தாங்கள் வாழும் கிராமங்களைத் துறந்து, நகர்ப் புறங்களுக்குக் குடி பெயர்ந்து, ஐரோப்பியர்களின் வீட்டுப் பணியாளர்களாகச் சேர்கின்றனர். இவர்களுக்கு மாதக் கூலியாக ஆறு ரூபாய் முதல் பன்னிரண்டு ரூபாய் வரை கிடைக்கிறது. ஆனால் ஐரோப்பியர் வீடுகளில் வேலை செய்யும் இவர்கள்

தூய்மையான நல்ல ஆடைகளை அணிவதற்கும், நல்ல நல்ல உணவை உண்பதற்குமே இந்த வருவாய் சரியாகி விடுவதால் எதிர்காலத்திற்கு என்று இவர்களால் எதுவுமே சேமித்து வைக்க முடிவதில்லை. சில நேரங்களில் தங்கள் எசமானர்கள் தங்கள் நாட்டிற்குத் திரும்பிவிட்டாலோ அல்லது பணியிலிருந்து ஓய்வு பெற்றுவிட்ட ாலோ, வேறு ஒருவரிடம் பணிக்கு அமரும் வரை, அவர்களும், அவர்களின் குடும்பமும் உணவுக்கும் உடைக்கும் படும்பாட்டை அளவிட்டுக் கூற முடியாது. ஆயினும், இம்மக்கள் தனது எசமானர்களுக்கு உண்மையாகவும், வாய்மையோடும், நாணயமாகவும் கடைசிவரை பணி புரிகின்றவர். தங்கள் எசமானர் வீட்டில் காலை ஆறுமணி முதல் இரவு பத்து அல்லது பன்னிரண்டு மணி வரையிலும் இவர்கள் வேலை செய்வார்கள். சில சமயங்களில் தம் எசமானர்கள் நீண்ட பயணங்களை மேற்கொண்டு செல்லும்போதும், இங்கிலாந்துக்குச் செல்லும் போதும் கூடவே காடு, மேடு, மலைகளையும் கடந்து செல்வார்கள். இதனால் அவர்களின் குடும்பம் நிலையாக ஓரிடத்தில் இல்லாமல் நாடோடி வாழ்க்கையாக அமைவது உண்டு. அந்நிலையில் அவர்களின் பிள்ளைகளுக்குக் கல்வி கற்பிக்கும் வாய்ப்பும் இல்லாமல் போய்விடுகிறது. வாழ்நாள் முழுவதும் தங்களின் எசமானர்களுடனேயே இன்பத்தையும் துன்பத்தையும் பகிர்ந்து, உண்மையாக உழைத்த இவர்கள் தங்களின் தள்ளாத வயதில் தங்களையும் தங்கள் மனைவி மக்களையும் காப்பாற்ற முடியாமல் பட்டினி கிடந்தே சாகிறார்கள். இவர்களின் எசமானர்கள் ஒரே இடத்தில் நிரந்தரமாகப் பணி புரிபவர்கள் அல்லர். எடுத்துக்காட்டாக, ஆறு மாதம் சென்னையிலும், ஆறு மாதம் உதகையிலும் இரண்டு மாதம் கடப்பையிலும் நான்கு மாதம் சேலத்திலும் இப்படியாக அவர்கள் பணிபுரிவதால் தங்களின் பிள்ளைகளைப் பள்ளிகளில் சேர்த்துப் படிக்க வைக்க இந்தப் பணியாளர்களால் முடிவ தில்லை. மாணவர் விடுதிகளில் விட்டு விட்டு, தங்களின் எசமானார்களுடன் போகவும் வேண்டிய பொருளாதாரம் அவர்களிடம் இல்லை. இச்சூழலில்தான் பெரும்பாலான பணியாளரின் பிள்ளைகள் படிப்பறிவின்றித் தற்குறிகள் ஆயினர். தகப்பன் தொழிலையே பிள்ளைகளும் செய்ய வேண்டியது ஆயிற்று. இவர்களும் தற்சமயம் வேலையின்றிப்

பட்டினி கிடக்கிறார்கள். அவ்வாறு இருப்பவர்களின் விவரம் கீழே கொடுக்கப்பட்டுள்ளது.

பட்லர்கள்	-	148
மொழி பெயர்ப்பாளர்கள்	-	112
சமையல்காரர்கள்	-	201
எடுபிடி ஆட்கள்	-	108

ஆகிய இவர்கள் அனைவருமே சென்னை நகரில் வாழும் ஆதி திராவிடர்கள். இவர்களைப் போலவே வெவ்வேறு பணியாளர்களாக இருந்தவர்களும் தற்சமயம் வேலையின்றி இருக்கிறார்கள்.

இவர்களில் மதம் மாறிய ஆதி திராவிடக் கிறித்தவர்கள் தான் அதிகம். இவர்களின் எண்ணிக்கை எவ்வளவு என்று எனக்குத் துல்லியமாகத் தெரியாது.

இவர்கள் எவ்வளவு உயர்ந்த நிலையில் இருந்தாலும், துரும்புக்குச் சமமான, எதற்குமே தகுதியில்லாத அகவையில் குறைந்த சாதி இந்து கூடப் பேச்சிலேயே டே பறையா என்றே அழைக்கிறான். இவர்கள் முன்னேறக் கூடாது; முன்னேற்றத் திற்கு எல்லா வகையிலும் தடையாய் நிற்க வேண்டும் என்பதே சாதி இந்துக்களின் நோக்கமாகும்.

இவர்களின் நிலையை உயர்த்திக் கொள்வதற்கு இவர்கள் கிறித்தவம் மாறலாம். உண்மை! இந்து மதத்தின் கொடுமையி லிருந்து விடுபட இது ஒரு நல்வழிதான். தமிழகத்தில் பாதிரிமார்களின் கருணையினால் மனிதர்களானவர்கள் ஆதி திராவிடர்கள்தான். இதை மறுக்க முடியாது.

ஆனால், கிறித்தவம் மாறுவதால் மட்டும் இவர்களுடைய சாதி இழிவு போய் விடுகிறதா என்றால், இல்லை. அங்கேயும் கிறித்தவம் மாறிய சாதி இந்துக்கள் **டே பறையா** என்று விளிப்பதற்குப் பதிலாக **டே கிறித்தவப் பறையா** என்று தானே விளிக்கிறார்கள்! இசுலாம் மாறுகிற ஆதி திராவிடர் நிலையும் இதுதான். எனவே மதம் மாறுவதால் மட்டுமே பறையன் உயர்ந்தவனாகவோ, சமத்துவம் உடையவனாகவோ மாறி விட முடிவதில்லை. எம்மதம் மாறினாலும் பறையனைப் பறையனாகவே நடத்துகிறார்கள்!

உண்மையாகவே இவர்கள் முன்னேற வேண்டுமானால் நன்கு படித்த, நல்ல பரந்த மனமுடைய சாதி இந்துக்களும் சாதி சமயம் நிறம் ஆகிய வேற்றுமைகளுக்கு அப்பாற்பட்ட பிரிட்டானிய அரசும் முன்வர வேண்டும். இவர்களின் முன்னேற்றத்திற்கு ஏற்ற எல்லாச் சலுகைகளையும் அளிக்க வேண்டும். அப்பொழுதுதான் அவர்கள் முன்னுக்கு வருவார்கள்.

எனது ஆழ்ந்த தாழ்மையும் பட்டறிவுந்தான் என்னை இந்த முடிவுக்கு வரும்படி செய்தது. இத்தகைய சலுகைகளைப் பெற்று இச்சமுதாயத்தை முன்னேற்ற வேண்டும் என்பதற்காகத்தான் நான் **திராவிட மகா சன சபை**யை ஏற்படுத்தி, அதன் முதல் மாநாட்டை உதகையில் 1891 இல் கூட்டினேன். அதில் இதற்கான பத்துக் கோரிக்கைகளை அரசுக்கும், காங்கிரஸ் மகா சபைக்கும் கொடுத்துள்ளேன். ஆனால் இன்று வரை இவர்களிடமிருந்து எந்தவொரு பதிலும் வரவில்லை.

திராவிட மகா சன சபை மூலமாக இவ்வினச் சிறுவர்களுக்குக் கல்வி கற்பிக்கும் கடமை அரசினுடையது என்பதனை வலியுறுத்தி மற்றொரு கோரிக்கையினையும் அனுப்பவுள்ளேன். ஒவ்வொரு மாவட்டத்திலும் திராவிட மகா சன சபையின் கிளையை ஏற்படுத்தி, அவற்றின் படி நிகராளியை அழைத்து மண்டலம் தழுவிய ஒரு பேரணியை நடத்தி, ஆதி திராவிடர்களின் தேவைகளை நிறைவேற்றும்படி அரசாங்கத்தைக் கேட்கவுள்ளேன்.

பிராமணர்கள் எப்பொழுதுமே பறையர்களின் முன்னேற்றத்திற்குத் தடைக்கல்லாகவே இருப்பார்கள். இது ஒளிவு மறைவு இல்லாத உண்மை. நீங்கள் பிராமணராக இருந்து கொண்டு, எங்கள் மக்களுக்காகப் பரிந்துரைத்திருக்கிறீர்கள். இதனால் எங்கள் மக்களுக்கு ஓர் ஐயப்பாடு எழுந்துள்ளது. அதாவது, தங்களின் அறிக்கையால் அவர்களுக்கு நன்மை ஏற்படுமா அல்லது தீமை ஏற்படுமா என்பதுதான் அவர்களின் ஐயப்பாடு.

ஆங்கில ஆட்சியில் மற்ற சாதியார் வேறு மதத்திற்கு மாறாமலேயே சகல நன்மைகளையும் அடைந்து முன்னேறி யிருக்கிறார்கள். ஆனால் நாங்கள் முன்னேற வேண்டுமானால்

கிறித்தவமோ அல்லது இசுலாமோ மாறவேண்டும் என யோசனை கூறியுள்ளீர். தங்களின் இந்த யோசனையை நாங்கள் பின்பற்றி நன்மையடைய முடியும் என்று எனக்குப்படவில்லை. எனவே உள்ளபடியே நாங்கள் முன்னேற இதைவிடச் சிறந்த வேறு வழிமுறைகளைக் கூறுமாறு பணிவன்புடன் கேட்டுக் கொள்கிறேன்.[6]

31, அம்மையப்பர் முதலித் தெரு *தங்களின்*

உண்மையுள்ள

இராயப்பேட்டை *பண்டிட். அயோத்திதாஸ்*

கார்டியன் அச்சகம், மவுண்டு சாலை, சென்னை, 1892

அயோத்திதாசரும் காங்கிரசுக் கட்சியும்

இந்திய தேசியக் காங்கிரசுக் கட்சியே தமிழகத்தில்தான் உருவெடுத்தது என்பதை அறிவோம்.

பிரம்ம ஞான சபையின் ஆண்டு விழாவிற்கு நாட்டின் பல்வேறு பகுதிகளிலிருந்தும் வருகை தருவர். வங்காளத்திலிருந்தும் பலரும் வருவார்கள். வெவ்வேறு பகுதிகளிலிருந்தும் வருவோரின் பண்பாட்டு நடவடிக்கைகளும் நாகரிகத் தோற்றங்களும் பரிமாறிக் கொள்ளப்படும். இவ்வாறு இந்தியாவின் பல்வேறு பகுதிகளைச் சேர்ந்த மக்களும் ஒன்றாகக் கூடி, கலந்து உறவாடுவதற்கு ஓர் அவை இருந்தால் அவரவர் கலை, இலக்கியம், பண்பாடு, வாழ்க்கை முறைகளைப் பரிமாறிக் கொள்ளவும் பகிர்ந்து கொள்ளவும் உதவியாக இருக்குமெனக் கருதினர். இதற்கென்றே ஓர் அவை உருவாக்கப்பட்டது. அதுவே காலப்போக்கில் **இந்திய தேசியக் காங்கிரசு** என்னும் அமைப்பாகத் தோற்றமெடுத்ததை அறிவோம்.

அயோத்திதாசர் பிரம்ம ஞான சபையின் தொடக்க காலம் முதலே அதில் உறுப்பினராகி, **கர்னல் ஆல்காட்** என்பாருடன் நெருங்கிய நண்பராகவும் இருந்தார் என்பதையும் கண்டோம். இதனால் காங்கிரசு இயக்கத்தின் உருவாக்கத்தை அயோத்திதாசர் நன்கு அறிந்து கொள்ள முடிந்தது. தானும் அதனுடன் இணைந்து பணியாற்றினார். தொடக்கக் காலத்தில் இஃதொரு பண்பாட்டு இயக்கமாகவும், பின்னர் இந்தியர்க்கு வேலை வாய்ப்புக்கோரி, மனுப் போடும் இயக்கமாகவுமே செயல்பட்டு வந்ததால்

அயோத்திதாசரை இவ்வியக்கம் பெரிதும் கவர்ந்ததில் வியப்பில்லை. தன்னுடைய இனத்திற்குள்ள இழிவுகளைப் போக்கவும், வேலை வாய்ப்புகளைப் பெற்று ஈடேறவும் காங்கிரசுக் கட்சி ஒரு கருவியாக உள்ளதெனக் கருதினார். கி.பி. ***1870*** இல் தான் நீலகிரியில் தொடங்கிய **அத்துவைதானந்த சபை**யின் பேராளராகக் காங்கிரசுக் கட்சியின் தொடக்க கால முதலே கலந்து கொண்டார்.

1-12-1891 இல் அவர் ஏற்படுத்திய **திராவிட மகா சன சபை**யின் முதல் மாநாட்டை நீலகிரியில் கூட்டி, ஆதி திராவிடர்களின் முன்னேற்றத்திற்காக 10 (அம்சக்) கோரிக்கைகளைத் தீர்மானங்களாக நிறைவேற்றி அரசுக்கும், காங்கிரசுக் கட்சிக்கும் அனுப்பி வைத்தார் அதனைப் பெற்றுக் கொண்டதற்காகக் காங்கிரசுக் கட்சியிடமிருந்து ஒரு பற்றுச் சீட்டுக் கூட வரவில்லை என்பதால், காங்கிரசுக் கட்சி சாதி இந்துக்களின் இயக்கமே என்பதை உணர்ந்தார். இவ்வியக்கம் இந்துக் கலாச்சாரத்தையும் இந்து ஆச்சார அனுஷ்டானங் களையுமே கட்டிக் காக்கப்பாடுபடுகிறது என்பதையும், இஃதொரு **வேஷப் பிராமண இயக்கம்** என்பதையும் தெளிந்தார். எனவே இதன் செயல் முறைத் திட்டங்களைத் தீவிரமாக ஆராய்ந்து பார்த்து எதிர்ப்பும் தெரிவிக்கலானார்.

தேசியவாதிகள் இந்தியாவுக்கு உடனடியாகச் சுதந்திரம் வேண்டும் எனக் கோருவதையும், அவர்களின் விடுதலைப் போராட்டம் சமூகச் சீர்திருத்தத்துடன் இணைந்தது என்பதையும் அயோத்திதாசர் அடியோடு மறுத்தார். ஒரு பார்ப்பான் ஒரு பறையனுக்குப் பிறவிப் பகைவன். அந்தப் பார்ப்பானைவிடப், பறையனின் முன்னேற்றத்திற்கு ஆங்கிலேயன் எவ்வளவோ நல்லவன் என்பதும், இந்நிலையில் இந்தியாவுக்கு விடுதலை கிடைக்கப் பெற்றால் ஆங்கிலேயன் இடத்தைப் பார்ப்பானே பிடித்துக் கொள்வான் என்பதும், அவன் கையில் ஆட்சி மாறினால் பறையன் கதி என்னவாகும் என்பதும் அயோத்திதாசரின் ஞாயமான அச்சமாகும். ஆகவே அவர் இந்தியாவுக்கு உடனடியாக விடுதலை வேண்டாம் என்றார். ஆனால், ஒரேயடியாக விடுதலையே வேண்டாம் எனக் கூறவில்லை சாதிய ஆதிக்கம் சமுதாயத்தில் இருக்கும் வரை,

சமுதாய ஏற்றத்தாழ்வுகள் நீங்கும் வரை விடுதலை வேண்டாம் என்றார். ஆங்கிலேயரின் வருகைக்குப்பின் தான் ஆதி திராவிடனைத் தன்காலில் நிற்கச் செய்தான் என்பதும் அயோத்திதாசர் கண்ட வரலாற்று உண்மையாகும். தான் அறிந்தவரை காங்கிரசுக் கட்சி என்பது பார்ப்பனரின் இயக்கமே என்றும், பார்ப்பனர்தான் இந்நாட்டில் சாதிப் பிரிவினை களையும் சமூக ஏற்றத் தாழ்வுகளையும் ஏற்படுத்தியவர்கள் என்றும் திட்டவட்டமாகக் கூறினார்.

1906 இல் சூரத்தில் கூடிய காங்கிரசு மாநாட்டில் பிளவு ஏற்பட்டு, மிதவாதிகள் என்றும், தீவிரவாதிகள் என்றும் கட்சி இரண்டாக உடைந்தது. மிகப் படித்த அறிவாளிகளைக் கொண்ட இக்கட்சியின் உறுப்பினர்கள் தங்களுக்குள் கட்டுக் கடங்காமல் பேசி, மிகக் கீழ்த்தரமாகத் தங்களுக்குள் பூசலிட்டுக் கொண்டு தங்கள் நோக்கில் இப்படிப் பிரிந்து போனார்கள். விடுதலை பெற்று ஆட்சியில் அமர்ந்தால் நாடும் நாட்டு மக்களும் என்ன கதிக்கு ஆளாக நேரிடும் என அஞ்சினர். இத்தனைக்கும் வேத ஞானமும் விவேகமும் உள்ள மேல் சாதிக்காரர்கள்தான் கட்சியின் தலைவர்களாக இருக்கிறார்கள். இத்தகையோரா விடுதலை பெற்ற இந்தியாவில் சாதிவேறுபாடின்றி எல்லாருக்கும் சமநீதி வழங்குவார்கள்? இவர்களால் பறையர்களை ஆளுநர்களாகவும், பார்ப்பனர்களைப் படைத் தளபதிகளாகவும் ஆக்க முடியுமா? முடியாது; இவர்கள் என்ன சொல்லுவார்கள். கீழ்ச்சாதிக்காரன் ஆளுநராக இருந்து ஆள முடியாது; வேத நூலைக் கையில் ஏந்தும் பார்ப்பனன் வாளேந்தித் தளபதியாக முடியாது என்னும் வர்ணாசிரம தர்மத்தையே பேசுவார்கள் என்றார். அல்லது பார்ப்பானை ஆளுநராக்கி விட்டுப் பறையனைத் தளபதியாகவாவது ஆக்குவார்களா என்றால் அதுவும் செய்ய மாட்டார்கள். ஏனெனில் அவர்கள் பழைய கலாச்சாரத்தை நன்கு அறிந்தவர்கள் ஆயிற்றே! அவனவன் சாதிக்கேற்றவாறு குலத் தொழிலையே செய்ய வேண்டும் என்பதை மறக்கவில்லையே! பறையன் பௌத்த நெறியாளன்; பௌத்த நெறியை அழித்தவன் பார்ப்பான். எனவே இவ்விரு சாதியாரும் பிறவிப் பகைவர்கள். பறையர்கள் தளபதிகளாகி விட்டால் பழி தீர்த்துக்கொள்வார்கள் என்னும் அச்சம்

பார்ப்பனர்களுக்கு உண்டு என்றார். இன்றும் பார்ப்பானைத் தன் சேரியில் நுழைய விடாமல் பறையர்கள் சாணிச் சட்டியை அவன் தலை மீது போட்டு உடைத்துத் துரத்துவதையும்; பறையனைப் பார்ப்பான் தனது அக்ராகாரத்தில் நுழைய விடாமல் துரத்துவதையும் நிறுத்திக் கொள்ளவில்லையே! இந்து மதமே இதற்குக் காரணம். இருவருமே பௌத்த நெறியைப் பின்பற்றுவாரானால் இந்தப் பிறவிப் பகை தானே மறைந்து இருவருமே பழையபடி உடன் பிறந்தவர்களைப் போலாகி விடுவார்கள் என்பது அயோத்திதாசரின் நம்பிக்கையாகும்.

அயல்நாட்டுப் பொருள்களை வாங்க மறுப்பதாலும், அவற்றைத் தீயிட்டுக் கொளுத்துவதாலும் இந்தியாவுக்கு விடுதலை கிடைத்து விடாது என்பது அயோத்திதாசரின் கருத்தாகும். இதனால் நம் நாட்டுத் துணிகளின் விலையேற்றம் அதிகமாகும். ஏழையெளிய மக்கள் வாங்க முடியாமல் திண்டாடுவார்கள் என்றும் கூறினார். உண்மையான தேசியவாதி இந்நாட்டிலே உள்ள சாதி, சமயம், மது ஆகியவற்றை மறுத்து, தீயிட்டுப் பொசுக்கி, சமுதாயச் சமனிலை காண்பதுதான் உண்மையான விடுதலையாகும்.

இத்தகைய கூற்றுகளால் அயோத்திதாசர், ஆங்கிலேயர் ஒட்டு மொத்தமாக நல்லவர்கள் என நம்புகிறார் என்றோ, அவர்களின் ஆட்சியில்தான் இந்தியாவில் சமத்துவம் ஏற்பட்டது எனக் கூறுகிறார் என்றோ எவரும் எண்ணி விடக்கூடாது. ஆனாலும் அவர்களுடைய வருகையால்தான் ஆங்கிலக் கல்வி மூலம் இந்தியன் ஒவ்வொருவனும் மனிதனாக வாழவேண்டும் என்னும் உணர்வு பெற்றான். அடித்தளத்தில் கிடந்த பறையனும் அதில் ஒருவன். எனவே உணர்வு பெற்றவன் வலுப்பெற்று, சமனிலை அடையும்வரை ஆங்கிலேயன் ஆட்சி இருக்க வேண்டும்; பார்ப்பானும் பறையனும் உடன்பிறந்தவர் போல் ஒற்றுமையாகி, கைகோர்த்து நடக்கும் வரை ஆங்கிலேயன் இருக்க வேண்டும் என்றார்; ஆனால் விடுதலை - சுதந்திரம் தமது பிறப்புரிமையாகும் என்பதில் வலுவாக நின்றார்.

ஆங்கிலேயரின் வீடுகளில் பறையர்கள் பட்லர்களாகவும் ஆயாக்களாகவும் இருப்பதால் மட்டுமே அவர்களின் பொருளாதாரம் உயர்ந்துவிடாது; கிறித்தவம் மாறுவதால்

மட்டுமே சாதிகள் ஒழிந்துவிடாது; கிறித்தவக் கோவில் (சர்ச்சு)களிலும் பறையன் பறையனாகவே இருக்கிறான் என்பது அயோத்திதாசரின் கருத்தாகும்.

அயோத்திதாசர், 19 ஆம் நூற்றாண்டில் தோன்றிய சிந்தனையாளர்களைப்போலவே சிந்தித்தார். ஆனாலும் அவருடைய சிந்தனை உண்மையான - அப்பட்டமான மூலக் கூறுபாட்டுச் சிந்தனையாகும். அது சமயம் பற்றியதாயினும் அரசியல் பற்றியதாயினும், இலக்கியம் பற்றியதாயினும் சமுதாயத்தைப் பின்னணியாகக் கொண்ட சிந்தனையாகவே இருக்கும். அதுதான் அயோத்திதாசரின் தனித்தன்மையாகும். இதுவே அண்ணல் அம்பேத்கார் போன்ற பிற்காலத் தலைவர்களுக்கு மூலக் கருப்பொருளாயிற்று.

இவ்வாறு சமுதாயச் சிந்தனையின் மூலக்கூறுபாடாகவும், செயல் வீரராகவும் விளங்கிய அயோத்திதாசர், பின்னால் வந்த சமுதாயத் தலைவர்களுக்குக் கலங்கரை விளக்கமாகத் திகழ்ந்தார். அவருடைய அடிச்சுவட்டை பின் பற்றிய தலைவர்களில் முகாமையானவர்கள் **இரட்டைமலை சீனிவாசன், எம்.சி. இராசா, என்.சிவராசு, மீனாம்பாள் சிவராசு, மறைத்திரு. ஜான் ரத்தினம், வீரையன், சுவாமி சகஜானந்தம், எல்.சி.குருசாமி, ஆரியசங்காரன், சிவசண்முகம்பிள்ளை** முதலிய பலராவர். காலக் கண்ணாடியாகத் திகழும் நாளேடுகள், கிழமை (வார) இதழ்கள், மாதிகைகள் முதலியவற்றை நடத்தி ஆதித்திராவிடர்களை விழிப்படையச் செய்தவர்களும், நூல்கள் பலவற்றை இயற்றி உண்மையான வரலாற்றை உணரச் செய்தவர்களும் இச்சமூகத்தில் தோன்றவே செய்தனர்.

சாதிய அமைப்புகளைத் தோற்றுவித்து மக்களை உரிமைப் போராட்டத்திற்கு அணியமாக்கிய செயல் மறவர்கள் பலரும் களத்தில் இறங்கிப் பாடுபட்டனர் என்பது கவனத்திற் கொள்ளத்தக்கது.[7]

சாதி பேத மற்ற திராவிடர்களாகும் ஏழைக் குடிகளுக்கு

நேஷனல் காங்கிரஸ் கமிட்டியார் யாதொரு உபகாரம் செய்யாவிட்டாலும் சென்னை மகாஜன சபையோர் சிற்சில உபகாரங்கள் செய்யவில்லையோ என்போரும் உண்டு.

சென்னை மகாஜன சபையோர் உபகாரத்தை இவ்விடம் விளக்குகின்றோம்.

1892 ஆம் ஆண்டு ஏப்ரல் மாதம் மகாசபை கூடுவதாகவும் அக்கூட்டத்தில் ஏரி மராமத்துகள், கிணறுகளின் விருத்திகள், ரோடுகளின் மராத்துகள், வெளி ஜில்லாக்களின் சீர்திருத்தங் களைப் பற்றிப் பேசுவதுடன், பறையர்களுக்கான உபசாரங் களும் யோசிக்கின்றபடியால் ஒவ்வொரு ஜில்லாவிலிருந்தும் பிரதிநிதிகள் வந்து அவரவர்களுக்குள்ள குறைகளை வெளி யிட்டுச் சீர்திருத்தம் செய்து கொள்ளலாம் என்று, விண்ணப்பம் அச்சிட்டுப் பல ஜில்லாக்களுக்கும் அனுப்பியபோது நீலகிரிக்கும் எமக்குமோர் பத்திரிகை வந்து சேர்ந்தது. அவற்றை நாம் வாசித்துச் சாதிபேதமற்ற திராவிடக் கனவான்களுக்கு அறிக்கை செய்து ஒரு பெருங்கூட்டம் இயற்றிக் காங்கிரஸ் கமிட்டி யாளர்களுக்கு நாம் அனுப்பியுள்ள பொதுநல விண்ணப்பத்தை அவர்கள் மகாஜன சபைக்கு அனுப்பி இந்த ஏழைக் குடி மக்களைப் பற்றி ஆலோசிக்கப் போகின்றார்களாம்.

அதற்காக இந்த ஏழைக் குடிகளில் யாதொருவர் இக்குலக்காருக்கு என்று பிரதிநிதியாகச் சென்று காரியாதிகளை ஆலோசித்து வரவேண்டும் என்று வழிச்செலவு முதலியவை களுக்கு வேண்டிய உதவி செய்து என்னைச் சென்னைக்கு அனுப்பி வைத்தார்கள். நான் இவ்விடம் வந்து சேர்ந்த பொழுது **விக்டோரியா** டவுன் ஹாலில் கூடியுள்ள மகாஜன சபைப் பிரதிநிதிகளுடன் யாமும் ஓர் பிரதிநிதியாய் உட்கார்ந் திருந்தோம்.

அக்காலத்தில் அச்சபையில் அக்கிராசனாதிபதியாக வீற்றிருந்த ஆனரபிள் **மி.அரங்கைய நாயக்கர்** அவர்கள் எழுந்து நின்று சில ஜில்லாக்களின் பெயரைச் சொல்லிக் கொண்டே வந்து **பறையர் பிராப்ளம்** என்னும் வாக்கியத்தை நீக்கி பென்சிலால் அடித்து, இவர்களைப் பற்றி வேண்டியவரையில் சில துரைகள் எழுதியிருக்கின்றார்கள். ஆதலின் இவர்கள் குறைகளை நாம் ஆலோசிப்பதில் யாது பயனும் இல்லையென்று பேசி வருங்கால் சபையின் காரியதரிசி **எம்.வீரராகவாச்சாரியார்** அவர்கள் அக்கிராசனாதிபதியை நோக்கி,

நீலகிரியில் இருந்து அக்குலத்தோருக்கு ஓர் பிரதிநிதி வந்திருக்கின்றார்.

என்று கூறினார். உடனே நாம் எழுந்து சபையோருக்கு வந்தனங் கூறி,

ஐயா, இக் குலத்தோரைப் பற்றிச் சில துரைமார்கள் உபகாரம் செய்கின்றார்கள் என்று கூறித் தாங்கள் எல்லோருக்கும் மௌனம் சாதித்தது அழகன்று. உங்களாலேயே இக் குலத்தோர் தாழ்த்தப்பட்டுச் சீர்குலைந்திருக்கின்றபடியால் நீங்களே இவர்களைச் சீர்திருத்திச் சுகம்பெறச் செய்யவேண்டும்.

என்றேன். அதற்குச் சபாநாயகர், இது உள் சீர்திருத்த சங்க மாதலின் இவர்களால் உங்களுக்கு என்ன செய்ய வேண்டும் என்று கேட்டார். நான் சபாநாயகரை நோக்கி,

ஐயா, உலகத்திலுள்ள சகல சாதியோருக்கும் தெய்வம் என்பது பொதுவானது என்றும், கோவில் பொது என்றும் சொல்லக் கேட்டிருக்கின்றோம். அங்ஙனமிருக்க இக்குலத்திலுள்ள வைணவ மதத்தோர்களை விஷ்ணுவின் கோவிலுக்குள்ளும், சைவ மதத்தோரைச் சிவன் கோவிலுக்குள்ளும் ஏன் சேர்க்கப்படக் கூடாது. அப்படிச் சேர்ப்பதனால் ஒருவருக்கு ஒருவர் அன்பு பாராட்டி வாழ்க்கை சுகமடைய மாட்டார்களா? மதங்களும் பிரபல மடையாதா?

என்றோம். எல்லாரும் ஏகமயமாய் நின்று அப்படிக் கோவிலுக்குள் சேர்க்கப்படாதென்று கூச்சலிடுங்கால் தஞ்சாவூர் பிரதிநிதி **சிவராம சாஸ்திரியார்** அவர்கள் எழுந்து,

உங்கள் குலத்தோருக்கு மதுரை வீராசாமி, காட்டேரி சாமி, கருப்பண்ணசாமி கொடுத்திருக் கின்றோம். சிவன் சாமியும் விஷ்ணு சாமியும் உங்கள் குலத்தோருக்கு உரியதல்ல.

என்று எதிர்த்துக் குரல் கொடுத்தார்.

நான் அவரை நோக்கி,

ஐயா, **அங்ஙனமாயிருக்குமாயின் உங்கள் சுவாமிகள் எமக்கு வேண்டாம். இக்குலத்துச் சிறுவர்களுக்குக் கிராமங்கள் தோறும் கல்விச் சாலைகள் வைத்து நான்காவது வகுப்பு வரையில் இலவசமான கல்வி கற்பிப்பதற்கும், இக்குலத்து கிராமவாசிகளுக்கு அங்கங்கு வெறுமனேயுள்ள பூமிகளைக் கொடுத்து ஆதரிக்க வேண்டுமென்று கருணை தாங்கிய ராஜாங்கத்தோருக்கு உதவி கூறும் பத்திரம் அதாவது (ரெக்கமெண்டு) பத்திரமேனுங் கொடுக்கலாகாதா?**

என்று கூறினேன். உடனே அவ்விடம் வந்திருந்த எல்லூர் பிரதிநிதி **சங்கர்** எழுந்து,

இக்குலத்தோரின் விருத்தி குறைகளையும் கஷ்ட நஷ்டங்களையும் சபையோருக்கு விளக்கி இவர்கள் இவ்விருந்து தேசத்தின் முதுகெலும்பு போல் சகல சாதியோருக்கும் உதவியாக இருக்கின்றபடியால் இவர்களுக்கு வேண்டிய உபகாரம் செய்ய வேண்டும் என்று கூறினார்.

மூன்றாம் நாள் அடுத்த சங்கதிகள் ஒவ்வொன்றையும் பெருந்தொகையார் சம்மதத்தில் விட்டு முடிவுசெய்து வருங்கால், இவ்விழி குலத்தோர் சங்கதி வந்தது. அதாவது கல்விச் சாலைகளும் பூமியும் கொடுத்து ஆதரிக்க வேண்டும் என்றவர் எல்லூர் **சங்கர்** என்பவர் ஆவார். அவர் ஆமோதித்த பிறகு பிரதி ஆமோதகர் **அயோத்திதாசப் பண்டிதர்** என்று கூறி இதன் விஷயம் சகலருக்கும் சம்மதந்தானோ வென்று கேட்டதன் பேரில் பெருந் தொகையார் சம்மதம் இக்குலத்தாருக்கான உபகாரம் செய்து நமது கருணை தாங்கிய இராஜாங்கத் தோருக்கு எழுதி அவர்களும் இந்தக் கோரிக்கையை நிறைவேற்றி விட்டார்கள். அதனால் தென்னிந்தியாவிலுள்ள குக்கிராமத்தில் எங்கணும் கலாசாலைகள் ஏற்படுத்தப் பட்டதன்றிச் சிற்சில இடங்களில் பூமிகளும் கொடுக்கப் பெற்று வருகின்றார்கள்.

இத்தகைய வருண தருமத்தில் வேண்டிய பூமிகளைக் கேட்கும் இடங்களில் அண்டபாத்திய இடஞ்சலும், கல்வி விருத்தியால் அன்னிய சாதிபாத்திமார்கள் அலட்சிய போதனா செய்கையும் இவ்விரு தருமங்களையும் விருத்தி அடையாமல் செய்து வருகின்றது.[8]

காஞ்சிபுரத்தில் சுதேசிகளுக்குள் நேரிட்ட வடகலை, தென்கலை கலகத்தை யாதேனும் தங்களுக்குள் அடக்கி ஆண்டு கொண்டார்களா? திரிசிரபுரத்தில் சுதேசிகளுக்குள் நேரிட்ட வடகலை, தென்கலை வழக்கையேனும் தங்களுக்குள் அடக்கி ஆண்டு கொண்டார்களா? சென்னையிலுள்ள சுதேசிகளின் ஆலய தர்மகர்த்தாக்கள் நியமன வழக்கையேனும் தங்களுக்குள் அடக்கி ஆண்டு கொண்டார்களா? இல்லையே!

இத்தகைய சொற்ப வாலிய வழக்குகளைத் தங்களுக்குள் அடக்கிடச் சக்தியற்றவர்கள் ஒரு தேசத்தைக் கட்டியாளுவோம் என்று வெளிவருவது விந்தையேயாம். இச்செயல்பாடு விந்தையிலும் நிலையற்ற விந்தையென்று விளங்குகின்றது. தற்காலம் இத்தேசத்திலுள்ள ஓர் மனிதனை நோக்கி,

> *ஐயா, நீவிர் யாவருடைய ஆளுகையில் இருக்கின்றிர்கள் என்றால், அவன் கூசாமல் நான் ஏழாவது எட்வர்டு சக்கரவர்த்தியின் ஆளுகையில் இருக்கின்றேன் என்பான். இதே சுதேசிகள் வசம் சுயராட்சியம் அளித்த பின்னர் ஒருவனை நோக்கி நீவிர் யாவர் ஆளுகையில் இருக்கின்றீர்கள் என்றால் யாது கூறுவான்? நாங்களே ஆண்டு கொள்கின்றோம் என்பானா? அன்றேல் ஆளுகைக்கு அதிபராய் எங்களுக்குள்ள சுதேசி ஒருவரை தேர்ந்தெடுத்துக் கொள்வோம்.*[9]

என்பார் போலும்.

நேஷனல் பண்டு இண்டஸ்டிரியல் அசோசியேசன் எனும் சங்கத்துக் காரியதரிசிக்குச் சென்ற செப்டம்பர் 24 இல் மூன்று கடிதம் விடுக்கப் பெற்றோம்.

அதன் கருத்துகள் யாதெனில், வருகிற தீபாவளியன்று சகலரிடத்திலும் பணம் வசூல் செய்து மேற்படி பண்டில்

சேர்த்துக் கைத் தொழில்களை விருத்தி செய்ய வேண்டும் என்றும், அதில் இராயப்பேட்டைக் கிளையோராக நின்று பணம் சேகரிப்பதற்கு

1. ஜி.நாராயண செட்டி

2. எஸ்.எஸ்.கஸ்தூரிரங்க ஐயங்கார் பி.ஏ., பி.எல்.

3. ஏ.அரங்கசாமி ஐயங்கார் பி.ஏ.

4. க.அயோத்திதாஸ்

5. வி.திருவேங்கடாச்சாரியர் பி.ஏ., பி.எல்.

ஆகிய ஐவர்களை நியமித்து அதன் கருத்துகளையும் விவரித்து எமக்கு எழுதியிருந்தார்கள். அக்கடிதங்களைச் சாதி பேதமற்ற திராவிட மகாஜன சபையின் முக்கிய சங்கத்தோர் களுக்குக் காண்பித்து அதன் பேரில் அவர்கள் அவற்றைத் தீர்க்க ஆலோசித்து,

இச்சங்கத்தின் உத்தியோகஸ்தருள்

பிராமணர் - 14

செட்டியார் - 1

முதலியார் - 1

முகம்மதியர் - 1

நாயுடு - 3

பேரும் இருப்பதில் பெருந்தொகையோர் பிராமணர் களாகவே இருக்கின்றார்கள். இஃது சில நாட்கள் சென்று, செட்டியார், முதலியார், நாயுடு, முகம்மதியர் முதலியவர்கள் பிரிந்து விடுவார்களாயின் நேஷனல் இண்டஸ்டிரியல் அசோசியேசன் என்னும் பெயர் இருந்த போதிலும் பிராமணர் இண்டஸ்டிரியாகவே மாறிவிடும். நம் பணங்களைச் சேகரித்து இவர்களிடம் ஒப்படைத்துச் சகல சாதியோருக்கும் பிரயோசனம் இல்லாமல் போகுமாயின் யாது பயன்?

இத்தகைய கூட்டத்தார் அடியிற் குறித்தவாறு உத்தி யோகஸ்தர்களை நியமித்துக் காரியங்களை நடத்துவார்களாயின் சாதி பேதமற்ற திராவிடர்கள் சகலரும் முயன்று வேண்டிய

பொருட்களைச் சேகரித்துத் தரலாம் என்று முடிவு செய்து மேற்படி சங்கத்தாருக்கு எழுதிய பதில் கடிதம் :

நேஷனல் பண்டு அண்டு இண்டஸ்டிரியல் அசோசியேசன் கூட்டத்தவர்களுக்கு, ஐயா, தங்களுடைய கூட்டத்தார் விசயமாக அந்தரங்கத்தில் பெருந்தொகையார், ஆட்சேபனை யையும் பகிரங்கத்தில் சிறுந் தொகையார் ஆட்சேபனையும் இருக்கின்றன.

ஆட்சேபனை : 1 இக் கூட்டத்தில் சேர்ந்திருப்பவர்கள் **பிராமணர்**களாக இருப்பதினாலே இக் கூட்டம் எப்பொழுது நேஷனலாக ஏற்பட்டதோ அதன் அங்கங்களும் இப்படியே இருத்தல் வேண்டும்.

அதாவது பிரசிடெண்டுகளில் ஒரு பிராமணர், ஒரு யூரேஷியர், ஒரு முகம்மதியர் ஆகிய காரியதரிசிகள் சமயம் போல் நடத்தி வர வேண்டியது. செக்ரட்டரிகளிலும், டிரஷரர்களிலும் ஒரு பிராமணர், ஒரு நான்-பிராமணர் (பிராமணர் அல்லாத திராவிடர்) ஒரு முகம்மதியர் ஆக 3 பெயர் பொக்கிஷம் வைக்கவும் இருத்தல் வேண்டியது.

டைரக்டர்களில் 4 பிராமணர்கள், கேஷியர்களில் 4 நான் பிராமணர்கள், 4 முகம்மதியர்கள் இருத்தல் வேண்டும். பணத்தைச் செலவிடும் போதும் வசூல் செய்யும் போதும், வேலை கற்பிக்கப்படும் போதும் சாலைகளில் வேலைக் காரர்களை நியமனம் செய்யும்போதும் சாதி பேதம் உண்டாகும் போல் காண்கின்றது.

ஆதலின் இத்தகைய பேதங்கள் இல்லாமல் சகல காரியங்களிலும் நடத்துவோம் என்னும் மேற்குறித்துள்ளபடி அலுவலகங்களிலும் பேதமில்லாமல் சேருமாயின் பணம் சேகரிக்கக் கூடிய முயற்சி எடுத்துக் கொள்வோம்.[10]

இந்த டிசம்பர் கால விடுமுறைக் காலத்தில் சில பெரியோர்கள் கூடி இந்தியாவில் **தாழ்த்தப்பட்டுள்ள சாதியோரைச் சீர்திருத்த வேண்டும்** என்று முடிவு செய்து இருக்கின்றார்கள். இவற்றுள் இயல்பாகவே அறிவின்றித் தாழ்த்துள்ள சில வகுப்பாரும் உண்டு.

அவர்கள் யார் என்பீரேல் **குறவர், வில்லியர், சக்கிலியர், மலமெடுக்கும் தோட்டிகள்** - இயல்பாகவே தாழ்ந்த நிலையில் உள்ளவர்கள்.

பிராமணர்களால் **பறையர்** என்றும், **சாம்பார்** என்றும், வலங்கையர் என்றும் கூறி அவர்களைச் சுத்த ஜலங்களை மொண்டு குடிக்க விடாமலும், ஏதோ துரை மக்கள் கருணையால் ஓர் உத்தியோகத்தைப் பெற்றுக் கொண்ட போதிலும் அதனின்று முன்னுக்கு ஏற விடாமலும், பலவகை இடுக்கண்களைச் செய்து தாழ்த்திக் கொண்டே வருகிறார்கள். இவர்களைத் **தாழ்ந்த வகுப்பார்** என்று கூறலாகாது. சாதிபேதமுள்ள மற்றவர்களால் **தாழ்த்தப்பட்ட வகுப்பார்** என்று கூறல் வேண்டும்.

இவற்றுள் கூளங்குப்பைகளுடன் குணப்பெரும் பொருட்களையும் சேரக்குவித்துப் குப்பைக்குழி என்பது போல் கல்வியிலும், நாகரிகத்திலும், விவேகத்திலும், ஒற்றுமையிலும் மிகுந்த வேஷபிராமணர்கள் கற்பனைக் கதைகளுக்கு இணங்காமல் விரோதிகளாய் நின்ற திராவிடப் பௌத்தர்கள் யாவரையும் **பறையர், சாம்பார், வலங்கை** என்று தாழ்த்திக் கொண்டதுமின்றிச் **சங்கிலி, தோட்டி, குறவர், வில்லியர்** இவர்கள் யாவரையும் ஐந்தாவது சாதி என்னும் **பஞ்சமர்** ஜாதி என நூதனப் பெயரிட்டு மேன் மக்களாம் பௌத்தர்களையும் அக்குப்பையில் சேர்த்துப் **பஞ்சம ஜாதி** என்று வகுத்திருக் கின்றார்கள்.[11]

ஆனமுதலி வதிகஞ் செலவானால்
மான மிழந்து மதிகெட்டு - போனதிசை
எல்லார்க்கும் கள்ளனாய் ஏழ்பிறப்புந் தீயனாய்
நல்லார்க்கும் பொல்லனாம் நாடு

- ஔவையார்

ஒரு மனிதன் 10 ரூபாய் சம்பாதிப்பானாயின் அவன் அதற்குத் தக்க பசிப்பும், அதற்குத் தக்க வாடகையும், அதற்குத் தக்க ஒழுக்கத்தையும் ஒழுகுவனாயின் யாதொரு கவலையுமின்றி சுக ஜீவியாக வாழ்வான். அங்ஙனமின்றி வரவுக்கு மிஞ்சிய செலவானால் கொழு மெய்ப் பசிப்பும், டம்பவுடையும் மதிமயக்கக் கூடிய குடியும் கற்று, மனம் போன போக்கில் செலவு

செய்து வருவானாயின் மானமிழந்து, அறிவு மயங்கி சென்ற இடங்களில் ஒளிந்து நல்லவர்களுக்கும் பொல்லானாய் மற்றவர்களுக்கு முன் அதே கவலையால் சுழன்று அல்லல் அடைவான்.

ஆதலின் மக்கள் தங்கள் வருமானத்திற்கேற்பத் தங்களது செலவுகளை வைத்துக் கொண்டு வாழ வேண்டும். அதை விடுத்து வீண் சம்மதத்திலும் செலவு செய்வதை விட்டுத் தாங்கள் சம்பாதிக்கும் திரவியத்திற்குத் தக்க செலவும், தாங்கள் கற்ற கல்விக்குத் தக்க வார்த்தைகளும் பேசி நன்முயற்சி, நல்லொழுக்கம், நல்வாழ்க்கையில் இருப்பாரேயானால் மாணிக்கன் என்றும், மதிப்புள்ளவன் என்றும் மதிப்புடன் தங்கள் சென்ற இடங்களில் எல்லாம் சிறப்பெய்து நல்லவர்களுக்கு நல்லவராய்ப் பிறவித் துக்கமற்ற பரிபூரண நிலை அடைவான்.[12]

சாதிபேதமற்ற திராவிடர்களே, இத்தேசத்தின் பூர்வகுடிகளாம். இவர்கள் பெரும்பாலும் தமிழ் பாஷை விருத்தியைக் கோரி நின்றவர்கள். ஆதலின் தென்னாட்டில் **தமிழன்** என்றும், வட நாட்டில் **திராவிடர்கள்** என்றும், **திராவிடப் பௌத்தர்** என்றும் வழங்கி வந்ததுமின்றி, இலங்கைத் தீவில் உள்ளோர் சாஸ்திரங்களிலும், சரித்திரங் களிலும் பூர்வ குடிகளே திராவிடப் பௌத்தர் என்று வரைந்து இருப்பதுமன்றி - வழங்கிக் கொண்டும் வருகின்றார்கள். சாக்கைய முனிவரால் அருளிச் செய்த தன்மமானது இந்தத் தேசம் முழுவதும் பரவி இருந்த காலத்தில் இவர்களும் எங்கும் பரவிக் கணித சாஸ்திர வல்லுவத்தால் வள்ளுவர், சாக்கையர், நியமத்தார்கள் என்றும் தமிழ் பாஷை, இலக்கிய இலக்கணம் வாசித்துக் கவிபாடும் திறத்தால் கவிவாணர் பாணர் என்றும்,

அக்கவி வாணருடன் கலந்து பாடுவோரை யாழ்ப்பாணர் என்றும், பூமிகளைப் பண்படுத்திப் பயிரிட்டுச் சர்வ சீவர்களுக்கும் உபரிகளாகவும், ஈகையுள்ளவர்களாகவும் இருப்பவர்களை வேளாளர்கள் என்றும், ஒன்றைக் கொடுத்து மற்றொன்றைச் செட்டாக மாறி வியாபாரம் செய்வோரை **வணிகர்** என்றும், குடிகளைக் காத்து, அரசாட்சி தாங்குவோர் **மன்னர்கள்** என்றும் பௌத்த சங்கம் சார்ந்த ஞான விசாரணை உள்ளவர்களைச் **சிறுமனர், சமணர்கள்** என்றும், சமநிலை

முதிர்ந்து உயர்குணம் பெற்றுச் சர்வ உயிர்களையும் தன்னுயிர் போல் பாவிக்கும் தன்மையைச் சார்ந்த நிலைபெற்று இருடிப்பாய் மறந்து புரக்கும் வள்ளமையுற்றோர்களை **அறவறத்துகள் அந்தணர்கள்** என்றும் வணங்கி வந்தார்கள். இப்பெயர்கள் யாவும் அவரவர்கள் தொழிலுக்கும் செயலுக்கும் தக்கவாறு விவேகிகளால் வகுத்த பெயர்களாக்கும்.

எவ்வகையெனில் நமது விவேகம் மிகுந்த பிரிட்டிஷ் துரைத் தனத்தார் தங்கள் ஆங்கில பாஷையில் போதகர்களுக்கு **பிரிஸ்ட்** என்றும், அரசர்களுக்கு **கிங்** என்றும், படை வல்லுநர்களுக்கு **சோல்ஜர்கள்** என்றும், வியாபாரிகளுக்கு **மர்ச்செண்ட்ஸ்** என்றும், பயிரிடுவோருக்கு **அக்ரிகல்சுரிஸ்ட்** என்றும், வான சாஸ்திரிகளுக்கு **அஸ்ட்ராமினர்கள்** என்றும் அவர்கள் தொழிலுக்கும், சொல் செயலுக்கும் பெயர் கொடுப்பது போல் தமிழ் பாஷையில் வல்லுநர்களான சமண முனிவர்களால் மேற்கூறியுள்ள மொழிப்பெயர்களையும் செயற்பெயர்களையும் வகுத்து அழைத்து வந்தார்கள்.

இத்தகைய தொழில் பெயர்களையும் செயற் பெயர்களையும் பெற்றிருந்த போதிலும் ஒவ்வொருவருக்கும் உள்ள அன்பும், ஐக்கியமும் மாறாமல் **திராவிடர்கள்** எனும் பொதுப் பெயரில் அழைக்கப்பட்டுத் திராவிடன் ராஜன் மகளைச் சிங்கள ராஜன் மணம் புரிந்து கொள்வதும், சிங்களராஜன் மகளை, வங்காள ராஜன் மகன் மணம் புரிந்து கொள்வதும் : வங்காள ராஜன் மகளைச் சீனராஜன் மணம் புரிந்து கொள்வதுமாகிய பேதமின்றி இன்புற்று வாழ்ந்தனர்.

அரசன் எவ்வழியோ குடிகளும் அவ்வழியே என்பதற்கிணங்க பூர்வ சுதேசக் குடிகளும் திராவிடர்களும் வேளாண் தொழிலாளியின் மகளை வாணிபத் தொழிலாளியும், வாணிபத் தொழிலாளி மகளை மண்ணுத் தொழிலாளியின் மகனும், மணம் புரிந்து ஒருவருக்கு ஒருவர் பேதமின்றிச் சுக வாழ்க்கையில் இருந்தார்கள்.

இத்தகைய ஒற்றுமையான வாழ்க்கைக்கும் ஒழுக்கத் திற்கும் புத்த தர்ம சீர்திருத்தங்களே ஆதாரமாகும்.[13]

1935இல் **இயோலா**வில் நடந்த ஒடுக்கப்பட்டோர் மாநாட்டில் அம்பேத்கார் தம் மக்களை இந்து மதத்தை விட்டு வெளியேறி வேறு மதத்திற்கு மாற வேண்டும் என்றார். இதற்கு இரட்டை மலை சீனிவாசன் மதமற்ற ஆதிதிராவிடர்கள் வேறு மதம் மாறுவது என்பது பொருளற்ற வாதம் ஆகும் என்றார்.

இரட்டைமலை சீனிவாசனின் இக்கருத்துகளைச் **சென்னை மெயில்** இதழிலும் **நீதி** நாளிதழிலும் வெளியிட்டனர்.[x] இரட்டை மலை சீனிவாசனின் முடிவான கருத்து: மதம் மாற்றம் தேவையற்றது. இந்து மதத்திலிருந்து கொண்டே உரிமைக்கும் போராட வேண்டும். வேறு மதம் மாறினாலும் அங்கேயும் சாதி இழிவு இருக்கிறது என்பதாகும். பதினேழு கோடி மக்கள் தொகை கொண்ட இந்தியாவில் ஏழு கோடியாக உள்ள ஆதி திராவிடர் ஒன்று சேர்ந்து போராடினால் உயர்ந்து நிற்பது அவர்களே என்றார். ஒன்றிணைந்த ஆதிதிராவிடர்களுக்கு இந்து மதமோ, மற்ற மதமோ தேவை இல்லை. அவர்கள் தன்மானத்தோடு வாழ்வதே **தன்மான மதம்** ஆகிவிடும் என்றார்.

இவ்வாறு அயோத்திதாசரையும் இரட்டை மலை சீனிவாசனையும் ஒப்பிட்டுப் பார்க்கும்போது, அக்காலத்தில் இருவருக்குமே ஒரே மாதிரியான கருத்தோட்டம் இருப்பதைக் காணலாம். காரணம் இருவருமே இந்து சமயக் கொடுமைகளைத் துய்த்தவர்கள். எனவேதான் பௌத்தம் இவர்களுக்கு ஒரு **பாலைவனச் சோலை**யாகக் காணப் பெற்றது.

1. தமிழன் - 27-1-1909.
2. **பெ.சு. மணி (ஆசிரியர்)** - காரல் மார்க்சின் இலக்கிய இதயம் பாட எண் : 19 பகுத்தறிவு இயக்கச் செம்மல் பண்டிதர் க.அயோத்திதாசர். சென்னை, 1986 (பக்.264)
3. **அன்பு பொன்னோவியம் - பழங்குடி மக்கள் தந்த பகுத்தறிவாளர் க.அயோத்திதாசர்.** - அம்பேத்காரிஸ்ட்ஸ் (மாத இதழ்) 15-8-1062.
4. **இ.ஜீவரத்தினம் - செடியூல்டு சமூகம் -** அறிவு வழி (மாத இதழ்) - ஜனவரி 1985.

5. **தமிழன்** - *1-12-1909.*

6. **தி.பெ.கமலநாதன்** - *தென்னிந்திய ஆதி திராவிடர்களின் விடுதலைப் போராட்டம், திருப்பத்தூர், 1985. (பக்.10-18)*

7. **கோ.வேலாம்பாள்** - *க. அயோத்திதாசப் பண்டிதரின் அரும்பணிகள் (எம்.ஃபில் பட்ட ஆய்வு இடுநூல் - வெளியிடப் பெறாதது) மதுரைப் பல்கலைக்கழகம், 1995. (பக்.94)*

8. **தமிழன் 21-10-1908**

9. **தமிழன் 9-9-1908.**

10. **தமிழன் 21-10-1908.**

11. **தமிழன் 21-9-1908.**

12. **தமிழன் 9-9-1908.**

13. **தமிழன்** *23-9-1908.*

× **மெயில்** - *20-10-1935,*

நீதி *21-10-1935*

இயல் நான்கு

தமிழ் நூல்கள் - இலக்கியப் பணிகள்

ஆதிதிராவிட மக்களைப் பற்றி அறிந்து கொள்ளும் வகையில் தமிழிலும் பிற மொழிகளிலும் இதுவரையில் ஏறத்தாழ மூவாயிரம் நூல்கள் வெளிவந்துள்ளன. ஆனால் இந்நூல்களில் எதுவும் ஆதிதிராவிட மக்கள் ஒடுக்கப்பட்டமைக்கான காரணங்களை அறிவியல் அடிப்படையில் ஆய்ந்து விளக்கிய நூல்கள் எதுவுமில்லை. இவர்கள் எவ்வாறு அடக்கியொடுக்கப் பட்டார்கள் என்பதை அறிவியல்படி ஆராய்ந்து முதன் முதலில் வெளிப்படுத்தியவர் பண்டிதர் அயோத்திதாசரே ஆவார். அவருக்குப் பின் அண்ணல் **அம்பேத்கார்** ஆவார். மற்றவர்கள் வேதங்களையும் சாத்திர சம்பிரதாயங்களையுமே மூலச் சான்றுகளாகக் கொண்டு எழுதியுள்ளனர். அறிவாளிகள் சிலர், நால்வருணப் பாகுபாடுகளும் அடிமை முறையும் இந்தியப் பொருளியலில் சிறப்பாகப் பேசப்படும் தொழிற் பாகு பாட்டிற்கு (Division of Labour) ஏற்றவையெனப் புகழ்கின்றனர். அண்ணல் அம்பேத்கார், இது தொழிற் பாகுபாடு அஃதாவது தொழிற் பிரிவினை மட்டுமின்றித் தொழிலாளர் பிரிவினையு மாகும் (Not Division of Labour but Division of Labourers) என்றார். இக்கருத்தை முதன்மையாகக் கொண்ட, அம்பேத்காருக்கு முந்தியே அயோத்திதாசர் தன்னுடைய நூல்களை இயற்றி வந்துள்ளார்.

1. யதார்த்த பிராமண வேதாந்த விவரம் வேஷப் பிராமண வேதாந்த விவரம்

அயோத்திதாசர் 1912 இல் சென்னை - இராயப்பேட்டை கௌதமர் அச்சுக் கூடத்தில் **யதார்த்த பிராமண வேதாந்த விவரம், வேஷப் பிராமண வேதாந்த விவரம்** ஆகிய இரண்டு தலைப்புகளைக் கொண்ட ஒரு நூலினைப் படைத்து

வெளியிட்டார். **யதார்த்தம், வேஷம்** ஆகிய சொற்களுக்கும் இந்நூலில் அவரே விளக்கமளித்துள்ளார். **யதார்த்தம்** என்னும் சொல்லுக்கு இயல்பானது என்றும், **வேஷம்** என்பதற்குப் போலியானது என்றும் பொருள் கூறினார்.

அரச நற்குடியில் பிறந்த அரசன் ஒருவன் தன் குடிமக்களை எல்லா நலன்களும் பெற்றுய்யுமாறு ஆள்வான். அத்தகைய அரசன் ஆட்சியில் மக்கள் பாதுகாப்புடனும் மகிழ்ச்சியோடும் இருப்பார்கள். இவனே **யதார்த்த** அரசன். ஆனால் அரச குடியில் பிறக்காமல் அரசனைப்போல் வேடமிட்டு, அரசனுக்கு இருக்க வேண்டிய எத்தகைய பண்புமின்றி ஆள முற்படுபவனே வேஷக்கார அரசன் என்று அயோத்திதாசர் எடுத்துக்காட்டுடன் விளக்கினார்.

இவ்வண்ணமாகவே இந்திய நாட்டில் இரு வேறு **பிராமணர்கள்** இருந்தனர். ஒருவர் கற்றறிந்து மாந்த நேயத்திற்காகத் தன்னை ஒப்படைத்துக் கொண்ட **பிராமணர்;** அவர் அறம் ஒன்றையே தவம் எனக் கொண்டவர். தன்னைத்தானே அறிந்தவராகவும் பிறரையும் அவ்வாறு அறியச் செய்பவராகவும் இருப்பவர். அவரே தன் பெயருக்கேற்ற யதார்த்த பிராமணர் ஆவார்.

மற்றொருவர் **வேஷப் பிராமணர்.** அஃதாவது முன் கூறிய பிராமணரைப் போல் உருவ அமைப்பில் இருப்பார். ஆனால் உள்ளத்தால் கபடமானவர். நல்லது செய்வது போலவே நடித்துப் பொல்லாததைச் செய்வதையே தன் தவமாகக் கொண்டவர் என்கிறார்.

பிராமணன் என்னும் சொல் மூலத்தையும் ஆராய்கிறார்.

அந்தணன்:

பிராமணன் என்னும் சொல்லை **மகட** மொழியில் **பிம்மணன்** என்றும், **சகட** மொழியில் **பிராமணன்** என்றும், **திராவிட (தமிழ்)** மொழியில் **அந்தணன்** என்றும் அழைப்பர்.

அந்தணன் என்னும் தமிழ்ச் சொல்லுக்கு விளக்கம் அளிக்கும்போது,

> அந்தணரென்போர் அறவோர் மற்றெவ்வுயிர்க்கும்
> செந்தண்மை பூண்டொழு கலான்.

என்னும் குறள்நெறியின் விளக்கத்தையே கூறுகிறார். இத்தகைய நற்பண்புகளைக் கொண்டவனே யதார்த்த பிராமணன் ஆவான் என்று அயோத்திதாசர் கூறும் விளக்கம் மிகச் சிறப்பானதாகவுள்ளது. இவன் விருப்பு, வெறுப்பு அற்றவன்; தன்னை உணர்ந்தவன்; எவ்வுயிர்க்கும் நல்லவன்; சாந்த குணமுடையவன்; இவற்றால் சமன்நிலை பெற்றவன் எனக் கூறுகிறார்.

இரு பிறப்பாளன்

அந்தணனை இரு பிறப்பாளன் என்று அழைப்பதற்கு என்ன காரணம் என்பதற்கு அயோத்திதாசர் கூறும் விளக்கம் வேறு வகையானது.

> தாயின் வயிற்றினின்று பிறந்த பிறப்பு ஒன்று; பரிநிர்வாணப் பிறப்பு மற்றொன்று; உபநயனம் என்னும் ஞானவிழி பெற்று ஞான சாதனை மிகுதியால் இரு பிறப்பாளன் ஆகும் பரிநிர்வாணத்திற்கு உரியவன் எவனோ அவனே யதார்த்த பிராமணன்[3]

இக்கருத்தினை விளக்குவதற்கும் பல்வேறு நூல்களிலிருந்து மேற்கோள்கள் காட்டுகிறார். எனவே மெய்யறிவு பெறும்வரை ஒரு பிறப்பு என்றும், மெய்யறிவு பெற்ற பின்பு ஒரு பிறப்பு என்றும் அயோத்திதாசர் குறிப்பிடுவது **பிராமணர்** என்னும் சாதியாருக்கு மட்டுமே இப்பெயர் உரியது அன்று; இப்பண்புகளைப் பெறும் எவரும் **பிராமணரே (அந்தணரே)** என்பதுதான் அவரது கருத்து. இங்கு உபநயனம் என்னும் சடங்கிற்கோ பூணூலுக்கோ இடமில்லை.

பிராமணர் ஒருவன் தன்னைத்தானே பிராமணன் என வெளிப்படையாகக் கூறிக் கொண்டு திரியமாட்டான். அவனுடைய அறநெறி, அறிவுரை, மெய்யறிவு ஆகியவற்றைக் கண்டு அவனைப் பிராமணன் என்பார்கள்.

அறநெறி, அறிவுரை, மெய்யறிவு ஆகிய மூன்று தம்மங்களும் புத்தரால் புகட்டப்பட்டவை. இவற்றை உள்ளது உள்ளபடியே பரப்பியவன்தான் யதார்த்த பிராமணன்; அப்படியில்லாமல் இவற்றை மாற்றி, இவையாவும் வேதக்

கருத்துகளே எனப் பொய்யுரைத்துப் போலியாகத் திரிபவன் வேஷப் பிராமணன். இவன் நயவஞ்சகன்; பொல்லாதவற்றைப் புகட்டுவதையே தன் தவமாகக் கொண்டவன் என்கிறார் பண்டிதர்.

புத்தரின் பொன்னுரை (போதனை)களில் முகாமையானவை மூன்று; அவை

சௌப பாபஸ்ஸ அகரணம் (பாவம் செய்யாதிருங்கள்)

குஸலஸ உபசம்பதா (நன்னெறி கடைப்பிடியுங்கள்)

கசித்த பரியோத பணம் (உங்கள் நெஞ்சத்தைத் தூய்மை செய்யுங்கள்)

இம்மூன்று சொல்லியமும் (வாக்கியமும்) மூன்று வெவ்வேறு கருத்துகளைத் தெரிவிக்கின்றன. அஃதாவது ஒரே கருத்தைக் கூறாமல் முன் கூறிய கருத்துக்கு அடுத்த கருத்து வேறுபடுகிறது. இதையே அளவை நூலார் **பேதம்** என்பர். பேதம் என்பது மகடமொழி. இதையே சகட மொழியில் **வேதம்** என்கின்றனர்.

பாளி (பிராகிருதம்)	**சமற்கிருதம்**
வரதன்	பரதன்
வைராக்கியம்	பைராக்கியம்
வண்டி	பண்டி
வால வயது	பால வயது

இவ்வேதச் சொல்லின் பொருள் சட்டென விளங்காது எனவே அதனை மறைபொருள் என்பர். இதுவே வேதம் அல்லது மறை என்றாயிற்று. வேதம் தரும் மூன்று கருத்துகளையே மறை நூலார்,

கர்ம பாகை (பாவம் செய்யாதே)

அர்த்த பாகை (நன்மெய் (நன்னெறி) கடைப்பிடி)

ஞான பாகை (உள்ளத்தைத் தூய்மைப்படுத்து)

என்கிறார்கள். மகடமொழியில் **பிடக** என்பதனையே சகட மொழியில் பாகை என்கின்றனர்.

திரிபேதம்

மேற்கூறிய புத்தரின் முகாமையான மூன்று பொன்னுரைகளையே **திரிபேதம்** என்று அழைக்கின்றனர். இத்திரிபேதத்தோடு புத்தர் பரிநிர்வாணம் அடைந்ததையும் புனிதமாகக் கருதும் பௌத்தர்கள் அதையும் சேர்த்துச் சதுர்பேதமாகக் கொண்டாடுவர். அப்பரிநிர்வாணத்தை "ஏதங் புத்தானு ஸாஸனம்" என்றனர். ஆக, இந்நான்கிலும் உட்பொருள் அடங்கியிருப்பதால் மகடமொழியில் இந்நான்கையும் **உபநிடதம்** என்றனர். இதையே சகடமொழியில் **உபநிஷத்** என்றும், தமிழில் **உபநிட்சயம்** என்றும் அழைத்தனர்.

இந்நான்கு பேதங்கள் ஒவ்வொன்றிலும் எட்டு உபநிடதம் மேனி முப்பத்திரண்டு உபநிடதங்கள் இருக்கின்றன. இவற்றையே **இரிக், யசூர், சாமம், அதர்வணம்** என்னும் நான்கு வேதங்களிலும் எட்டெட்டு மேனி முப்பத்திரண்டாக அமைத்து விட்டான் வேஷப் பிராமணன் என்பது அயோத்திதாசரின் கருத்தாகும்.

மகடமொழி, சகடமொழி திராவிட மொழி

அயோத்தி தாசர் மகட பாஷை, சகட பாஷை, திராவிட பாஷை என்றது முறையே பாளிமொழி, சமற்கிருதமொழி, தமிழ்மொழி என்பவற்றைக் குறிக்கும். பாளி மொழிக்கு முதலில் வரிவடிவம் இல்லை. அதன் ஒலியை ஒருவர் வாயால் ஒலிக்க மற்றவர் அதனைக் காதால் (மகடம்) கேட்டறிந்தார். எனவே இது மகடமொழி என்பதாயிற்று. சகடமொழியாகிய சமற்கிருதத்திற்கும் தனித்த வரிவடிவம் இல்லை. வரிவடிவம் பெற்ற பின்பும் சகடமொழிக்கு ஒலியெழுத்தும் வரியெழுத்து வடிவங்களும் சரியாக அமையவில்லை. வெகுகாலம் கழித்துத்தான் அது சமைந்த மொழியாயிற்று. அஃதாவது பக்குவப்பட்ட முழுவடிவ மொழியாயிற்று. எனவேதான் இதனைப் பாளியில் சகடமொழி (பக்குவப்பட்ட மொழி) என்பர்.

பெரும்பங்கு தமிழ்மொழியின் சொற்களையும் பொருளையும் பெற்றுச் சமைந்ததே சமஸ்கிருதம் என்பார் மொழி ஞாயிறு தேவநேயப் பாவாணர். திராவிடம் என்னும் மூலமொழியிலிருந்தே தமிழ் பிறந்தது. எனவே பாளி மொழியில்

தமிழைத் திராவிடம் எனக் குறிப்பிடுகின்றனர். அயோத்திதாசர் பாளி, சமஸ்கிருதம், தமிழ் ஆகிய மும்மொழிகளில் வல்லவர். அதனால்தான் இதனை இவ்வளவு ஆழமாக ஆய்துரைக்கின்றார்.

தமிழும் சமற்கிருதமும் :

பன்மொழியறிஞரான பண்டிதர் அயோத்திதாசர் பௌத்த நூல்களை அடிப்படையாகக் கொண்டு தமிழையும் சமற்கிருதத்தையும் முறையே அகத்தியருக்கும் பாணினிக்கும் கற்பித்தவர் புத்தரே எனக் கூறுகிறார். இதற்குப் பின்னரே இவை வரிவடிவம் பெற்றன என்கிறார்.

இந்தியாவில் கி.மு. ஆறாம் நூற்றாண்டின் பிற்பகுதியில் தான் (கி.மு. 550) எழுத்துக்கலை (Art of writing) தோன்றியதென்பர் மொழி நூல் வல்லவர். புத்தருடைய காலம் கி.மு. 567 - 487 ஆகும். அஃதாவது அவர் பரிநிர்வாணம் அடைந்த காலத்தைப் பல்வேறு சான்றுகளைக் கொண்டு கி.மு. 487 என்று உறுதிப்படுத்தியுள்ளனர். அவர் உயிர் வாழ்ந்தது 80 ஆண்டுகள் ஆகும். இதுவே அவர் வாழ்ந்த காலம் ஆகும். (487 + 80 = 567; கி.மு. 567-487)[4] காலவரையறையற்ற புராணங்கள் கூறும் கருத்தான சிவபெருமான் பாணினிக்குச் சமற்கிருதத்தையும், அகத்தியனுக்குத் தமிழையும் ஓதினான் என்பதைத் தள்ளி அயோத்திதாசர் காலக்கணிப்பை ஒட்டித் தன் கருத்தை வெளிப்படுத்தினார். சிவபெருமான் ஓதினார் என்பதும், தமிழ் பொதிய மலையில் பிறந்தது என்பதும், மதுரையில் வளர்ந்தது என்பதும் வேஷப் பிராமணனின் கபட நாடகமேயாகும் எனப் பண்டிதர் தோலுரித்துக் காட்டுகிறார்.

சாதிகள் :

புத்த பேதத்தின்படி அவரவர் மேற் கொண்டிருக்கும் தொழிலை அடிப்படையாகக் கொண்டே ஒவ்வொருவரும் இன்னார் என்று அறியப்பட்டனர்; அவ்வாறே அழைக்கப் பட்டனர். ஆனால் வேஷப் பிராமணன் அப்பெயர்களையே சாதிப் பெயர்களாக மாற்றி விட்டான் என்பது பண்டிதரின் கருத்தாகும். அஃதாவது பௌத்த சமயத்தில் கூறப் பெற்ற தொழிற் பெயர்களை வேஷப் பிராமணர் சாதிப் பெயர்களாக

மாற்றி, நான்கு வரணம் சாதி ஆகியவற்றை ஆண்டவனே படைத்ததாகக் கதை கட்டி விட்டனர்.

> மனுப்பிரஜாபதி நான்கு வருணாகிரமங்களை ஏற்படுத்தி ஒவ்வொரு சாதியேனும் அவனவன் பெயர்கள் ஈற்றில் இன்னின்ன வருணத்தான் என்று அறிந்து கொள்வதற்குத் தொடர் மொழிகள் வகுத்திருக்கிறார்கள்.

> மனுஸ்மிருதியில் சாதக கர்மா திசம்ஸ்காரம் (31 - 32 ஆம் வசனங்களில்) ஒரு பிராமணன் இராமசாமி என்னும் பெயர் வைத்திருப்பானாயின் அவனைப் பிராமணன் என்று மற்றவர் அறிய இராமசாமிசர்மா என்னும் தொடர்மொழியைச் சேர்த்துக் கொள்ள வேண்டும்; ஒரு சத்திரியன் முத்துச்சாமி என்னும் பெயர் வைத்திருப் பானாயின் அவனைச் சத்திரியன் என்று மற்றவர் அரிய முத்துச்சாமி வர்மா என்னும் தொடர் மொழியைச் சேர்த்துக் கொள்ள வேண்டும். ஒரு வைசியன் பொன்னுசாமி என்னும் பெயர் வைத்திருப்பானாயின் அவனை வைசியன் என்று மற்றவர் அறிய பொன்னுசாமி பூதி என்னும் தொடர் மொழியைச் சேர்த்துக் கொள்ள வேண்டும் எனக் கூறப்பட்டுள்ளது. இஃதன்றி (44 ஆம் வசனத்தில்) வருணாசிரம விதிப்படி, பிராமணன் பஞ்சு நூலினாலும், சத்திரியன் சணப்ப நூலினாலும் வைசியன் வெள்ளாட்டு மயிரினாலும் தரித்த பூணூலைத்தான் அணிதல் வேண்டும் எனக் குறிக்கப்பட்டுள்ளது.

இவை போன்ற சாதிக்கேற்ற நீதியாகப் பல ஆயிரம் கட்டளைகளை மனு கூறியுள்ளான். ஆனால் இன்றைய பிராமணர்கள் எவரும் மனுவின் கட்டளைப்படி நடக்கவில்லை. பிராமணன் எக்கியத்திற்கே பிரம்மா பசுக்களை உண்டாக்கினான் என்று மனுதர்மத்தில் கூறப்பட்டுள்ளது; இன்றுள்ள பிராமணன் எவனும் பசுவைப் பலியிட்டு உண்பது இல்லை. நான்கு வரணத்தைத் தவிர ஐந்தாவது வரணம் கிடையாது என மனு தெரிவிக்கிறான். இன்று பல வரணங்களும் பல்லாயிரம் சாதிகளும் உள்ளன. எனவே மனுவையும் வேஷப் பிராமணன் ஏமாற்றி விட்டான். அவனுடைய தந்திரத்தால்தான் இத்தனைக் கோடி சாதிப் பிரிவுகள் இந்தியாவில் தோன்றியுள்ளன.

சமுதாயத்தில் ஏற்பட்டுள்ள சாதி வேறுபாடுகளுக்கும் அவற்றால் விளையும் கேடுகளுக்கும் மனுநீதியே காரணம் என்கிறார் அயோத்திதாசர். இதனால் இந்நூலில் மனுவின் நீதிகளையும், வேதநீதிகளையும் விரிவாகக் காணலாம். வேதங்களும், மனுவும் வகுத்த நீதிகளின்படி எந்த ஒரு பிராமணனும் இன்று நடப்பதில்லை. எந்த ஒரு பிராமணன் இன்று வேதவிதிப்படி தொழில் செய்கிறான்? வேறு வேறு தொழில்களையே செய்கிறான். இப்படித்தான் சத்திரியனும், வைசியனும், சூத்திரனும் தத்தம் குலத்தொழில்களைச் செய்வதில்லை. எனவே இன்னமும் சாதியைப் பற்றிப் பேசவும், அதன் தருமத்தைக் காக்கவும் முனைவது அறிவின்மையின் வெளிப்பாடே என்கிறார் அயோத்திதாசர்.

இரிக் வேதம் பஞ்ச பூதங்களையும் பல்வேறு தேவதைகளையும் தனித்தனியே கடவுள் என்று சிறப்பித்துக் கூறுகிறது. இதைப் பின்பற்றும் ஒருவன் எதைத்தான் கடவுள் என்று நம்புவான்.

எல்லாவற்றுக்கும் மேலானவன் **பிரம்மன்** எனக் கூறிவிட்டு, அதற்கு எடுத்துக்காட்டுக் கூறும் யசுர் வேதம் (120வது பிரிவிலிருந்து 124வது பிரிவு வரை) சர்வமும் பிரம்மமே எனக் கூறுகிறது. பிராமணனே பிரம்மம், அறிவே பிரம்மம், தேகமே பிரம்மம் என்றெல்லாம் கூறுகிறது. பிரம்மம் மேலானவற்றுக் கெல்லாம் மேலானது.

ஆனால் அனைத்தையும் பிரம்மம் என்றால் ஒருவன் எதை நம்புவான்? எனவே, வேதத்தில் தெளிவு இல்லையென்றும் திரிபேதத்தை வேதமாகக் கொண்ட யதார்த்த பிராமணன் சரியான கருத்தைக் கூறினான் என்றும், ஏனெனில் அது புத்தரின் கருத்தேயென்றும் அயோத்திதாசர் கூறுகிறார். ஆனால் வேஷப் பிராமணன் தனக்குச் சாதகமாய் அமைய வேண்டி, இச்சை போல் ஊன்றி விட்டானாதலால் வேதத்தில் தெளிவு இல்லை என்கிறார்.

இதைப் போலவே 'ஆத்மா' என்பதனையும் யசுர் வேதம் (146 முதல் 151 வரையான பிரிவில்) வானம், கதிரவன், வளி (வாயு), வெளி (ஆகாயம்), உலகம், மண் ஆகியவற்றை ஆத்மா எனக் கூறிப் பொருளற்ற தாக்கி விட்டது என்கிறார்.

இவ்வாறு நான்கு வேதங்களில் கூறியுள்ள மந்திரங்கள், பிராமணங்கள், உபநிடதங்கள் என்ற மூன்று பிரிவுகளில் உபநிடதத்தைக் கடைசிப் பாகமாகக் கொண்டு (வேத அந்தம்) வேதாந்தம் என வகுத்துக் கொண்டார்கள். இவற்றுள் உபநிடதமே புத்தரின் போதனைகள். இவை இல்லாதபோது வேதம் பொருளற்றதாகி விடுவதால் உபநிடதத்தையும் கடைசியில் சேர்த்து வேதாந்தம் என்றனர் என்பது அயோத்திதாசரின் கருத்தாகும். பிரம்மமும், ஆத்மாவும் நிலையற்றது என்பதையும் இதனால் தெரிந்து கொண்டோம் என்கிறார்.

புத்த மார்க்க வினா விடை

இந்நூலை அயோத்திதாசர் யாத்தளிப்பதற்கு முன்பாகவே அவருடைய தமிழன் - இதழில் வினா விடைப் பகுதியில் இது கிழமை (வாரம்) தோறும் வெளியானது. படிப்பறிவில்லாத எளிய மக்களும் சிறுவர்களும் கூடப் பௌத்தத்தைப் பற்றி அறிந்து கொள்ளவே அயோத்திதாசர் இந்நூலை வெளியிட்டார். இந்நூலினைப் பண்டிதர் பரிநிர்வாணம் அடைந்து பதினாறு ஆண்டுகள் கழித்து 1930 இல் தென்னிந்தியப் பௌத்த சங்கத்தின் கோலார் தங்கவயல் ஆண்டர்சன் பேட்டைக் கிளைச் சங்கத்தார் வெளியிட்டனர்.

சொல்லாட்சி

இந்நூலில் நம்மை மிகவும் கவர்ந்தவை அவர் கையாண்டுள்ள சொற்களும் அவற்றின் பொருள்களுமே ஆகும். அவற்றுள் முகாமையானவற்றைக் காணலாம்.

சித்தார்த்தன்

இப்பெயர் பிறந்த ஆண்டின் காரணமாகப் புத்தருக்கு ஏற்பட்டது. அவர் உள்மெய் என்றதை இன்று உண்மை என்கிறோம்; பொய் மெய் என்றதைப் பொய்ம்மை என்கிறோம்; **புத்தன்** என்னும் சொல்லுக்கு அவர் **கிழவன், மெய்யன்** என்றும் பொருள் கூறுகிறார். அபுத்தன் என்ற சொல்தான் இன்று அபத்தம் (பொய்) என்று வழங்கப்படுவதாகவும் கூறுகிறார்.

சாக்கையன் என்னும் சொல்லுக்கு வருமுன் உரைப்பவன் எனப் பொருள் கூறும் அயோத்திதாசர் சாக்கையன் என்போரை

இன்று நாயனார், வள்ளுவர், பறையர் என்று அழைப்பதாகக் குறிப்பிடுகிறார். இவனை **முற்காணியன்** அல்லது **நிமித்திகன்** எனக் கூறலாம் என்கிறார். பறையனுக்குப் பதினெட்டு விருதுகள் உள்ளன எனக் கூறுகிறார். **சேரி** என்பது மக்கள் சேர்ந்து வாழு மிடமாகும். இச்சொல் சீவக சிந்தாமணி முதலிய இலக்கியங் களில் காணப்படுகிறது என்பதை எடுத்துக்காட்டுகிறார். **விசாரி** என்பதற்கு உரிய சரியான தமிழ்ச் சொல் **உசாவு** என்பதனைப் பல இடங்களில் பயன்படுத்தியுள்ளார். முகப்பி என்னும் சொல்லைக் **குழப்பி, கலந்து, குழைத்து** என்னும் பொருளில் பயன்படுத்தியுள்ளார். **முப்புரம் எரித்தல்** என்னும் தொடருக்கு மண், பெண், பொன் ஆகிய மூன்று ஆசைகளையும் அழித்தல் என்னும் பொருளில் பயன்படுத்துகின்றார். பரிநிர்வாணம், மரணம் ஆகிய சொற்களுக்கு வேறுபாடு காட்ட அவா அறுத்து நீத்தாரைப் பரிநிர்வாணம் அடைந்தோர் என்றும், அவாவுடன் நீத்தோரை மரணம் அடைந்தோர் என்றும் கூறுகிறார்.

இன்று நாம் கையாளும் சமாதி என்ற சொல் எப்படி வழக்காற்றில் வந்தது என்பதற்கு அவர் கூறும் விளக்கம் வேடிக்கையாக உள்ளது. ஆதிக்குச் சமமாதல் என்பதே சமாதியானது என்கிறார். ஆதியிலே புத்தர் நிர்வாணம் அடைந்தார். அதைப்போலவே மூவாசைகளையும் அறுத்து மறைந்தோரைச் சமாதி அடைந்தார் என்கிறோம். ஆதிக்குச் சமமானவர் = ஆதியானவர் = சமமானவர் = சமாதியானவர் என்று விரித்துரைக்கிறார்.

கடவுளை நம்பினால் மோட்சம் உண்டா? என்னும் வினாவுக்கு இவர் தரும் விடை இல்லை என்பதே ஆகும். மனம் மெய் (காயம்) மொழி (வாக்கு)யால் தீமை செய்யாதவன் எவனோ அவனே அவா அறுத்து நிர்வாணம் அடைவான் என்கிறார். கடவுள் என்னும் பேச்சுக்கே இடமில்லை என்கிறார்.[5]

பூசை என்னும் சொல்லுக்குத் **தடவுதல்** என்பது பொருளாகும். பூசை = பூசுதல் = தடவுதல் என்னும் பொருளில் வரும்போது பூசை செய்வதற்கே இடமில்லை என்கிறார்.

இந்நூலில் அயோத்திதாசர் புத்தமும், சமணமும் ஒன்றேயெனக் கொண்டு கூறும் விளக்கங்கள் வரலாற்றடிப் படையில் ஏற்கத் தக்கவை அல்ல.

தச சீலம்

அயோத்திதாசர் பௌத்த நெறியின் பத்து ஒழுக்கங்களை இரு வகையாகப் பிரித்து, நற்கருமம் பத்து, துற்கருமம் பத்து எனக்கூறுவது சிறப்பாகவுள்ளது.

அ. நற்கருமம் பத்து

உடலால் செய்வன : 1. வணங்குதல்
2. அறம் இயற்றல்
3. மனவடக்கம்
நாவினால் செய்வன :
4. இன்சொல் பேசுதல்
5. உண்மை பேசுதல்
6. நன்மையைப் பேசுதல்
7. அறச்சொற்களைப் பேசுதல்
மனத்தால் செய்வன :
8. எல்லாரிடத்தும் அன்பு செய்தல்
9. அவா அறுத்தல்
10. தன்னையறிதல்

ஆ. துற்கர்மம் பத்து

உடலால் செய்வன : 1. கொலை
2. களவு
3. பயனற்ற செயல்
நாவினால் செய்வன :
4. கடுஞ்சொல்
5. பொய்ச்சொல்
6. கோள் சொல்
7. வீண் சொல்
மனத்தால் செய்வன :
8. தீய சிந்தனை
9. பேராசை
10. கோபம்

இவ்வாறு பாகுபடுத்தி, மிகவுயர்ந்த கருத்துகளைப் பாமரரும் உணரும்படி அவர் எழுதி இருப்பது அவரை ஒரு சிறந்த போதகராகக் காட்டுகிறது.

இம்மை, மறுமை ஆகியவற்றை முறையே நாம் இவ்வுலக வாழ்வு என்றும் மறு உலக வாழ்வு என்றும் கூறுகிறோம். ஆனால் அயோத்திதாசர் இவற்றுக்கு முறையே குமரப் பருவம், முதுமைப் பருவம் எனப் பொருள் கொள்கிறார். பௌத்த நெறியில் சாதி இல்லையென்றும், பூசை உருவ வழிபாடு (விக்கிரக ஆராதனை), வேள்வி முதலான சடங்குகளும் இல்லையென்றும் திட்ட வட்டமாகக் கூறுகிறார்.

தமிழ்மொழிக்கு மூலமானவை **திவாகரம் நிகண்டு** முதலானவை எனக் கூறும் அயோத்திதாசர் **தொல்காப்பியம், திவாகரம், வீரசோழியம், நேமிநாதம், யாப்பருங்கலக் காரிகை** முதலிய நூல்களில் கடவுள் வாழ்த்தாகப் பௌத்தமே போற்றப்படுவதைக் காணலாம் என்கிறார். எனவே இந்தியாவுக்கு ஆதி வேதமாக விளங்கியது பௌத்த நெறியே என்பது அவர் கருத்தாகும்.

திருவள்ளுவர் வரலாறு

திரிக்குறள் கடவுள் வாழ்த்து

இந்நூல் பண்டிதர் மறைவுக்குப் பின் பல ஆண்டுகள் கழித்து 1950 இல் கோலார் தங்க வயல் ஆண்டர்சன்பேட்டை - தென்னிந்தியப் பௌத்த சங்கத்தின் சிறைச் சங்கத்தின் சார்பில் சித்தார்த்தர் அச்சுக் கூடத்திலிருந்து வெளியிடப்பட்டது. அயோத்திதாசர் 1907 இல் தான் தொடங்கிய **ஒரு பைசாத் தமிழன்** - இதழில் இதனைத் தொடர் கட்டுரையாக வெளியிட்டுள்ளார். இஃதொரு சிறந்த ஆராய்ச்சி நூலாகும். ஆதி பகவன் என்னும் சொல்லை ஆய்ந்து திருவள்ளுவரின் காலம், குலம், சமயம் முதலானவற்றைத் தெளிவுபடுத்தியுள்ளார். எனவே தான் இந்நூலின் அருமை கருதி, அவருடைய பரிநிர்வாணத்திற்கு 36 ஆண்டுகள் கழித்து வெளியிட்டுள்ளனர். இது மொத்தம் 38 பக்கங்களைக் கொண்ட நூலாகும்.

17-6-1908 இல் வெளிவந்த ஒரு பைசாத் தமிழன் - இதழில் திருவள்ளுவர் வரலாறு முதல் கட்டுரையாக வெளிவந்தது. இந்திய தேசம் முழுவதும் புத்தரின் மெய்யறம் பரவியிருந்த காலத்தில் அறவரத்துகள் என்றும், பிராமணர்கள் என்றும், அந்தணர்கள் என்றும் வழங்கப் பெற்றவர்கள் ஞான குருக்களாக

இருந்தனர். இவர்கள் நீங்கலாகச் சாக்கையர் என்றும், வள்ளுவர் என்றும் நிமித்திகர் என்றும் பெயர் பெற்றவர்கள் அரசர், வணிகர், வேளாளர் என்னும் முத்தொழில் செய்பவருக்கெல்லாம் கன்ம குருக்களாக விளங்கினார்கள் என்று அயோத்திதாசர் கூறுகிறார்.

இதற்கான சான்றுகளை முன்கலை திவாகரம், பின் கலை திவாகரம், மணிமேகலை, சீவகசிந்தாமணி ஆகிய நூல்களிலிருந்து எடுத்துக் காட்டுகிறார். தென்னாட்டிலும் இவர்களைச் சாக்கையர், வள்ளுவர், நிமித்திகர் என்றே அழைத்தனர். இவர்கள் புத்த மார்க்க அரசர்களுக்குக் கன்ம குருக்களாகக் கருமங்களை நடத்தி வந்தார்கள்.[7]

தென்னாட்டில் இவர்களைப் பொதுவாக வள்ளுவர் என்றே வழங்கி வந்தார்கள். திருநெல்வேலிக்கு அருகிலுள்ள பகுதி வள்ளுவநாடு என்றே வழங்கப்பட்டு வருகிறது.[8]

வள்ளுவ அரச மரபினர்

வள்ளுவர்கள் அரச மரபைச் சேர்ந்தவர்கள்; அம்மரபின் தோன்றியவர்தாம் **நாயனார்** என்னும் பெயர் பெற்ற **திருவள்ளுவர்**. இவர் வடமதுரையை ஆண்ட **கச்சன்** என்கிற அரசனுக்கும் **உபகேசி** என்னும் **இராக்கினி**க்கும் பிறந்தவர். பன்னூல் பயின்று, செந்நாப் புலவரான இவர் நாடு முழுவதும் சுற்றித் தனது குருவான சாக்கிய முனிவரின் திரிபிடகம் என்னும் மூன்று பேத வாக்கியங்களையும், அவற்றின் உபநிடதங்களையும் அறிந்தார். பின்னர் தின்னனூருக்கு மேற்கேயிருந்த பௌத்த சங்கத்தில் சேர்ந்து, சமன நிலை கடந்து, அற ஹத்துவாம் அந்தண நிலை அடைந்தார். தன் குருவாகிய சாக்கிய முனிவர் (புத்தர்) அருளிய திரிபிடகம் பாளி, சமற்கிருத மொழிகளில் மட்டுமே இருப்பதால் சங்கங்களில் தங்கியுள்ள சமணர்களுக்கும், பிராமணர்களுக்கும் மட்டுமே பயன்படுவதை அறிந்த நாயனார், அது ஏனைய பொதுமக்களுக்கும் பயன்படும் வகையில் தமிழ் மொழியில் திரிபிடகம் அல்லது திரிபேத வாக்கியம் என்னும் முதல் நூலின் வழி நூலாகத் திரிக்குறள் என்னும் நூலை யாத்தார்.[9] இதற்கான சான்றுகளை பின்கலை நிகண்டார், நரிவெறு உத்தலையார், வெள்ளி வீதியார் ஆகியோரின் பாடல்களிலிருந்து அயோத்திதாசர் மேற்கோள் காட்டியுள்ளார். இவற்றில் புத்தரின்

திரிபிடகம் என்னும் முதல் நூலை நாயனார் திரிக்குறள் என்னும் வழி நூலாக யாத்தவர் எனக் கூறப்படுகிறது.

இதில் தனது அரச மரபில் நடைமுறையிலுள்ள அரசு, அமைச்சு, படை, குடி, சூழ் என்னும் உறுப்புகளையும், அரச நீதிகளையும், அமைச்சர்க்குரிய விதிகளையும் விளக்கினார். அத்துடன் ஒழுக்க சீலம், ஞானம் முதலியவற்றையும் விளக்கிப் பத்துப் பாடல்களில் பாயிரமாகப் படைத்துள்ளார். தனது குருவாகிய புத்தர் போதித்த **தம்ம பிடகம், சுத்த பிடகம், விநய பிடகம்** ஆகிய முப்பிடகங்களாம் மெய்யறம் (அறம்), மெய்ப் பொருள் (பொருள்), மெய்யின்பம் (இன்பம்) ஆகிய முப்பாலாக வகுத்துக் குறள் வெண்பாவால் திரிக்குறளாக யாத்தார். இவற்றையே சமற்கிருதத்தில் கன்ம பாகை, அர்த்த பாகை, ஞான பாகை என்றனர். இவ்வாறு இவர் இயற்றிய திரிக்குறளிலுள்ள அறத்துப்பால், பொருட்பால், காமத்துப்பால் என்னும் முப்பாலையும் விளக்கி, தன் தந்தை கச்சராசனுக்குப் படித்துக் காட்டினார். இதனைக் கேட்ட அவ்வரசன் மனமகிழ்ந்து போனான். இந்நூலைப் படித்தறிந்த புத்த சங்கத்தார், நாயனார் நூலுக்குச் சாற்றுக் கவி (திருவள்ளுவ மாலை) அளித்தார்களாம். சில நாள் சென்று பரிநிர்வாணம் அடைந்த திருவள்ளுவ நாயனார்க்கு இச்சங்கத்தார் **தியான பஞ்ச ரத்தினப் பாவை** எழுதி, கல்லெழுத்தில் அதனைப் பதித்து, அவர் பரிநிர்வாணம் அடைந்த இடத்தில் பதித்தார்களாம். அவர் பரிநிர்வாணம் அடைந்தது சித்திரைச் சதுர்த்தசிக்குப் பின்னால் வந்த அமாவாசையில் ஆகும் என்பார். இச்சங்கத்தார் இவருக்குப் பஞ்சரத்தினப் பாவையிலுள்ள ஐந்து பாடல்களையும், **விபூதி விளக்கம்** என்னும் நூலிலுள்ள பத்துப் பாடல்களையும், **சதக விளக்கம்** என்னும் நூலிலுள்ள நூறு பாடல்களையும் கொண்ட ஓர் ஓலைச் சுவடியை வழங்கினர். இதற்கான சான்றுகளைப் பண்டிதரே தேடியலைந்து கண்டு பிடிக்க முயன்று கீழ்க்காணும் உண்மைகளை அறிந்துள்ளார்.

திருவள்ளூருக்கு அருகிலிருந்த புத்த விகாரையில் தங்கியிருந்து பரிநிர்வாணம் அடைந்த திருவள்ளுவருக்கு அறித்த தியான பஞ்சரத்தினப் பாவை என்னும் ஐந்து பாக்களையும் கற்பலகையில் எழுதி அவ்விடம் பதிந்திருந்ததைப்

பார்க்கச் சென்ற அயோத்திதாசர் அங்குக் காண முடியாமல் பலரையும் அது பற்றி உசாவினார்.

குடியேற்றம், வேலூர் முதலிய இடங்களுக்குச் சென்று பலரிடமும் கேட்டார். வேலூர் மார்ச்சலிங்கப் பண்டாரத்தின் மைத்துனர் முத்துச்சாமி சோசியரிடமும், காசி விசுவநாத முதலியாரின் சம்பந்தி சௌந்தரபாண்டி முதலியாரிடமும் உசாவினார். இவர்கள் அளித்த தகவல்படி, திருவள்ளூரிலிருந்த பௌத்த ஆலயத்திற்குப் பறையர்களே திரளாக வருவார்கள் என்பதும், அமாவாசை தோறும் (திருவள்ளுவர் மறைந்த நாள்) அக்கோவிலில் சேரும் காணிக்கை, தேங்காய், பழம், வெல்லம், மாவு ஆகியவை ஏராளமாகச் சேர்ந்துவிடும் என்றும், இவற்றைத் துய்க்கவே சாதி இந்துக்கள் இப்பறையர்களை அடித்து விரட்டி விட்டு, இக்கோவிலை அபகரித்துக் கொண்டார்கள் என்றும் தெரிய வந்தது. அக்கோவிலிருந்து தியான பஞ்சரத்தினப் பாவை பொறித்த கற்பலகையை அவர்கள் குளத்தில் வீசியிருக்க வேண்டும்; அல்லது பறையர்களுக்கென ஒரு சிறிய கோவிலைக் கட்டி அதற்காக அவர்களைத் துரத்தும்போது, அக்கோவிலின் அடித்தளத்தில் போட்டுப் புதைத்திருக்க வேண்டும் என்றனர். புதிதாகக் கட்டிய அக்கோவிலுக்குப் **பறைப் பெருமாள் கோயில்** எனப் பெயர் வைத்தனராம்.

மேலும் வேலூரில் வினையலங்கார விகாரையும் தின்னனூரில் திருவள்ளுவர் விகாரையும் இருந்தனவென்றும், இவற்றையே திருவள்ளுவரின் பரிநிர்வானத்திற்கு முன்பு முறையே இந்திர விகாரையென்றும், இராகுலர் விகாரை யென்றும் அழைத்தார்கள் என்றும், முத்துச்சாமி ஜோசியர் தெரிவித்துள்ளார். இன்று திருவள்ளூரிலிருக்கும் வீரராகவப் பெருமாள் கோவில்தான் அன்று இராகுல விகாரையாக இருந்தது; இராகுலன் என்பது புத்தருடைய மகன். இராகுல விகாரை என்பதை வேஷப் பிராமணர்கள் இராகவன் கோயிலாக மாற்றி, இன்று அது வீரராகவப் பெருமாள் கோயிலாக மருவி வழங்கப் பெறுகிறது என்பது அயோத்திதாசரின் ஆய்வு முடிவாகும். இக்கோயில் உள்ளிருக்கும் சிந்த வண்ணமுள்ள வீரராகவப் பெருமாளின் உருவச் சிலை புத்தரின் நிர்வாண உருவச் சிலையே என்கிறார் பண்டிதர்.

வேலூர் மார்க்கலிங்கப் பண்டாரம் இயற்றியுள்ள பஞ்ச ரத்தின உரையில் திருவள்ளுவர் அரசப் புதல்வர் என்றும், இதனை நல்கூர் வேள்வியார் என்னும் பௌத்த சங்கத்தாரின் வெண்பாவும் உறுதி செய்கிறது என்றும், முத்துச்சாமி ஜோசியர் கூறியதுடன், தன்னிடமிருந்த திரிக்குறள் ஓலைச் சுவடியின் படியொன்றையும் அயோத்திதாசரிடம் கொடுத்தாராம். இதில் வடமதுரை அரசன் கச்சன் என்பவனுக்கும், உபகேசி என்பவளுக்கும் திருவள்ளுவர் பிறந்தார் என்பது பெறப்படுகிறது. கச்சன் ஆண்ட நாட்டைக் கச்சயம் என்றே இன்றும் அழைக்கிறார்கள் என்றார் அயோத்திதாசர்.

கச்சயமாளுங் கழற்களம் வேந்தன்
நுச்சய னென் போனொருவன் தொண்டன்

என்னும் மணிமேகலையின் வரிகளை இதற்கு எடுத்துக் காட்டாகக் கூறுகிறார்.

பறையர் என இழிவு படுத்துதல்

இவ்வாறு பௌத்தர்களே அறிவிலும் ஞானத்திலும் சிறந்து நின்றதால் மக்களால் போற்றப்பட்டனர். இதைக் கண்டு பொறாத வேஷப் பிராமணர்கள் இவர்களைப் பறையர் - கீழ்ச் சாதிக்காரர்கள் என்றனர். பௌத்தர்கள் வாழும் இலங்கையைப் பறையர் நாடு என்று அழைத்தனர். ஆங்கிலேயர் ஆட்சியாளராக வந்தபோது அவர்களுக்குத் தமிழ் கற்பிக்கச் சென்ற பிராமணர்கள் முதலில் பறையர்களை ஏசிப் பேசிவிட்டுத்தான் கற்பிக்கத் தொடங்குவார்களாம். பறையர்களின் வகைகளை ஆங்கிலேயருக்கு எடுத்துக் கூறுவார்களாம். இதன் அடிப் படையில்தான் இராட்னர் அகராதி 332 ஆம் பக்கத்தில் 34வது பிரிவில் 13 வகைப் பறையர்களின் பட்டியல் தரப்பட்டுள்ளது. அவை 1.வள்ளுவப் பறையர், 2.தாதப் பறையர், 3.தங்கலான் பறையர், 4.துற்சாலிப் பறையர், 5.குழிப் பறையர், 6.தீப் பறையர், 7.முரசப் பறையர், 8.அப்புப் பறையர், 9.வடுகப் பறையர், 10.ஆலியப் பறையர், 11.வழிப் பறையர், 12.வெட்டி யார்ப் பறையர், 13.கோலியப் பறையர் என்பனவாகும்.

ஆனால் பார்ப்பானில் எத்தனை வகைப் பார்ப்பான் இருக்கிறான் என்பதைப் பற்றி அவர்கள் எதுவும் தெரிவித்துக் கொள்வதில்லை.

காரணம் யாதென்பீர்களாயின் பிரம்மாவின் முகத்திலிருந்து வந்த பார்ப்பனர்கள் 108 வகையினராக இருந்தால் தங்களுக்கு இழிவு உண்டாகும் என விடுத்துப் பௌத்தர்களை மட்டும் பாழ்படுத்தி வந்தார்கள்.

சென்னைத் தமிழ்ச் சங்கம்

இந்திய அரசுப் பணியில் (I.C.S.) தேர்ந்து வந்த எல்லிசு துரை என்பார் 1825 ஆம் ஆண்டிற்குப் பின் சென்னையில் ஒரு தமிழ்ச் சங்கத்தை ஏற்படுத்தினார். ஓலைச் சுவடிகளாயிருந்த தமிழ் நூல்களை ஆய்ந்து அச்சங்கத்தின் மூலம் வெளியிடத் தொடங்கினார். பலரிடமிருந்த கையெழுத்துப் படிகளைத் திரட்டி, அச்சிட்டுத் தமிழ் நூல்களைப் பரவச் செய்தார்.

இவரைப் போலவே ஜார்ஜ் ஆரிங்டன் துரையும் ஓலைச் சுவடிகளைச் சேகரித்து அச்சிட்டு வெளியிடலானார். அவரிடம் சமையல்காரராக (பட்லராக) இருந்த கந்தப்பன் என்பார் தன்னிடமிருந்த திருக்குறளின் மூலத்தையும் நாலடி நானூறையும் ஆரிங்டன் துரையிடம் அளித்தார். ஓலைச் சுவடியாக இருந்த அவற்றை ஆரிங்டன் துரை தன்னிடம் பணிபுரிந்த வித்வான் தாண்டவராயர், மேலாளர் முத்துச்சாமிப் பிள்ளை ஆகியோரைக் கொண்டு உரை எழுதும்படி செய்து 1831 இல் திருக்குறளை வெளியிட்டார். அச்சிட்டு வெளியானதும் அதைக் கந்தப்பன் படித்துப் பார்த்தார். வியப்படைந்தார். தான் கொடுத்த ஓலைச் சுவடியில் இல்லாத நான்கு பாடல்கள் புதிதாக எழுதிச் சேர்க்கப்பட்டிருப்பதைத் திருவள்ளுவ மாலையில் கண்டார். இதனைச் சூரியோதயம் இதழிலும் குறிப்பிட்டிருந்ததாக அயோத்திதாசர் தெரிவிக்கிறார்.

தமிழ்ச் சங்கத்தின் தோற்றுநரான எல்லிசுதுரை, குறளுக்கு சில சார்பு நூல்களை எழுதித் திருக்குறள் மூலமும் உரையும் சேர்த்து, 1834 இல் வெளியிட்டுள்ளார். இதில் எவ்வகையான இடைச் செருகலோ சேர்க்கையோ காணப்படவில்லை.

திருவள்ளுவர் பார்ப்பானுக்கும் பறைச்சிக்கும் பிறந்தவரா?

ஆங்கிலேயர்களால் வெளியிடப்பெற்ற திருக்குறள் படிகளிலும் திருவள்ளுவ மாலையிலும் திருவள்ளுவர் பிறப்பைப்

பற்றி எதுவும் கூறப்படவில்லை. 1831 ஆம் ஆண்டு ஆரிங்டன் வெளியிட்ட குறள் நூலிலும், 1834 ஆம் ஆண்டு எல்லிசு துரை வெளியிட்ட குறள் நூலிலும் திருவள்ளுவர் பார்ப்பானுக்கும் பறைச்சிக்கும் பிறந்தார் என்னும் கதை குறிப்பிடப் பெறவில்லை. ஆனால் மூன்றாவது, நான்காவதாக வெளிவந்த பதிப்புகளில் இக்கதை புகுத்தப்பட்டுள்ளது.

> அஃதாவது நாயனார் புத்தர் பிரானைச் சிந்தித்துள்ள முதற் பாடலில் ஆதி என்றும், பகவன் என்றும் வந்துள்ள வாக்கியங்களை எடுத்துக் கொண்டு ஆதி என்னும் பறைச்சியும், பகவன் என்னும் பிராமணனும் இருந்ததாகவும், அவ்விருவர் விபசாரத்தால் ஏழு பிள்ளைகள் பிறந்ததென்றும், அவர்களில் நாயனார் மயிலாப்பூரில் தங்கி வைசியர் குலப் பெண்ணொருத்தியை மணந்து இல்லறம் நடத்தி வருங்கால் இக்குறளைப் பாடினார் என்றும் விசாகப் பெருமாள் ஐயர் 1835 ஆம் ஆண்டு அச்சிட்ட குறள் புத்தகத்தின் கடைசியில் சேர்த்துவிட்டனர்.

முதலில் சேர்த்திருந்தால் எல்லிசு துரை அவர்களும் தாண்டவராய முதலியார், முத்துச்சாமிப் பிள்ளை ஆகியோரும் தாங்கள் அச்சிட்டதில் இஃது இல்லையே எனக் கேட்பார்கள் என்றே விசாகப் பெருமாய் ஐயர் இதனைக் கடைசியில் சேர்த்து விட்டார். பொது மக்களும், அறிஞர்களும் இதுபற்றிக் கேட்காமல் விடவே, அவருடைய இளவல் சரவணப் பெருமாள் ஐயர் இதனை நூலுக்கு முதலிலேயே திருவள்ளுவ மாலை என **1837** ஆம் ஆண்டுப் பதிப்பில் அச்சிட்டு வெளியிடலானார்.

விசாகப் பெருமாள் ஐயர் ஆதிக்கும் பகவனுக்கும் ஏழு பிள்ளைகள் பிறந்தனவென்றும், நாயனார் மயிலையில் பிறந்தாரென்றும் கூறிவிட்டு மற்ற அறுவரும் பிறந்து வளர்ந்த இடங்களைக் குறிப்பிடவில்லை. ஆனால் சரவணப் பெருமாள் ஐயர் நான்காவது பதிப்பாக அச்சிட்டதில் எழுவரும் பிறந்தவுடனேயே ஒவ்வொரு வெண்பா பாடியதாகவும் ஒவ்வொருவரையும் இன்னின்னார் எடுத்து வளர்த்தார் என்றும், பிறந்த இடங்கள் இன்னின்னவென்றும் கூறியுள்ளார்.

விசாகப் பெருமாள் பதிப்பில் நாயனார் வைசியப் பெண்ணை மணந்தார் என்றும், சரவணப் பெருமாள் பதிப்பில் நாயனார் வெள்ளாளர் குலப் பெண்ணை மணந்தார் என்றும் கூறப்பெற்றுள்ளது.

1847 ஆம் ஆண்டு திண்டுக்கல் முத்து வீரப்பப்பிள்ளையின் ஆணைப்படி வேதாச்சல முதலியார் அச்சிட்ட திருக்குறள் சிறப்புப் பாயிரமாகிய திருவள்ளுவ மாலையில் சோழ நாட்டு அந்தணனுக்குப் பகவன் பிறந்து, கருவூர்ப் புலைமகள் ஆதியை மணந்தார் என்றும் கூறப்பட்டுள்ளது. இதில் பிரம்மன் ஒரு யாகம் செய்ததாகவும், அந்த யாகத்தில் உதித்த சரசுவதியைப் பிரம்மன் மணந்தான் என்றும், மறுபடியும் அகத்தியனாகத் தோன்றி, கடல்கன்னியை மணந்து பெருஞ்சாகரன் என்பானைப் பெற்றான் என்றும் கூறப்பட்டுள்ளது. அப்பெருஞ்சாகரன் திருவாரூர் புலைச்சியை மணந்து பகவன், பிரம்மாவின் குலத்தில் தோன்றிய தவமுனி என்பாருக்கும், அருண்மங்கை என்பவளுக்கும் மகளாய்த் தோன்றிய ஆதி என்பவளை மணந்தான். தவமுனிவர் விறாலி மலைக்குத் தவம் செய்யச் சென்றுவிட்டதால் ஆதியை உறையூர்ப் பெரும்பறையன் எடுத்து வளர்த்ததாகவும் பெரும் பறையன் சேரி மண்மாரி பொழிந்தபின், இப்பெண் மட்டும் தப்பினாள் என்றும், அப்பெண்ணை மேலூர் அகரத்தில் இருந்த நீதி ஐயன் வளர்த்துப் பகவனுக்குத் திருமணம் செய்து வைத்தான் என்றும் கூறப்பெற்றுள்ளது.

மேற்கூறிய யாவுமே இட்டுகட்டிய கட்டுக் கதைகள் தாம் என்பது அயோத்திதாசரின் கருத்தாகும். ஓர் அறிஞனைக் கீழ்ச் சாதியில் பிறக்க விடாமல் அறிவிற் சிறந்த அந்தணரோடு தொடர்புபடுத்தி விட்டனர்.

கதையின் போக்கில் ஒன்றுக்கொன்று மாறுபடுகிறது. சரியாக நிகழ்ச்சிகளைக் கூறமுடியாதவிடத்துப் பிரம்மனை நடுவில் இழுத்துள்ளனர். புத்தரின் பேதத்தை வேதமாக்கிக் கொண்ட வேஷப் பிராமணர்கள், பௌத்த நெறிகளைத் தழுவியோரைப் பறையர் என்றும், அக்குலத்தில் உதித்த மொத்த மாமேதையான நாயனாரைப் பறையன் என்றும் இழித்துப் பேசவே இத்தகைய பொய்க் கதைகளை ஒன்றுக் கொன்று

முரண்படக் கூறியுள்ளனர் என்பதுதான் அயோத்திதாசரின் கருத்தாகும். திருவள்ளுவர் ஒரு பௌத்தர்: திருக்குறள் பௌத்த நெறி என்பதுவே அவருடைய முடிவு.

மேலும் ஆதியும் பகவனும் கூடிய உடனேயே குழந்தை பிறந்தது என்பதும், உடனே பாடல் பாடியது என்பதும் பகுத்தறிவுக்கு ஒவ்வாத கதையாகும். குழந்தை கருவில் தோன்றித் தாயின் வயிற்றிலிருந்து பிறப்பதற்குப் பத்து மாதம் ஆகுமல்லவா?

பிராமணக் குலத்தில் மாமேதைகள் பிறந்ததேயில்லை என்பது தான் வரலாறு. வேதங்களையும், புராண இதிகாசங் களையும் எழுதியவர்கள் பிராமணர்கள் அல்லர். அவற்றுக்குப் பதவுரை, விளக்கவுரை கூறியவர்கள் தாம் பிராமணர்கள். எனவேதான் அண்ணல் அம்பேத்காரும், பிராமணர்கள் நூற்றுக்கு நூறு படித்தவர்கள்; ஆனால் நுண்ணறிவாளர்கள் அல்லர் என்றும், அவர்களிடம் இதுவரை ஓர் அரிஸ்டாட்டிலோ, சாக்ரடீசோ தோன்றவில்லை என்றும் கூறினார்.

தான் கொண்ட கருத்துக்குச் சான்றாக அயோத்திதாசர் இருபெரும் ஆய்வாளர்களின் கருத்துகளை மேற்கோள் காட்டுகிறார். அவர்களிடம் கருக்கை - **சி.சுந்தராசாரியார்** என்பவர் ஒருவர். அவர் **1902** ஆம் ஆண்டு, அக்டோபரில் வெளிவந்த **ஞானபோதினி** - இதழில் **திருவள்ளுவர் மதம்** என்னும் தலைப்பில் பல்வேறு கோணங்களில் ஆராய்ந்து திருவள்ளுவர் ஒரு பௌத்தரே என்று நிலைநாட்டியுள்ளார். அதிலும் **ஹீனயாணம், மகாயாணம்** என்னும் இரு பிரிவுகளில், இவர் மகாயாண பௌத்தர் என்பது சுந்தராசிரியரின் கருத்தாகும். இக்கருத்துக்குச் சான்றாக இவர் வள்ளுவரின் குறட்பாக்களையே காட்டுகிறார்.

அயோத்திதாசர் குறிப்பிடும் மற்றொருவர் சருக்கை **இராமசாமி ஐயங்கார் பி.ஏ.,** என்பவராவார். ஐயங்கார் 1905 ஆம் ஆண்டு மே மாதத்தில் வெளியான **ஸ்ரீவாணி விலாசினி** இதழில் எழுதியதை அயோத்திதாசர் சுட்டிக் காட்டுகிறார். அவரும் வள்ளுவரைப் பௌத்தர் என்றே கூறுகிறார்.

இவ்விருவரும் எடுத்த எடுப்பிலேயே வள்ளுவரைப் பௌத்தர் எனக் கூறிவிடவில்லை. ஜி.யு.போப் தாம் பதிப்பித்த திருக்குறளில் வள்ளுவரைக் கிறித்தவர் என்கிறார். தம் கருத்துக்குச் சான்றாகக் குறளில் கூறப்பட்டுள்ள அறநெறிகள் யாவும் ஏசுநாதர் புகட்டியவை என்று கூறுகிறார்.

நம்மாழ்வாரின் திருவாய் மொழியும் வள்ளுவரின் வாய் மொழியும் ஒரே மாதிரியாக இருப்பதால் வள்ளுவரை வைணவர் எனக் கூறுகிறார். உமாபதி சிவாச்சியார் திருக்குறளைச் சைவ நூல் என்கிறார். தேவாரம், திருவாசகத்துடன் ஒப்பிடும் போது குறளில் இவற்றின் கருத்துகள் அடங்கியுள்ளனவாம். வள்ளுவரைச் சிலர் சமணர் எனக் கருதுகின்றனர். சைன மரபில் அருக சரணம், சித்த சரணம்; காது சரணம், தரும சரணம் எனக் கூறப்படும் நான்கினையும் வள்ளுவர் முறையே, கடவுள் வாழ்த்து, வான்சிறப்பு, நீத்தார் பெருமை, அறன் வலியுறுத்தல் என்னும் நான்கு அதிகாரங்களாகச் செய்துள்ளார்; மேலும் சமணர்களின் உயிர் நாடிக் கோட்பாடுகளான புலால் மறுத்தல், கொல்லாமை ஆகியவற்றை வள்ளுவர் வலியுறுத்தியுள்ளார். எனவே அவர் சமணர்தான் என்கின்றனர்.

மேற்கண்டவாறு வள்ளுவரைக் கிறித்தவர், சைவர், வைணவர், சமணர் எனக் கூறுவோரின் வாதங்கள் யாவும் பொய்த்துப் போகின்றன. கடைசியாக மெய்யென நிற்பது வள்ளுவர் பௌத்தர் என்னும் வாதம் மட்டுமேயாகும்.

குறளில் கையாளப்பெறும் எந்தச் சொல்லும் கடவுள் வாழ்த்து உட்படக் கடவுளைக் குறிக்கவில்லை; மாறாக நல்வழிப்பட்ட முனிவர்களையே குறிக்கிறது.

ஐம்புலன்களையும் அடக்க வேண்டும்; உயிர்ப் பலியிடும் வேள்விகள் செய்யக்கூடாது; பூசனை செய்தல் கூடாது; நீத்தார் பெருமை (பௌத்த பிக்குகளின் பெருமை), அறம் (பௌத்த அறம்), மழித்தலும் நீட்டலும் வேண்டாம் என்னும் கட்டளை முதலியவை முழுக்க முழுக்கப் பௌத்தமே. இதற்கான விரிந்த சான்றுகளைக் கூறுவது பௌத்த நூலாகிய **மணிமேகலை**யே என்பார் அயோத்திதாசர்; **சிலப்பதிகாரமும்** பௌத்த நூலே எனக்கூறும் அயோத்திதாசர் மற்றெல்லாச் சமயங்களை விடவும்

பௌத்தமே சிறந்ததெனச் சிலப்பதிகாரமே கூறுகிறது என்கிறார். சிலப்பதிகாரத்தின் காலத்தையும் கி.பி130 என வரையறுக்கிறார் அயோத்திதாசர். ஆகவே இது கடைச் சங்க நூலேயொழியச் சங்கம் மருவிய கால நூலன்று என்பதும் அவருடைய முடிவாகும்.

சொல்லாட்சி

அயோத்திதாசர் இன்று பொதுவாக வழக்காற்றில் இல்லாத பல சொற்களைக் கையாண்டுள்ளார். **விகார்** (பௌத்த மண்டபம்) என்னும் சொல்லுக்கு இணையாக **வியார்** என்னும் சொல்லைக் கையாண்டுள்ளார். **விவகாரம்** என்னும் சொல்லுக்கு **வியவகாரம்** என்றும், **சமம்** என்னும் சொல்லுக்குப் **பகரம்** என்றும், **எமன்** என்பதற்கு **இயமன்** என்றும் பயன்படுத்தியுள்ளார்.

முடிவாக விசாகப் பெருமாள் ஐயர், சரவணப் பெருமாள் ஐயர் ஆகியோரின் பதிப்புகளில் முதன் முதலாகத் தோன்றிய **ஆதி பகவன்** சிக்கல் நிலைத்து விட்டது. அஃதாவது திருவள்ளுவ நாயனார் **ஆதி** என்னும் பறைச்சிக்கும் **பகவன்** என்னும் பார்ப்பனுக்கும் பிறந்தவர் என்ற அவர்களின் வேஷப் பிராமணம் நிலைத்துவிட்டது. இது தவறான, வேண்டுமென்றே நுழைத்த இடைச்செருகல்; பார்ப்பானைத் தவிர மற்றவனுக்கு அறிவு நுட்பமில்லை என்னும் அவர்களின் சாதிய சுபாவத்தால் விளைந்த விளைவு.

“அகர முதல எழுத்தெல்லாம் ஆதி
பகவன் முதற்றே உலகு.”

என்பதுதான் திருக்குறளின் முதற்குறள். இதில் **பகவன்** என்னும் சொல்லுக்குப் **பகலவன்** அல்லது **சூரியன்** என்பது பொருள்; (பகலவன் - பகலன் - பகவன்) சூரியன் உலகம் தோன்றுவதற்கும் ஐநூறு கோடி ஆண்டுகளுக்கு முன் தோன்றியது; சூரியன்; தோன்றிய 40 கோடி ஆண்டுகள் கழித்து உலகம் தோன்றியது உலகம் தோன்றிய பல கோடி ஆண்டுகளுக்குப் பின் மனிதன் தோன்றினான். அவனுடன் அவனுடைய மொழியும் தோன்றியது. அவ்வாறு உலகில் முதல் முதல் தோன்றிய மாந்தன் - மனிதன் **தமிழனே** ஆவான். அவன் மொழியே தமிழ்.[10] இதைத் தான் வள்ளுவர் ஆதி பகவன் என்கிறார். அதாவது **பகவன்**

(சூரியன்) ஆதியில் தோன்றியவன் என்கிறார். அகரம் மொழிக்கு முதலில் தோன்றியது. பகலவன் உலகிற்கு முதலில் தோன்றியதைப் போல மொழிக்கு அகரம் முதலில் தோன்றியது என்னும் உவமானத்தையும் வள்ளுவர் இக்குறளில் கூறுகிறார்.

ஆனால் வேஷப் பிராமணர்கள் ஆதி+பகவன் எனப் பிரித்து அவற்றைத் தாயும் தந்தையும் ஆக்கிவிட்டனர். ஆதி என்பது வடசொல் அன்று; அது வடநாட்டில் வாழ்ந்த வடதிராவிடர் (பிராகிருத மொழி பேசியோர்) கையாண்ட சிறப்பான சொல். இச்சொல்லுக்கு முதல், மூலம், காரணம், தொடக்கம் என்பது பொருளாகும் என்கிறார் பாவாணர்; பாவாளர் ஆதி என்பது ஆரியமல்லாத வடநாட்டுச் சிறப்புச் சொல் எனக் குறிப்பிடுகிறார்.

எனவே வானநூல், நிலநூல், மொழி நூல் ஆகியவற்றின் அடிப்படையில் நோக்கும் போது உலகம் தோன்றுவதற்கு முன் சூரியன் தோன்றியதைப் போல, மொழி தோன்றுவதற்கு முன் அகரம் தோன்றியது. இதனால் சூரியன் உலகிற்குத் தொடக்கம்; அகரம் மொழிக்குத் தொடக்கம் என்பது புலனாகிறது.

இதில் திருவள்ளுவர் திராவிட (ஆதி) - ஆரிய (பகவன்) கலப்பால் தோன்றியவர் என்னும் கருத்துக்கே இடமில்லை, திருவள்ளுவ நாயனார் ஆதித் தமிழர் (ஆதித் திராவிடர்), பௌத்த சமயத்தவர் என்பதே அயோத்திதாசர் கண்ட தேற்றமாகும்.

பூர்வத் தமிழொளியாம் புத்தரது ஆதிவேதம்

அயோத்திதாசர் இயற்றிய இந்நூல் **1912** இல் கோலார் தங்கவயல் மாரிக்குப்பம் - சாக்கைய பௌத்த சங்கத்தின் சார்பில் கௌதமர் அச்சுக்கூடத்தில் அச்சிட்டு வெளியிடப்பட்டது.

இந்நூற் பாயிரத்திலேயே இதனைத் தான் வெளியிடும் தேவையினைக் குறிப்பிடுகிறார் ஆசிரியர். இந்நூலுக்கு மூலச் சான்றுகளாக அமைந்தவை புத்தரின் பொன்னுரைகளே என்றும், அவற்றைத் தான் பாளி மொழியிலேயே கற்று உணர்ந்ததாகவும் கூறுகிறார். மேலும் இந்நூலை உருவாக்குவதற்குத் துணை நின்ற தமிழ் இலக்கியங்கள் பலவற்றையும் குறிப்பிடுகிறார்.

அவற்றிலிருந்து தனது கூற்றுக்குச் சான்றாகப் பலவற்றையும் எடுத்துக் காட்டுகிறார். அவற்றுள் முகாமையாகக் குறிப்பிடத் தக்கவை. **சிலப்பதிகாரம், மணிமேகலை, சீவக சிந்தாமணி, திருக்குறள், சூளாமணி, திருமந்திரம், திருவாசகம், திரிகடுகம், திரியரங்கலை, திவாகர நிகண்டு** முதலியன வாகும். அத்துடன் சமணர்களின் நூல்களும், சென்னை சாக்கைய சங்கத்தில் கருத்துரை வழங்கிய வெளி நாட்டாரின் கருத்துக் கோவைகளும் செவிவழிச் செய்திகளுமாகும்.

உலகிலுள்ள சமயக் குரவர்கள் அனைவரின் சிந்தனை களுக்கும் ஊற்றுக்கண்ணாக - அறிவு மூலமாக விளங்கியது புத்தரின் சிந்தனைகள் என்பதால் இந்நூல் **முதல் வேதம்** அல்லது **ஆதி வேதம்** எனப் பெயர் பெறுவதாயிற்று. இவரின் சிந்தனைகளிலிருந்தே நான்கு வேதங்களும், வேதாந்தங்களும், பிராமணங்களும் உபநிடதங்களும் உருப்பெற்றன என்கிறார் அயோத்திதாசர்.

பாவம் செய்யாதிருங்கள்;
நன் மெய் கடைப்பிடியுங்கள்;

உங்கள் உள்ளத்தைத் தூய்மை செய்யுங்கள் என்னும் இம் மூன்று வகையாக இருந்தபடியால் மூன்று பேத வாக்கியங்கள் என்றும், உலகச் சீர்திருத்தத்திற்கு இம் மூன்று சொல்லியங்களே ஆதிபீடமாக இருந்தபடியால் திரிபிடக வாக்கியம் என்னும் சகல கலை நீதிநூல் ஒழுக்க ஆலோசனைகளுக்கும் மதியூக வாக்கியங்களாயிருந்தபடியால் திரிமந்திர வாக்கியங்கள் என்றும், பகவன் பரிநிர்வாணமடைந்து உலக மக்களுக்கு நீதி வாக்கியம் போதிக்குங்கால் வரி வடிவமாம் அட்சரங்கள் இல்லாமல் மகட பாஷையாம் பாளி மொழி ஒலி வடிவிலிருந்தபடியால், போதித்த மும்மொழிகள் செவிகளிற் கேட்கவும், தெளிவும் இருந்தது கண்டு சுருதி சிந்தனா தரிசனம் என்னும் பாளி பாஷைப்படி திரிசுருதி வாக்கியங்கள் என்றும், என்றும் உண்டாய வந்தர் அங்கமாம் மெய்ப்பொருள் யாவராலும் முச்சுருதி வாக்கியத்தால் வெளியிடப்பட்ட படியால் ஆதி வேதம் என்றும் முதல் நூல் என்றும், இருக்கு என்றும் வழங்கி வந்தார்கள்.[11]

பௌத்த நெறிகள் ஆரிய வேதங்களுக்கும் முற்பட்டவை

ஆரிய வேதங்களில் காலத்தால் முற்பட்டது இரிக் வேதம். புத்தருடைய போதனைகளே இதில் காணப்படுகின்றன. அவருடைய சிந்தனைகளின் வழிநூல்தான் இரிக் வேதம். வேஷப் பிராமணன் புத்தரின் பேதக் கருத்துகளை வேதக் கருத்துகளாக்கி மக்களிடையே பரப்பினான். அத்துடன் புத்தரைப் பற்றிய பல பொய்க் கதைகளையும் பரப்பினான்.

புத்தர் பரிநிர்வாணம் அடைந்து **1800** ஆண்டுகள் கழித்தே **ஆரியர்கள்** இந்நாட்டிற்கு வந்தனர். இதனைச் சீனம், இலங்கை, பர்மா முதலிய நாடுகளிலிருந்து பௌத்தத்தின் பால் ஈர்ப்பு உண்டாகி இந்தியா வந்த பயணிகளின் குறிப்புகள் மெய்ப் பிக்கின்றன. ஆனால் வேஷப் பிராமணர்கள் வேதங்களிலிருந்தும் உபநிடதங்களிலிருந்துமே பௌத்தநெறிகள் பிறந்தன என்கின்றனர். ஆரியர்கள் தாங்களும் இம்மண்ணின் மைந்தரே என்றும் - தொன்மைக் குடிகளே என்றும் பொய்யுரைத்துக் கொண்டும், புத்தரைப் பற்றித் தவறான கருத்துக்களைப் பரப்பிக் கொண்டும் திரிந்தனர்.

எடுத்துக்காட்டாக, பிந்துசாரனுடைய வேள்விச் சாலைக்கு இடையர்கள் பல ஆயிரம் ஆடுகளை ஓட்டிச் சென்றதைக் கண்ட புத்தர் நேரே அவனுடைய வேள்விச் சாலைக்குச் சென்று, கொல்லாமையை வலியுறுத்தி, ஆடுகளைப் பலியிட விடாமல் தடுத்தாராம். அவ்வாறு செல்லும்போது காலில் அடிபட்டு முடமாகி, நொண்டி நொண்டி நடந்து சென்ற ஆட்டுக் குட்டி யொன்றையும் தன் தோள் மீது சுமந்து சென்றாராம். இக்கதை ஆய்வுக்கு உட்படுத்தப்படவேண்டியது என்கிறார் அயோத்தி தாசர்.

வேதங்களில் பல்வேறு வேள்விகளைப் பற்றிக் கூறப்பட்டுள்ளது. அத்தகைய வேள்விகளில் மாடு, குதிரை ஆகிய விலங்குகளை மட்டுமே தீக்குழியில் தள்ளிச் சுட்டுப் பொசுக்கி, சோமபானம் சுரா பானங்களைக் குடித்தார்கள் ஆரியர்கள் எனக் கூறப்பட்டுள்ளது. ஆனால் ஆடுகளை வேள்விக் குழிகளில் தீய்த்துத்தின்றதாக இல்லை. எனவே, இது பொய்யான புரட்டுக் கதை என்கிறார் அயோத்திதாசர்.

இரண்டாவதாக, புத்தர் பரிநிர்வாணம் அடைந்து 1800 ஆண்டுகளுக்குப் பின்னர்தான் ஆரிய மிலேச்சர்கள் (மாடு குதிரை இறைச்சி உண்போர்) **இந்திரர் தேசம் (இந்தியா)** புகுந்தனர். ஆனால் இக்கதையினால் வேள்வி செய்யும் பார்ப்பனர் வாழ்ந்த காலத்தில் புத்தர் பிரான் வாழ்ந்ததாகக் கூறப்பட்டுள்ளது.

இந்திரர் தேச மக்கள் இறைச்சி உண்ணமாட்டார்கள். கொல்லா நோன்பு நோற்றவர்கள். பிற்காலத்தில் அயல் நாட்டிலிருந்து வந்தேறிகளாய் உள் நுழைந்த ஆரியர்கள் கால்நடைகளை (மாடு, குதிரை முதலானவற்றை) உண்டு வாழ்ந்தே பழக்கப்பட்டவர்கள். இங்கு வந்ததும், இந்நாட்டுக் கொல்லா நோன்பு நோற்பவர்களின் முன், இறைச்சி உண்ண வெட்கப்பட்டு, வேள்வி என்னும் சாக்கில் மாடுகளையும் குதிரைகளையும் தீயிலிட்டுத் தின்றனர் என்பது அயோத்தி தாசரின் கருத்தாகும்.

யாகம் (வேள்வி) செய்யவே பிராமணன் பிறந்தான்; அது அவனுக்கே உரிய தொழில்; பசுவைப் பிரம்மன், பிராமணன் எக்கியத்திற்கென்றே படைத்தான் என்கிறது மனுநீதி. ஆகவே பசுவையும் குதிரையையும் வேள்வியில் இட்டு உண்பது இவர்களின் வழக்கம். அஸ்வமேத யாகம் (பரிவேள்வி) இவர்களுடைய மிகச் சிறப்பான வேள்வியாகும். குதிரைக் கறியை அதிகம் விரும்பி உண்டவர்கள் வேதப் பிராமணர்களே.

புத்தருடைய காலத்தில் ஒரு வேஷப் பிராமணன் இருந்தான் என்றும், அவன் கொல்லாமை பற்றிய கருத்துக்காக அவரிடம் வாதம் செய்தான் என்றும், ஒரு கதை வழக்கில் நிலவுகிறது. கடைசியில் புத்தர் கூறிய கொல்லாமையை ஏற்று, அவருடைய பாதையைப் பின்பற்றினான் என்று அக்கதையை முடித்துள்ளனர். இதுவும் ஒரு புனை கதையே ஆகும்.

மக்களிடையே பௌத்தம் சிறப்பாகப் பரவி இருந்ததையும், அவர்கள் கடவுள், ஆத்மா, மோட்சம், வேள்வி, பூசாரி முதலியவற்றின்மீது நம்பிக்கை கொள்ளாமல் இருந்ததையும் கண்ட பிராமணர்கள் தங்கள் வேதக் கருத்துகளையும், கரும காண்டக் கோட்பாட்டையும் பரப்ப புத்தரின் மீது வீண்பழிகளைச் சுமத்திக் கட்டுக் கதைகளைப்

பரப்பினர். புத்தர் பன்றிக்கறியை தின்று, பேதியாகி இறந்தார் என்பது அதிலொரு பழியான கதையாகும்.

ஆக, அயோத்திதாசரின் வாதப்படி, ஆரிய மிலேச்சர்கள் புத்தரின் பரிநிர்வாணத்திற்குப் பின்தான் இந்தியாவுக்கு வந்தனர். அவர்களின் வேத உபநிடதங்கள், பௌத்த நெறிகளிலிருந்தே பிறந்தவை என்பதாகும். இவருடைய இக்கூற்று, வரலாற்றுக் கண்ணோட்டத்தில், காலவரையறையின்படி (According to chronology) பொருந்தி வருவதாயில்லை. முதலில் வந்த ஆரியர்கள் அயோத்தி தாசரின் மொழியிலே கூற வேண்டுமானால் யதார்த்த பிராமணர்களாக இருக்கலாம். ஆரியர்கள் ஒட்டுமொத்தமாக இந்தியாவுக்குள் நுழையவில்லை. ஓர் அலைக்குப்பின் வரும் மற்றோர் கடலலைபோல் கூட்டம் கூட்டமாக வந்தார்கள் என்று வரலாற்றாசிரியர்கள் கூறுகிறார்கள். அப்படிப் பார்த்தால் புத்தரைப் பற்றியும், பௌத்த நெறிகளைப் பற்றியும் தவறாகப் போதித்தவர்கள் பின் வந்த வேஷப் பிராமணர்களாயிருக்கலாம் எனக் கூறி முடிக்கலாம்.

நூற்பாயிரத்தில் இவ்வாறு சுருக்கமாக ஆய்வு செய்யும் ஆசிரியர், நூற்பொருளை 28 காதைகளாகப் பிரித்துக் கூறியுள்ளார். ஒவ்வொரு காதையிலும், பாயிரத்தில் கண்ட கருத்தை பின்னணியாகக் கொண்ட புத்தருடைய வாழ்க்கை வரலாற்றை விளக்கிக் கொண்டே போகிறார். தன் விளக்கத் திற்கான மேற்கோள்களைத் தமிழ் இலக்கியங்களிலிருந்தே காட்டுகிறார். நூலின் கடைசியில் ஆறு பக்க அளவில் ஆதி வேத விளக்கம் என்னும் தலைப்பில் புத்தரது வேத விளக்கம் எவ்வாறு வேதங்களுக்கு முற்பட்டது (ஆதியானது) என்பதைக் கூறுகிறார்.

இம்முடிவுரையில், அயோத்திதாசர், தாம் எடுத்துக் கொண்ட தலைப்புக்கும், அதில் கூறப்பட்ட கருத்துகளுக்கும் மேற்கோள்கள் காட்டி விளக்கியுள்ளார். அதிலும் இந்த முதல் நூலாம் ஆதிவேதத்தைப் போதித்தவர் புத்தரே என்கிறார். அதற்கு நன்னூல், அருங்கலைச் செப்பு, சீவக சிந்தாமணி, சூளாமணி, தொல்காப்பியம் எழுத்ததிகாரச் சிறப்புப் பாயிரம், வீரசோழியம், முன்கலை திவாகரம் முதலிய நூல்களிலிருந்து மேற்கோள்கள் காட்டுகிறார். நான்கு வேதங்களிலுமுள்ள 32 உபநிடதங்களும் புத்தர் மொழிந்தவைதாம் என்பதையும் அதில்

பட்டியலிட்டுக் காட்டியுள்ளார். புத்தர் போதித்தவை மூன்றே என்றும், பின்னர் வீடு பேற்றையும் சேர்த்து நான்கு வேதங்களாகி விட்டார் என்றும் கூறி ஆசிரியர் முடிக்கிறார்.

மொத்தம் 303 பக்கங்களைக் கொண்ட இந்நூலில் முழுவதும் புத்தரின் வாழ்க்கை வரலாற்றையும், அவருடைய போதனைகளையும் கூறிச் செல்லும் அயோத்திதாசர் பெரும்பாலும் நாம் படித்து அறிந்து கொண்ட புத்தருடைய வாழ்க்கை வரலாற்றுக்கும், போதனைகளுக்கும் மாறுபட்ட கருத்துகளையே கூறுகிறார். நாமறிந்தவை, வேதக் கருத்துகளைப் பின்னணியாகக் கொண்டவை என்பதையும், அவர் கூறுபவை அளவை நூல் அடிப்படையிலான பகுத்தறிவு வாதத்தை அடிப்படையாகக் கொண்டவை என்பதை, நம்மால் உணர முடிகிறது.

அயோத்திதாசர், எந்த ஒரு கருத்தையும் தானே வலிய விருப்பு, வெறுப்பு காரணமாகக் கூறாமல் வாத எதிர் வாதங்களை அலசி ஆராய்ந்து, முடிந்தவரை தமிழ் இலக்கியங்களையே மேற்கோள் காட்டி, முடிவை நாமே பெறும்படி செய்கிறார். இது ஒரு தலையாய நூலாசிரியரின் பண்பாகும்.

தமிழ், பாளி, சமற்கிருதம் ஆகிய மொழிகளில் புலமைமிக்க அவர் ஆங்கிலத்திலும் வல்லவராக விளங்கியிருக்கிறார். ஆனால் வரலாற்றை அடிப்படையாகவும், காலக் கணிப்பை அதன் முதுகெலும்பாகவும் கொள்ளவில்லை. இதனால்தான் காலக் கணிப்பில் குறை காணப்படுகிறது. இவரது நூலறிவு மாவாரியம் போன்றது; நுண்ணறிவு சிந்தனைத் தெளிவும் மடிகக் கூர்மையானவை. பௌத்த நெறி மெய்ம்மங்களை இந்நூலில் விளக்கும் போது இவர் சுட்டும் மேற்கோள்களும், பிற சமய நெறி மெய்ம்மங்களும் இவருடைய கடல் மடை திறந்தன்ன பன்னூலறிவை உச்சிமேல் வைத்து மெச்சும் படியாக உள்ளன.

அயோத்திதாசர் 1807 இல் **ஒரு பைசாத் தமிழன்** - இதழின் முதல் வெளியீட்டிலேயே தொடங்கிய **பூர்வத் தமிழொளி** என்னும் தொடர் கட்டுரையே 1912 இல் நூலாக வெளியிடப்பட்டது. பௌத்தம், தமிழ், தமிழர் ஆகிய மூன்றுமே இதன் கருப்பொருள் எனலாம். யதார்த்த பிராமணன், வேஷப்

பிராமணன், வேதாந்த விவரம், புத்த மார்க்க வினா-விடை, திருவள்ளுவர் வரலாறு ஆகியவற்றில் கூறப் பெறும் பௌத்த நெறிக் கோட்பாடுகளே இதிலும் கூறப் பெற்றுள்ளன.

அரிச்சந்திரன் பொய்கள்

அரிச்சந்திரன் புராணம் என்பது இடைக் காலத்தில் எழுந்த புராண இலக்கியங்களில் ஒன்றாகும். இதில் அரிச்சந்திரன் ஒரு சத்திரிய குல அரசனாகவும் வாய்மை நிறைந்தவனாகவும் சித்தரிக்கப்படுகிறான். தேவலோகத்தில், இல்லறத்தில் இருந்து கொண்டே வாய்மை தவறாமல், ஒரு பொய் கூடப் பேசாமல் வாழும் அரசன் ஒருவன் உண்டெனில் அவன் **அரிச்சந்திரன்** என்பவனே என்று யாவரும் கூற **விசுவாமித்திரர்** மட்டும் அரிச்சந்திரனைப் பொய்யன் எனத் தான் மெய்ப்பித்துக் காட்டுவதாகச் சூளுரை மேற்கொள்கிறார். அதன்படி பூலோகம் வந்து அரிச்சந்திரனிடம், பார்ப்பனத் தோற்றத்தில் தோன்றித் தான் வேள்வி செய்வதற்காகப் பெருமளவு பொன் வேண்டுமெனக் கோர அவனும் தருவதாக உறுதி கூறுகிறான். தனக்கு வேண்டும் பொன்னின் அளவைக் குறிப்பிடும்போது ஓர் ஆற்றல் மிக்க இளைஞன் ஒரு யானை மீது நின்று கொண்டு தன் கையிலுள்ள கவண் கல்லைத் தலைக்கு மேலே பலம் கொண்ட மட்டும் வீசியெறிந்தால் அது எவ்வளவு உயரம் செல்லுமோ அந்த அளவு (உயரம்) பொற்குவை வேண்டும் எனக் கேட்கிறார். சொன்ன சொல்லைத் தட்டாத அரிச்சந்திரன் அந்த அளவு பொன் அளிக்க ஒப்புக் கொள்கிறான்.

இரண்டாவதாக, விசுவாமித்திரர் அவனுடைய அரசாட்சியையும் கைப்பற்றக் கருதி அதையும் பிடுங்கிக் கொள்கிறார். முட்டாள் தனமாகத் தான் உறுதியளித்து விட்டபின் அந்த வேஷப் பிராமணனுக்குத்தான் கொடுத்த வாக்கை மீறமுடியாமல் அரசை இழந்து நின்ற அரிச்சந்திரன் பொன்னைக் கொடுக்க முடியாமல் தன் மனைவி சந்திரமதியைக் காசியில் ஒரு பார்ப்பானுக்கு அடிமையாக விற்று விடுகிறான். கூடவே தன் மகன் லோகிதாசனையும் சந்திரமதியுடன் சேர்த்து அடிமையாக விற்று விட்டுத் தானும் அந்நகரின் சுடுகாடு காக்கும் வீரவாகு என்பானிடம் அடிமையாகிறான். இவ்வாறு கிடைத்த

விலையினைப் பொன்னாக்கி விசுவாமித்திரனுக்குக் கொடுக்கிறான். கடைசியில் தன் மகன் பாம்பு கடித்து இறந்த பின்னும் அரிச்சந்திரன் வாய்மை தவறாமல் நடந்தான் என்பதற்காக அவனை வாய்மையாளன் சத்திய சீலன் எனப் போற்றுகின்றனர். இது புராணம் கூறும் கதை.

இவ்வாறு தன்னையே அழித்துக் கொண்டும், ஒரு பார்ப்பானுக்குக் கொடுத்த வாக்குறுதியைக் காப்பாற்றிய அரிச்சந்திரனைப் பொய்யன் என்றும், அவன் மெய்யன் அல்லன் என்றும் கூறவும், அக்காலத்தில் பார்ப்பனர், மண்ணாண்ட மன்னாதி மன்னர்களையும், தங்கள் சாதி உயர்வால் ஆட்டிப் படைத்ததையும் அதனை விளக்கியும் அயோத்திதாசர் எழுதிய ஒரு சிறு நூலே **அரிச்சந்திரன் பொய்கள்** என்பதாகும். இது 28 பக்கங்களைக் கொண்டதாகும். இந்நூல் சாக்கிய பௌத்த சங்கம் மாரிக்குப்பம் - கௌதமர் அச்சுக் கூடத்தில் 1912 இல் அச்சிட்டு வெளியிடப்பட்டது.

முதல் பொய் :

விசுவாமித்திரர் தனது மூச்சுக் காற்றிலிருந்து இரண்டு பறைப் பெண்களைப் படைத்து; அவர்களை அரிச்சந்திரனிடம் அனுப்பி நடனம் ஆடச் செய்கிறார். அவர்களின் நடனத்தைக் கண்டு மகிழ்ந்த அரிச்சந்திரன் அவர்கள் கேட்பதைக் கொடுப்பதாக வாக்களிக்கிறான். அவர்கள் அவனுடைய பூச்சக்கரக் குடையைக் கேட்கிறார்கள். அது பரம்பரைச் சொத்து எனக் கூறி மறுத்து விடுகிறான். பின்னர், தங்களை மணந்து கொள்ளும்படி கேட்கின்றனர். தன் மனைவியைத் தவிர வேறொரு பெண்ணைக் கண்ணெடுத்தும் பார்க்க மாட்டேன் எனக் கூறி, அந்த வேண்டுகோளையும் மறுத்ததுடன் அவர்களைப் பங்கப்படுத்தி அடித்து விரட்டி விடுகிறான் அரிச்சந்திரன்.

அயோத்திதாசர் கேட்கும் முதல் கேள்வி;

விசுவாமித்திரன் என்னும் பார்ப்பானுக்குத் தன்னுடைய அரசாட்சி நாட்டையே கொடுத்தவன்; மனைவி மகனையும் விற்றவன்; தன்னையும் வீரவாகு என்னும் சுடலை காக்கும் பறையனுக்கு அடிமையாக விற்றுக் கொண்டவன் அரிச்சந்திரன்.

அப்படிப்பட்ட அவன் இந்தக் பெண்களுக்குத் தான் கொடுத்த வாக்கை ஏன் காப்பாற்றவில்லை?

அப்பெண்ணை இருவரும் பார்ப்பனத்திகள் அல்லர்; பறையர் பெண்கள் என்பதே காரணமாகும். ஆகவே அவன் முதல் தரமான பொய்யன் ஆவான்; சத்தியவான் அல்லன் என்கிறார்.

இரண்டாவது பொய்:

நடனம் ஆடிய பெண்கள் முதலிலேயே தங்களை விசுவாமித்திரனின் புதல்வியர் என்றுதான் அறிமுகப்படுத்திக் கொள்கிறார்கள். ஆனால் அவர்களின் கவர்ச்சிகரமான உடலைக் கண்ட அரிச்சந்திரன் அவர்களைப் பறைச்சிகள் எனத் தீர்மானித்து மணக்க மறுக்கிறான். பல பெண்களை மணப்பது அக்கால அரசர்களின் வழக்கமே. அறிந்தும் அறியாதவனாக நடித்து, மணக்க மறுத்ததும் அவர்களுக்குக் கொடுத்த வாக்கை மீறியதும் இரண்டாவது அசத்தியம் அல்லது பொய் ஆகும் என்பது அயோத்திதாசரின் குற்றச் சாட்டாகும். இவர்களே வேறு சாதிப் பெண்களாயிருந்தால் மணந்து கொண்டிருப்பான் அல்லவா என்கிறார்.

ஆக, ஆண்டி முதல் அரசன் வரை அக்காலத்தில் பார்ப்பனியத்திற்கு அடிமையாகி, சாதி, தீண்டாமையால் நாட்டு மக்கள் பட்ட இன்னல்களை அயோத்திதாசர் அரிச்சந்திரன் பொய்யால் விளக்குகிறார். வீரவாகு என்னும் சுடலை காக்கும் பறையன் ஒருவன் அரசன் ஒருவனையே அடிமையாக விலைக்கு வாங்கும் அளவுக்குச் செல்வம் படைத்தவனாக இருந்திருக்கிறான் எனில் அவனுடைய பாரம்பரியத்தை அறியலாம். உண்மையில் அவன் சாக்கிய குலத்தைச் சேர்ந்தவன். இவனுடைய முன்னோர்கள் பௌத்த நெறியில் வாழ்ந்தவர்கள் எனவேதான் ஆரியப் புராணங்கள் இவனைப் பறையன், சுடுகாட்டுப் பறையன் என்றெல்லாம் தாழ்த்திக் கூறுகின்றன என்பதுதான் அயோத்திதாசர் கூற்று. இவ்வாறு இந்திரர் தேச சமுதாயத்தைச் சாதியின் பெயரால் பிராமணர்கள் பிரித்து நாசப்படுத்தி விட்டனர். ஒரு பார்ப்பானின் உயர்வையும் ஒரு பறையனின் தாழ்வையும் இக்கதையால் அறியலாம் என்கிறார்.

கபாலீசர் சரித்திர ஆராய்ச்சி

அயோத்திதாசர் தென்னாட்டில் தோன்றிய பகுத்தறிவு இயக்கத்தின் **விடிவெள்ளி** என்பதற்குக் **கபாலீசர். விபூதி ஆராய்ச்சி** ஆகிய அவருடைய நூல்கள் சிறந்த எடுத்துக் காட்டுகளாகும். இவையிரண்டு கட்டுரைகளும் அவருடைய **தமிழன்** இதழில் வெளிவந்தவையாகும்.

கபாலீசர் என்பவர் பௌத்த பிக்கு ஆவார். பிக்குகளும் பிக்குனிகளும்தாம் தங்களின் கைகளில் கபாலம் (பிச்சைப் பாத்திரம்) ஏந்தியிருப்பார். இதனை மெய்ப்பிப்பதற்கு அயோத்திதாசர் பண்டைய, இடைக்கால இலக்கியச் சான்றுகளை மேற்கோள் காட்டுகிறார். இன்றைய மயிலாப்பூர் ஒரு காலத்தில் சாக்கியர்கள் அல்லது வள்ளுவர்களின் குடியிருப்பாக இருந்தது என்றும், அவர்கள் பௌத்தர்களே என்றும் கூறுகிறார். இன்று இங்கிருக்கும் ஒரு சைவ மடம் ஒரு காலத்தில் வள்ளுவர்கள் மடமாக இருந்தது என்றும், அஃதொரு பௌத்த மடமே என்றும் கூறுகிறார். இங்குள்ள சாய்ந்து ஒருக்களித்துப் படுத்த வண்ணமுள்ள (கிடந்த வண்ணம்) உருவம் புத்தர் ஆவார். உருவங்களில் கிடந்த வண்ணமுள்ள உருவத்தைத்தான் பெரும்பாலான பௌத்தக் கோவில்களில் அமைப்பார்கள்.

மேலும் மயிலாப்பூர்க் கோவிலில் கொண்டாடப் பெறும் **சிவராத்திரி விழா** என்பது புத்தரது விழாவே ஆகும். புத்தர் தன் மனைவி, ஒரே மகன் இராகுலன், தனது அரசப் பதவி, அரண்மனை வாழ்க்கை முதலியவற்றைத் துறந்து காவியுடுத்தி, கையிலே கபாலம் ஏந்தித் துறவியாகச் செல்லும் அந்தப் புனித இரவையே புத்தரது இரவு யாத்திரை (இரவுப் பயணம்) என்கின்றனர். இதையே சிவராத்திரி என வேஷப் பிராமணர்கள் மாற்றிக் கொண்டாடுகிறார்கள். கையிலே ஏந்தும் **கரம்போல்** என்னும் தமிழ்ச் சொல்லையே அவர்கள் கபாலம் அதாவது மண்டையோடு என்றவாறு மாற்றி விட்டனர். கையிலே கபாலம் ஏந்துவோரைக் **கபாலீசுவரர்** என்றனர். ஆனால் அது உண்மையாகவே **கரபோலீசுவரன் (புத்தன்)** என்றுதான் இருக்க வேண்டும்.

இவ்வாறு கரபோலிலிருந்து கபாலி எனப் பெயரை மாற்றி விட்டுக் கதையையும் மாற்றி விட்டார்கள். பிரம்மனுக்கு 5 தலைகள் இருந்தன என்றும், அதில் ஒரு தலையைப் பரமசிவன் பார்வதியின் தூண்டுதலால் கிள்ளி எறிய முற்பட்டபோது கிள்ளிய தலை சிவனின் கையிலேயே ஒட்டிக் கொண்டதால் அவருக்குக் **கபாலீசுவரன்** என்னும் பெயர் ஏற்பட்டது என்றும் கதையொன்றை வேஷப் பிராமணர்களும் கட்டிவிட்டனர் என்பது அயோத்திதாசரின் குற்றச்சாட்டாகும். பிரம்மன் தன்னுடைய மகளையே மணந்ததைக் கண்ட சிவன் சினங்கொண்டு அவனுடைய தலையைக் கிள்ளி எறிய முனைந்த போது அது சிவன் கையிலேயே ஒட்டிக் கொண்டது என்று வேறொரு கதையினையும் இட்டுக் கட்டி விட்டனர்.

புத்தருடைய கையிலேயுள்ள பிச்சைப் பாத்திரம் மிகச் சிறந்த மெய்ம்மத்தை (தத்துவத்தை) விளக்கி நிற்கும் போது, அதைப் போய் சிவன் ஏந்தும் மண்டையோட்டுக் கபாலம் என்று கூறிக் கேவலப்படுத்தி விட்டனர். கையிலே பிச்சைப் பாத்திரம் ஏந்தும் ஓர் அரச குமாரன் வாழ்க்கை நெறியைப் பற்றி மக்களுக்குப் போதித்த நீதிகளை மறந்து புத்தரின் மிகச் சிறந்த மெய்யறிவுக் கோட்பாட்டை இந்து மயமாக்கிச் சிவனைக் கொலைகாரனாக்கி கிள்ளிய தலையுடன் அவனை நிறுத்தி, அதைச் சிவராத்திரியாகக் கொண்டாடும் வேஷப் பிராமண சீடர்களுக்கு ஞானம் தோன்றுமா? கொலை வெறி தோன்றுமா? கையில் குருதி கொட்ட வெட்டிய தலையுடன் தோன்றும் காட்சியைக் கண்டவுடன் மன அமைதி ஏற்படுமா? பாராண்ட அரச குமாரன் உலக பேதங்களைத் துறந்து, வாழ்க்கைத் தத்துவத்தைக் காட்ட கையிலே பிச்சையெடுக்கும் திருவோட்டுடன் காணும் காட்சியைக் கண்டால், எவருக்கும் மெய்யறிவு வேறு ஏதும் ஏற்படாது அல்லவா?

இரவெல்லாம் கண்விழித்து மண்டையோடுகளை வாரி இறைத்து விட்டுக் கொள்ளை, கொள்ளையென்று கத்துவது தானே சிவராத்திரி விரதம். கண் விழிப்பவனெல்லாம் மோட்சம் போவானென்றால் திருடனும் கொலை பாதகனும் இரவெல்லாம் கண் விழித்துத் தொழில் செய்கிறார்கள் என்றாலும் அவர்களுக்கும் மோட்சம் உண்டா? பகுத்தறிவோடு சிந்தியுங்கள்

என்கிறார் அயோத்திதாசர். இரவெல்லாம் கண் விழித்து விட்டு, காலையில் சிவன் காளியுடன் நடனமாடும் காட்சியைக் காணச் சுடுகாடு போகும் சிவபக்தர்களே உங்கள் செயல் அறிவுடைமை யானதா எனக் கேட்கிறார்.

> கபாலீஸ்வரர் உற்சவத்திற்கு முன் காரணமா யிருப்பது சிவராத்திரி. இரவு முற்றிலும் கண் விழித்துப் புராணம் படிப்பார்கள். அடுத்த நாள் பின் வரையிலுள்ள மண்டையோடு முதலியனவற்றை வாரி எடுத்தெறிந்து கொள்ளை கொள்ளை என்று கூவுவார்கள். இவ்வாறு செய்வது அல்லாமல் வேறொரு நற்காரியமும் இப் பண்டிகையில் நடைபெறாது. காளியும் சிவனும் சுடலைப் பிணத்தருகிலும் கூத்தாடினார்களாம். அப்போது நாராயணமூர்த்தி மத்தளம் அடித்தாராம்...... மதக்கோட்பாடுகளில் நுழைந்தவர்களுக்கு உண்மை இன்னதென்று தெரியவில்லை, ஆகையால்தான் சிவராத்திரி நம்பிக்கை பெற்று **நாய்** ராஜாவாகி விட்டதென்று கூறுகின்றார்கள். சிவராத்திரியில் கோவிலுக்குப் போகின்றவர்களே இது உண்மையா? இக்கதை நம்மை அவமதிக்கின்றதே. **விடுதலை** அடையுங்கள் என்று எழுதினார்.[12]

விபூதி ஆராய்ச்சி

விபூதி ஆராய்ச்சி என்னும் கட்டுரையிலும் பகுத்தறிவு இயக்கப் பிரச்சாரமே காணப்பெறுகிறது. விபூதி என்றால் எழுத்தெல்லாம் என்பதுதான் பொருள். ஒரு பொருளைத் தீயிலிட்டுச் சுட்டால் எஞ்சுவது சாம்பல், கரி ஆகியவையே யாகும். இஃதோர் அறிவியல் மாற்றம். இவ்வாறு சாம்பலாக மாறிய பொருளில் ஏதோ ஒரு மகிமை இருப்பதாகச் சைவர்கள் நம்புகிறார்கள். சர்வரோகங்களும் இச் சாம்பலால் தீரும் என்பார்கள். ஆயின் மருத்துவர்களும் மருத்துவமனைகளும் எதற்கு? அதிலும் சாம்பலிலே கூட உயர்ந்தது, சக்தி வாய்ந்தது என்றும் பலவகைகள் உண்டு என்பர். எருவைச் சுட்ட சாம்பல், பிணங்கள் வெந்த சுடுகாட்டுச் சாம்பல், சாணியை உலர்த்தி, எரு மூட்டையாக்கிச் சுடும் சாம்பல், ஜபமாலை வெந்த சாம்பல்

ஆகியவற்றைத் **திருநீறு** அல்லது **விபூதி** என்பர். இவற்றில் அற்புதங்கள் உள்ளனவாம்; நெற்றியில் பூசினால் சகல நோயும் தீருமாம். நினைப்பது நடக்குமாம். மோட்சமும் போகலாமாம்! பூசிக் கொண்டு படுத்துக் கொண்டிருந்தால் அறிவும் செல்வமும் தானாகவே வந்து சேர்ந்து விடுமா?

பொய்யான தேவதைகளை மெய்யென நம்பிச் சாம்பலைக் குழைத்து முகத்தில் தடவிக் கொண்டு மத அடையாளம் காட்டுவது பைத்தியம் அல்லவா? என்கிறார் அயோத்தி தாசர்.

இன்றைக்கு 150 ஆண்டுகளுக்கு முன்பே இத்தகைய சுடர் விடும் பகுத்தறிவு வாதங்களை எழுப்பி, மக்களை விழிப்படையச் செய்தவர்கள் அயோத்திதாசர் எனவேதான் அவரைப் பகுத்தறிவுத் தந்தைக்கும் தந்தை என்கிறோம்.

இந்திரர் தேச சரித்திரம்

அயோத்திதாசரின் **இந்திரர் தேச சரித்திரம்** என்னும் இந்நூல் உண்மையில் இந்திய வரலாறே ஆகும். ஆனால் இந்தியா முழுவதுமே புத்தருடைய வரலாற்றையும், அவர் போதித்த பண்பாட்டு நெறிகளையும், நாகரிகத்தையும் அடிப்படையாகக் கொண்டே திகழ்ந்திருந்தமையால் அவர் பெயராலேயே **இந்திரர் தேச சரித்திரம்** என்று இந்நூலுக்குப் பெயரிட்டு வெளியிட்டார். இந்நூல் 150 பக்கங்களைக் கொண்டது.

புத்தர் போதி மரத்தடியில் அமர்ந்து தனது ஐம்புலன்களையும் அடக்கி, மோன நிலையில் ஆழ்ந்து, மெய்யறிவு (மெய்ஞ்ஞானம்) பெற்றார்; இவ்வாறு இவர் ஐம்புலன்களையும் வென்றதால் இவருக்கு **ஐயிந்திரன், இந்திரன்** ஆகிய பெயர்கள் உண்டாயின. மெய்யறிவு பெற்றபின்; மற்றவர்களையும் மெய்யறிவு பெறும்படி செய்தார். மெய்யறிவு பெற்றவர்கள் **வானவர்** என்றும், இவரை, **வானவர்க்கரசன் (இந்திரன்)** என்றும் அழைத்தனர். இதன் அடிப்படையில்தான் அயோத்திதாசர் இந்நாட்டு வரலாற்றைப் **புத்த தேச வரலாறு** என்பதற்கு ஈடாக **இந்திரர் தேச வரலாறு** எனத் தலைப்பிட்டு இந்நூலைப் படைத்தார். புத்தருக்கு **வரதன்** என்றொரு பெயரும் உண்டு. இதனையொட்டியே இந்நாடு

வரதன் நாடு எனப்பட்டது. இதுவே சமற்கிருதத்தில் **பரதன் + நாடு = பரதன் நாடு - பாரத நாடு** என மருவி வழங்குவதாயிற்று.

பௌத்தர்கள் சாக்கிய மரபினர். அம்மரபில் தோன்றியவர்களே இன்றைய ஆதி திராவிடர்கள் என்பது அயோத்திதாசரின் கருத்தாகும். பின்னர் வந்த **மொரியரும்** அவர்களுள் சிறந்த **அசோகனும்** ஆதி திராவிடர்களே! மகத நாடு பண்டைக்காலம் முதலே, ஆரியரால் ஏற்றுக் கொள்ளப்படாத நாடு; ஏனெனில் அது பௌத்த நெறியைப் பின்பற்றி, வந்தேறிய ஆரியரின் வேள்வி நெறியை மறுத்த நாடு. எனவேதான், இரிக் வேதத்தில் கூட காலரா, வாந்தி பேதி முதலிய கொடிய நோய்கள் மகதத்தில் பரவட்டும் என்ற சாபம் காணப் பெறுகின்றது.

புத்தர் பரிநிர்வாணம் அடைந்து 1800 ஆண்டுகளுக்குப் பின்னரே ஆரியர் வந்தனர். அதுவரை நாடு முழுவதும் பௌத்தப் பண்பாடும் நாகரிகமும் நாகரிகச் சின்னங்களுமே புகழோடும் பொலிவோடும் இருந்தன. அவற்றையெல்லாம் வேஷப் பிராமணர்கள் தன்மயமாக்கி விட்டனர். பௌத்தர்களைப் பறையர் என்றனர். இன்று கொண்டாடப்பெறும் தைப் பொங்கல், சித்திரை விழா, நவராத்திரி, பௌர்ணமி, அமாவாசை, தீபாவளி, தசரா முதலிய **இந்துப்** பண்டிகைகள் யாவுமே பௌத்தர் விழாக்களே; அவற்றின் பெயர்களையும், நடைமுறைகளையும் வேஷப் பிராமணர்கள் மாற்றி மக்களை நம்ப வைத்துவிட்டனர் என்கிறார் அயோத்திதாசர்.

மற்றபடி இந்நூலில், மேற்கூறப்பட்ட நூல்களில் வரும் கருத்துகளையே ஆங்காங்கே எதிரொலித்துக் கொண்டு செல்கிறார். திருமணங்களில் நடைபெறும் சடங்குகளை முழுக்க முழுக்கப் பௌத்தச் சடங்குகளே என்றும், ஆனால் அவற்றை இந்து மதத்துடன் தொடர்புபடுத்தி விட்டனர் என்றும் கூறுகிறார். இடையிடையே பகுத்தறிவு வாதங்களையும் எழுப்புகிறார். சிறப்பாக, தமிழ் இலக்கியங்கள் அனைத்தையுமே இந்நூலில் மறு ஆய்வு செய்துள்ளார். எனவே நமக்குத் தமிழ் இலக்கியங்களின் மீது ஒரு புதிய பார்வை விழக் காரணம் ஏற்படுகிறது. வரலாற்று அடிப்படையில் நோக்கும்போது காலக் கணிப்பும், வரலாற்று ஒட்டமும் கோவையாக இல்லை.

பிற நூல்கள் - பணிகள்

அயோத்திதாசர் எழுதிய கட்டுரைகள் பல அவருடைய இறப்புக்குப் பின்னர் வெளியிடப் பெற்றன. அவற்றுள் **(1) விவாக விளக்கம், (2) தென்னிந்திரர் தேச புத்தாகம சாட்சியக்காரர்களில் ஒருவராகிய ஸ்ரீ அம்பிகையம்மன் அருளிய திரிவாசகம், ஆத்திக்சூடி, குன்றைவேந்தன், வெற்றி ஞானம்** (உரைகளுடன்), (3) தென்னிந்திரர் தேச புத்த தம்ம சாட்சியக்காரர்களில் ஒருவராகிய **பாரதமாதா ஔவையார்** என்னும் **அம்பிகையம்மன் வரலாறு, (4) வஜ்ஜிர சூசி** (5) தென்னிந்திரர் தேச புத்த தம்ம சாட்சியக் காரர்களில் ஒருவராகிய ஸ்ரீ **முருகக் கடவுள் வரலாறு (6) விசேஷ சங்கதி தெளிவு (7) இந்திரர் தேச பண்டிகை விவரம்** ஆகியவையாகும்.

மேற்கூறப்பட்ட ஏழு நூல்களுடன் இவ்வேழையும் சேர்த்தால் அவருடைய நூல்கள் பதினான்கு ஆகின்றன. இவர், அம்பிகை, ஔவையார், முருகன் ஆகியோரைப் பௌத்தர்கள் என்றே கூறுகிறார். இந்நூல் படித்தவருக்கும், பாமரருக்கும் பயன்படும் வகையில் எழுதப் பெற்றுள்ளன. இவை யாவும் புதிய கோணத்தில் எழுதப் பெற்றுள்ளதால் இந்துமத அடிப்படையில் அமைந்த தமிழ் இலக்கியங்களிலிருந்து இவை வேறுபடுகின்றன. குறிப்பாக, பக்தி இலக்கியங்களால் பகுத்தறிவு மங்கிய காலத்திற்குப் பின், பகுத்தறிவுச் சிந்தனையையும்; **தமிழ், தமிழர் - திராவிடர்** உணர்வையும், சமுதாயச் சீர்திருத்த முயற்சியினையும் ஏற்படுத்திய அயோத்திதாசரின் இலக்கியப் பணி பார்ப்பதற்குப் பௌத்த நெறியாகத் தென்பட்டாலும் மிகச் சிறந்த தமிழ்ப் பணியேயாகும். தமிழர்கள் எதற்கெடுத் தாலும் ஈசன் செயல் என்றும், தலைவிதி என்றும் நம்பியிருப் பதாலும் முக்திக்கு ஒரு சக்தியாகப் பிராமணர்களையே நம்பி வாழ்ந்தாலும், தமிழ் இலக்கியங்களில் இவற்றின் தாக்கமே மேலோங்கி நின்றன. அயோத்திதாசரின் **யதார்த்த பிராமணன், வேஷப் பிராமணர்களின் வேதாந்த விவரம்** இதனைத் தகர்த்தெறியும் சம்மட்டியாயிற்று. இதன் அடிப்படையில் வளர்ச்சி பெற்றனவே **திராவிடம்** என்னும் சொல் மூலம் கொண்ட **கழகங்கள்.** அந்த வகையில் கிடைத்தனவே தமிழக

ஆட்சியும் அதிகாரமும். எனவே அயோத்திதாசரைத் **தமிழ் இலக்கியச் சிற்பி, பகுத்தறிவின் விடிவெள்ளி, பார்ப்பன ரல்லாதார் இயக்கத்தின் முன்னோடி, ஆதி திராவிடர்களின் தன்மானத் தந்தை** எனலாம்.

சென்னைப் பல்கலைக் கழகம் 1913 ஆம் ஆண்டு தொடங்கிய **பல்கலைக் கழக அகராதி** (Madras University Tamil Lexicon)த் தொகுப்புப் பணியில் **அயோத்திதாசப் பண்டிதர்** தொகுப்பாசிரியர்களில் ஒருவராகத் தான் இறக்கும் வரையில் (1914) பணியாற்றியுள்ளார்.*

மொத்தத்தில் தமிழ், தமிழன் என்னும் மொழி இனவுணர்வை ஊட்டிய வகையிலும் திராவிட இயக்கங்கள் தோன்றுவதற்கு மூலவராக நின்ற வகையிலும், தமிழ் இலக்கியங்களை மறு பார்வை காணச் செய்த வகையிலும் அயோத்திதாசப் பண்டிதர் **தமிழ்த் தேசிய உணர்வின் முன்னோடி** யாகத் திகழ்கிறார் எனலாம்.

ஆதிதிராவிடரான அயோத்திதாசரின் எழுத்துகளில் சமூகக் கொடுமைகளின் வேர்களைக் கல்லி எறியத் துடிக்கும் ஆவேசத்தைக் காண்கிறோம். வர்ணாசிரம ஏற்பாட்டையும் அதைப் பாதுகாக்கும் சாத்திரங்களையும் சம்பிரதாயங்களையும் வலியுறுத்திய உயர்சாதி மனப்பான்மையைச் சாடுவோர் எவரும் பிராமணிய ஆதிக்கத்தை எதிர்த்தே வந்துள்ளனர். அயோத்தி தாசர் எழுத்துகளில் தீப்பொறி பறப்பதைக் காண்கிறோம். இத்தீப்பொறிகள் அரசியல் பிராமணீயத்திற்கு மட்டும் எதிரானவை யல்ல; பண்பாட்டு, சமூக ஆதிக்கப் பிராமணீயத் திற்கும் எதிரானவை ஆகும்.[13]

வேதங்கள் எங்கிருந்து வந்தன?

இரிக், யசுர், சாமம், அதர்வணம் என்னும் நான்கு வேதத்தைச் சங்கராச்சாரியேனும் பூர்த்தியாக வைத்திருந்து இக் கண்காட்சி சபையில் சேர்ந்திருந்தது என்னும் ஓர் சரித்திர ஆதாரம் கிடையாது. இந்நான்கு வேதத்தையும் இராமானு ஜாச்சாரியேனும் பூர்த்தியாக வைத்திருந்து இன்ன வித்தியாசாலையில் கிடைத்தது என்றேனும் ஓர் சரித்திர ஆதாரமும் கிடையாது. இந்நான்கு வேதமும் இன்னின்ன வம்ச

வரிசை யோரால் இன்னின்ன மடங்களில் இருந்துள்ளதாகும். செப்பேடு, களேனும் சிலாசாசனங்களேனும் ஏதொன்றும் கிடையாது.

ஆனால் இவை எப்படி வந்தன? பிரிட்டானியர் இங்குக் குடியேறியபின், சகல சாதிகளுக்கும் தாங்களே உயர்ந்தவர்கள் என்று திரியும் சில வேஷப் பிராமணர்களை அழைத்து உங்களின் வேதங்களைக் கொண்டு வாருங்கள் என்று கேட்டனர். ஆனால் அவர்களால் கொண்டு வந்து கொடுக்கமுடியவில்லை. தற்காலத்திலுள்ள வேதங்களின் பாதி பாகத்தை **தாராஷ்கோ** என்பவர் கொண்டு வந்து கொடுத்தார். அவர் ஒரு **பார்சி**. தீயை வணங்குபவர். பாரசீக மொழியில் எழுதப்பட்டிருந்த பாதி பாகத்தைத் தான் அவர் கொடுத்தார். அவர் கொடுத்த பாரசீக மொழியில் எழுதப்பட்ட அந்தப் பாதி வேதநூல் இன்று கல்கத்தா கண்காட்சி சபையில் வைக்கப்பட்டுள்ளது. அவர் கொடுத்த அந்தப் பகுதியின் பெரும்பாகம் பாரசீக சாதியாரின் வேதமான **ஜுண்ட விஸ்பா** எனும் நூலில் உள்ளது. அவர்கள் அக்கினியைத் தொழும் மந்திரங்கள் அப்படியே வேதத்தில் உள்ளன.

பாரசீக சாதியாரான **தாராஷ்கோ** கொடுத்ததை மட்டும் வைத்து ஆரியப் பார்ப்பனரின் வேஷம் இன்னதென்று அறிய முடியவில்லை. எனவே வேஷப் பிராமணர்கள் பௌத்த தம்ம நீதிநெறி சாத்திரப் பகுதிகளை அப்படியே எடுத்துப்போய் துரைமார் பலரிடம் கொடுத்தார்கள். **கர்னல் போலியோ, சர். இராபர்ட் சேம்பர்ஸ், ஜெனரல் மார்ட்டின், சர். வில்லியம் ஜோன்ஸ், கோல்புரூக்** ஆகிய ஆங்கிலேயத் துரைமார்களிடம் தனித்தனியே கொடுத்தனர். அவர்கள் அவற்றை ஆங்கிலத்தில் மொழி பெயர்த்தனர், தாராஷ்கோ கொடுத்ததும் ஆங்கிலத்தில் மொழி பெயர்க்கப்பட்டது; பின்னர் அச்சிடப்பட்டு, யாவும் ஒன்றாகச் சேர்த்து **வேதங்கள்** என வெளியிடப்பட்டன.

புத்தபிரான் ஞானோதயம் பெறும் முன் அவர் ஐம்புலன்களையும் வென்றார். எனவே அவரை ஐந்திரியங் களையும் வென்றவர் என்னும் பொருளில் **இந்திரர்** என்றனர். தனது உபதேசத்தால் மற்றவரும் ஐம்புலன்களை வென்று ஞானவானில் உலாவச் செய்தார். எனவே அவர்க்கு **வானவர்க்கு**

ஆசான், வானவர் கோன், தேவேந்திரன் என்னும் பெயர்கள் வழங்கப்பட்டன. இப்பெயர்களும் ஐம்புலன்களை வெல்லும் பக்குவமும் பற்றிய செய்திகளும் அப்படியே வேதங்களில் காணப்படுகின்றன. ஆனால் **தேவேந்திரன் வானவர்க்கு அரசன்** என்று வேதத்தில் மாற்றிக் கூறிவிட்டார்கள். இவ்வாறே பௌத்தர்களின் பெயர்களையும் மாற்றிக் கூறிவிட்டனர்.

சுருங்கக் கூறின், வரலாற்று ஆசிரியர்களின் கூற்றுப்படி, கி.மு.6 ஆம் நூற்றாண்டிற்கும் கி.பி. 7 ஆம் நூற்றாண்டிற்கும் இடைப்பட்ட கால கட்டத்திலும் இந்நாடு முழுவதிலும் பௌத்தமே கோலோச்சியிருந்தது. கி.பி. 7 ஆம் நூற்றாண்டுக்குப் பின் தான் சைவ, வைணவ சமயங்களும், பிராமணரின் திரிமூர்த்தி சமயங்களும் தோன்றி, பௌத்தத்தைக் கொஞ்சம் கொஞ்சமாக மங்கச் செய்தன என்பது வரலாற்றாசிரியர்களின் முடிவாகும்.

ஆனால் வேஷப் பிராமணர்கள் திருவள்ளுவர் காலத்திலேயே தாங்கள் இருந்ததாக எண்ணும்படி **கபிலர் அகவல்** என்னும் பொய்யுரையினைப் புனைந்துள்ளனர். இந்த நூலின் நோக்கமே பாப்பானும் சாக்கியனுடன் சமகாலத்தில் தோன்றிய **ஆதிக்குடிகள்** என்பதைக் காட்டவேயாகும்.

இங்கு வந்த சீனப் பயணிகளும் சிங்கள, பர்மா நாட்டுப் பயணிகளும் கூட வேஷப் பிராமணர் வலையில் சிக்கி, பௌத்தமும் வேதமும் ஒன்றுடன் மோதிக் கொண்டதாக எழுதியுள்ளனர்.

ஜெர்மானிய நாட்டுச் சமற்கிருத அறிஞரான **மாக்ஸ் முல்லர்** வேதத்தில் கடைசியில் சேர்க்கப்பட்டுள்ள உபநிடதங்களைப் படித்த பின்புதான் புத்தருக்குத் தெளிவு ஏற்பட்டது எனக்கூறும் அளவுக்கு முல்லருடைய அறிவு மயக்கப்பட்டிருந்தது.

இத்தகைய கூற்றுகளெல்லாம் வேத, உபநிடதங்கள் பௌத்தத்திற்கும் முற்பட்டவை; அல்லது சம காலத்தவை என்பதை நிலைநாட்ட வேஷப் பிராமணர்கள் மேற்கொண்ட முயற்சிகள் ஆகும் என்பதைக் காட்டுவதாக அயோத்திதாசர் கூறுகிறார். ஆனால் **ஆதியாவது பௌத்தமே** என்று முடிக்கிறார். இவருடைய பன்னூல் இலக்கியப் பார்வை,

தமிழுக்குப் பெருமை வாய்ந்த செல்வமாகவும், கருத்துக் கருவூலமாகவும், சிந்தனைக்கு உரமாகவும் பயன்படுகின்றன.

பாரத நாட்டின் சொந்தக்காரர்கள் (Original Inhabitants of Bharatvarsha) எழுதிய **டாக்டர் கஸ்டாவா ஒப்பார்ட்** என்பார் 1893 இல் இந்நூலை வெளியிட்டுள்ளார். இந்நூலில் இம் மண்ணின் மைந்தர்கள் ஆதிதிராவிடர்களே எனக் கூறுகிறார். பல்வேறு தீண்டத்தகார சாதிக் பெயர்களையும் பட்டியலிட்டுக் கூறுகிறார். ஆனால் இவர்கள் ஏன் தீண்டத்தகாதவர்கள் ஆனார்கள் என்னும் வினாவுக்கு இவர் வேத இலக்கியங்கள் தவிர வேறு மேற்கோள்களைக் கூறவில்லை.

தென்னிந்தியக் குலங்களும், குக் குலங்களும் (Castes and Tribes of Southern India) என்னும் தலைப்பில் ஏழு மடலங்களை **எட்கார் தர்ஸ்ட்டன்** 1909 இல் வெளியிட்டார். இதிலும் இவர் ஒப்பார்ட் செய்த தவற்றையே செய்துள்ளார். திரிசிரபுரம் **ஆ. பெருமாள் பிள்ளை** என்பவர் 1922 இல் **ஆதி திராவிடர் வரலாறு** என்னும் நூலை வெளியிட்டார். இந்நூல் இவர் வேத இலக்கியங்களையும், இதிகாசங்களையும் மேற்கோள்காட்டி ஆதி திராவிடரின் தொன்மை-பூர்வீகம் பற்றிப் பேசுகிறார். இப்படைப்புகள் சமகாலப் படைப்புகளிலிருந்து வேறுபடுவரை அறியலாம்

3. **யதார்த்த பிராமண வேதாந்த விவரம்** (பக்.77)
4. கோ.தங்கவேலு - **இந்திய வரலாறு (முதல் மடலம்)** (பக்.149)
5. **புத்த மார்க்க வினா விடை** (பக். 1-23)
6. க. அயோத்திதாசர் - **திருவள்ளுவர் வரலாறு**. தங்கவயல், கோலார், 1950 (பக்.1)
7. **சீவக சிந்தாமணி** (419), **சூளாமணி** (60.61)
8. **திருவள்ளுவர் வரலாறு** (பக்.2)
9. **மேற்படி நூல்** (பக்.3)
10. கோ.தங்கவேலு - தமிழ் நில வரலாறு தமிழ்நாட்டுப் பாடநூல் நிறுவனம், சென்னை, 1976. (பக்.17)

11. **க. அயோத்தி தாசர் - பூர்வத் தமிழொளியாம் புத்தரது ஆதிவேதம்** - *மாரிக்குப்பம், 1912 (பக். 4)*

12. *அம்பேத்கார் பிரியன் - பகுத்தறிவுப் பாட்டன் பண்டிதமணி க. அயோத்திதாசர் வாழ்க்கை வரலாறு சென்னை 1997. (பக்.92)*

* Tamil Lexicon, Vol. I, - University of Madras, 1927. (பக்.XVIII)

13. பெ.சு. மணி - **காரல்மார்க்சின் இலக்கிய இதயம்** *(பக்.278)*

இயல் ஐந்து

தமிழ் இதழ்கள் - இதழ்ப் பணிகள்

அயோத்திதாசர் பல நூல்களைப் பார்த்து தமிழ் இலக்கியப் பணிகளைச் செய்ததோடு, முதன் முதலில் தமிழகத்திலேயே தமிழன் என்ற இதழைத் தொடங்கி தான் மறையும் வரை அதனை நடத்தினார். அக்காலத்தில் தாய் மொழியில் தாளிகை (பத்திரிகை) நடத்துவதென்பது அவ்வளவு சுலபமான செயலன்று ஆங்கிலத்தில் அம்ருதபஜார் பத்திரிகா என்பது தான் வங்காளத்திலிருந்து முதன் முதல் வெளிவந்த தாளிகையாகும். ஆனால், தாய்மொழிகளில் நடத்தும் தாளிகைகளுக்கு ஆங்கில அரசு பல கடுமையான விதிகளை விதித்து அவற்றை நடத்த விடாமல் செய்தது.

ஒரு தாளிகை என்றால் அதன் ஆசிரியர் யார்? அவர் என்ன சாதி? என்றெல்லாம் பார்த்துதான் அன்று வாசகர்களின் எண்ணிக்கை உயரும். நடத்துபவர் பறையர், கீழ்ச்சாதிக்காரர் என்றால் எவரும் வாங்கிப் படிக்க மாட்டார்கள். ஆகவே, பண பலமும், சாதி பலமும் உள்ளவர்களே அன்று தாளிகை நடத்த முடிந்தது. இந்நிலையிலும், பறையர் குலத்தார் தங்களின் மக்களைக் கண் விழிக்கச் செய்யவும், தங்களின் உரிமைகளுக்காக அவர்களைப் போராடச் செய்யவும், பல பறையர் குல அறிஞர்கள் பல்வேறு நாள், வார, திங்களேடுகளை நடத்தினர். அவையே அவர்களின் உரிமைப் போருக்குக் கேடயங்களாயின.

அவர்கள் நடத்திய ஒரு சில தாளிகைகளை ஈண்டு காண்போம். இவை தமிழறிந்த மக்களுக்கெல்லாம், கடல் கடந்து சென்றன.

1. மகாவிகடத் தூதன் 1866
2. சூரியோதயம் 1869

3.	பஞ்சமன்	1871
4.	திராவிடமித்திரன்	1885
5.	திராவிடப் பாண்டியன்	1885
6.	பறையன்	1893
7.	இல்லற ஒழுக்கம்	1898
8.	பூலோக வியாசன்	1900
9.	ஒரு பைசா தமிழன்	1907
10.	தமிழன்	1908
11.	திராவிட கோகிலம்	1907
12.	ஆன்றோர் மித்திரன்	1910
13.	ஆதி திராவிடன்	1919
14.	தீனபந்து	1924
18.	ஆதி திராவிட மித்திரன்	1939
19.	புத்துயிர்	1940
20.	ஜெய்பீம்	1940
21.	திண்டாதார் துயரம்	1945[1]

தமிழன் - இதழ்ப்பணிகள்

திவான் பகதூர் இரட்டைமலை சீனிவாசன் அவர்களால் (கி.பி. 1893 இல்) வெளியிடப்பட்ட **பறையன்** என்னும் இதழும் ஆதி திராவிட மக்களைத் தட்டியெழுப்பியது. இதைப் போன்றே **ஒரு பைசாத் தமிழன்** என்னும் இதழும் ஆகும். இதன் ஆசிரியர் **அயோத்தி தாசப் பண்டிதர்** என்பவரே ஆவார். இவர் இரட்டைமலை சீனிவாசனின் தமக்கை **தனலட்சுமி**யின் கணவரும் ஆவார்.

பண்டிதரின் **ஒரு பைசாத் தமிழன்** சென்னை, இராயப்பேட்டையிலிருந்து **19-06-1907** முதல் வெளியிடப் பெற்றது. இதன் விலை **ஒரு சல்லி** - அஃதாவது **ஒரு பைசா**வாக இருத்தலால் இப்பெயர் பெற்றது. இவ்விதழில் **பௌத்த நெறிகள்** பற்றியே மிகுதியும் எழுதப்பட்டன. இதில் பண்டிதர் **பூர்வத் தமிழொளியாம் புத்தரது ஆதிவேதம்** என்னும் கட்டுரைத் தொடர் ஒன்றினை எழுதி வந்தார். இஃது பின்னர்

நூலாக வெளிவந்தது. **வர்த்தமானங்கள்** என்னும் தலைப்பில் நாட்டு நடப்புகள் சுருக்கமாக வெளியிடப் பெற்றன.

தமிழ் இதழ்களின் வளர்ச்சி குன்றிப் போனமைக்குத் தமிழ் மக்களின் சாதிவெறியும் காழ்ப்புணர்ச்சியுமே காரணம் ஆகும் எனப் பண்டிதர் குறிப்பிடுகிறார்.

> இத்தமிழ் வழங்கும் தென்னிந்தியாவில் சாதி நாற்றம் என்னும் கசிமலத்தால் தங்கள் சாதியோர் மட்டிலும் வாசிக்கலாம். ஏனைய சாதியோர் வாசிக்கப்படா தென்னும் பொறாமையும் பொச்சரிப்பும் வாய்ந்தவர் களாதலின் பொது நலன் கருதிப் பத்திரிகைகளை வாசிக்கப் பிரியமில்லாமல் விட்டு விடுகிறார்கள்?[x]

ஒரு பைசாத் தமிழன் என்பதை 26-8-1908 முதல் தமிழன் எனப் பெயர் மாற்றிக் கிழமையிதழாக (Weekly) வெளியிட்டு வந்தார் பண்டிதர். 15-4-1914 வரை பண்டிதர் மறையும் வரை தமிழன் வெளிவந்தது. அவருடைய இறப்புக்குப்பின் அவருடைய மகன் **பட்டாபிராமன்** என்பாரை ஆசிரியராகக் கொண்டு ***17-6-1914*** முதல் ***26-7-1915*** வரையும், பின்னர் கோலார் தங்கவயல் **பண்டிதமணி அப்பாத்துரையார்** அவர்களை ஆசிரியராகக் கொண்டு ***7-7-1924*** முதல் ***27-6-1934*** வரையிலும் வெளிவந்தது.[2]

தமிழன் - இதழில் பண்டிதர் பௌத்த நெறிகள் பற்றி எழுதி வருகையில், பௌத்த சமயம் ஆதி திராவிடரின் சமய நெறி என்றும், பௌத்தர்களாக இருந்ததால் ஆரியப் பார்ப்பான பூசாரிகளால் நயவஞ்சகமாகக் கீழ்மைப்படுத்தப்பட்டு, ஒடுக்கப்பட்டு **தீண்டத்தகாதவர்**களாகி விட்டனர் என்றும் குறிப்பிட்டார். தமிழன் - இதழில் வெளிவந்த கருத்துகளே அவருடைய நூல்களிலும் எதிரொலித்தன. பண்டிதர் அயோத்திதாசர் தமிழ் (சித்த) மருத்துவத்தில் தேர்ந்தவராக இருந்தமையால் சித்த மருத்துவம் பற்றிய செய்திகளையும் தமிழனில் வெளியிட்டு வந்தார்.

இவ்வகையில் **பண்டிதர்** கிழமை (வார) இதழாக "**ஒரு பைசாத் தமிழன்**" என்னும் இதழை நடத்தி வந்தார். இவ்விதழ் அறிவன் (புதன்) கிழமைதோறும் வெளிவந்தது.

பிராமணர்களினின்றும் - ஆரியர்களினின்றும் தம்மை வேறுபடுத்திச் சுட்ட வேண்டும் எனக் கருதிய பழங்குடி மக்கள் தம்மைப் **பார்ப்பனரல்லாதார் - ஆரியரல்லாதவர்** என்றோ, **திராவிடர்** என்றோ அழைத்துக் கொள்ளும் சிந்தனை இல்லாதிருந்த அக்காலத்தில் - பத்தொன்பதாம் நூற்றாண்டில் பண்டிதர் இந்நாட்டின் தொல்குடி மக்களை, பழங்குடி மக்களை, மண்ணின் மைந்தர்களைத் **தமிழன்.**

என்று அழைத்து, இனவியல் அடிப்படையில் இம்மக்கள் ஒன்றிணைவதற்கு ஓர் அடிப்படைத் தளமிட்டார் என்பது வரலாற்றுத் திருப்புமுனையாகும். பெரிய அளவில் 4 பக்கங்களைக் கொண்டதாகக் கால் உரூபா (48 சல்லிகள்) விலையில் வெளிவந்தது. முதல் இதழிலேயே பண்டித மணி, பாவடிவில்

> "ஒருபைசாத் தமிழனிவ னுதவா னென்பார்
> ஒரு பைசாத் தமிழருமை யறியா மாந்தர்
> ஒரு பைசாத் தமிழினிமை யறிவா ராயின்
> ஒரு கோடிப் பொன்னிஃதென் றுரைப்பர் மாதோ"

என்று குறிப்பிட்டுள்ளார்.

> தத்துவ சாஸ்திரிகளில் சிலரும், வித்தியா சாஸ்திரிகளில் பலரும் இரசாயன சாஸ்திரிகளில் சிலரும் ஒன்றுகூடி இப்பத்திரிகையை "ஒரு பைசாத் தமிழன்" என வெளியிட்டு இருக்கிறோம். தமிழ் மணம் பரவ விரும்பும் **தமிழர்** ஒவ்வொருவரும் கையொப்பம் வைத்ததனை யாதரிக்க கோருகின்றோம்.

என்று இதழின் அறிமுகவுரையாக - பாயிர உரையாகக் கூறுகின்றார்.

பௌத்த நெறிகளை - கொள்கைகளை விளங்கிக் கொள்ளாத மக்களுக்கு விளக்கமாக அவற்றை எடுத்துரைப்பதை நோக்கமாகக் கொண்டே இவ்விதழ் வெளியிடப்பட்டது.

பௌத்த சமயத் தமிழ் இலக்கியங்களையும், பிற தமிழிலக்கியச் செல்வங்களையும் தமிழர்களுக்குப் பண்டிதர் இவ்விதழின் வழியாக வாரி வழங்கினார்.

ஒரு பைசாத் தமிழன் பற்றித் "**தமிழ் மாது**" இதழாசிரியர் கோ. ஸ்வப்பனேசுவரி கூறுகையில்,

> "ஒரு பைசாத் தமிழன் என்னும் இப்பத்திரிகை வாசிப்பதால் பல புராண நூல்களின் கருத்துகளையும் எளிதில் அறியலாகும்."

என்று குறிப்பிட்டார். இவர் ஒரு பைசாத் தமிழனில் வந்த

"**இந்து தேசப் பூர்வப் பெண்களின் கல்வி**"

என்னும் கட்டுரையினை எழுதியவர் ஆவார்.

பண்டிதர் தனது இதழில் "**பூர்வத் தமிழொளி**" என்னும் தலைப்பில் பௌத்த நெறிகளைத் தொடர் கட்டுரையாக வெளியிட்டு வந்தார். இதில் ஆரிய எதிர்ப்பு, ஒடுக்கப்பட்ட மக்களின் உள்ளக் குமுறல்களை வெளிப்படுத்தினார்.

புத்தர் பெருமானின் வாழ்க்கைச் சிறப்பும் இத்தொடரில் பளிச்சிட்டது. பாளியிலிருந்து நேரடியாக மொழியாக்கம் செய்யப்பட்ட புத்தர் பெருமானின் சிந்தனைகள் இத்தொடரை அழகுபடுத்தின.

இந்து மதமும் இக்கட்டுரையில் ஆய்வுக்கு உட்படுத்தப் பட்டது. ஒடுக்கப்பட்ட மக்களின் சிக்கல்களில் அரசின் மெத்தனம், குடிநீர்த் தட்டுப்பாடு, சுடுகாட்டுப் பாதை அமைப்பதில் முட்டுப்பாடு முதலானவற்றில் எழும் முழுச் சிக்கல்களையும் துணிச்சலாய் வெளிப்படுத்தினார்.

ஒடுக்கப்பட்டோர் இலக்கியம் (Dalit Literature) படைப்பதிலும் எழுத்தாளர்களுக்குப் பண்டிதர் முன்னோடியாய் இருந்திருக்கிறார். '**வருத்த மானம்**' என்னும் தலைப்பில் அக்கால அரசியல் நிலைமைகள் குறித்துச் சுருக்கமாக எழுதப்பட்ட போதிலும் இந்திய அரசியலை எளிய மக்களுக்கும் எடுத்துச் செல்வதாகப் பண்டிதரின் எழுத்துகள் அமைந்தன.

ஆங்கிலேயர்க்கு எதிராக எழுந்த விடுதலைப் போராட்டம் பற்றிய செய்திகளையும் வெளியிட்டார்.

ஒரு பைசாத் தமிழன் - *25-3-1908* அன்று வெளிவந்த இதழில் -

"அமிதவாதிகள் என்னும் ஒரு கட்சியும் மிதவாதிகள் என்னும் ஒரு கட்சியும் இத்தேசத்தில் தோன்றி ரூபாய்க்கு 4 படி அரிசியையும் பெற முடியாமல் போராட்டத்தில் குண்டடிபட்டுக் சாகும் குடும்பத்தார் குடிக்கக் கூழுக்கும், கட்டத் துணிக்கும் அலைவதிலும் ஓர் பெரும் பலனைத் தேடி விட்டார்கள். அந்தோ! இவ்வகை வீண் வீராப்பில் மடிந்தவர்கள் ஓர் அரசாங்க யுத்தத்தில் மடிந்திருப்பார் களாயின் தனது பெண்சாதி, பிள்ளைகளுக்கு உபகாரச் சம்பளமேனும் கிடைக்கும்."

இவ்விதழில் நூல் மதிப்புரைப் பகுதி ஒன்றும் இடம் பெற்றது. **29-1-1908** இல் வெளிவந்த இதழில் **இராஜம்மாள்** என்னும் புதினம் பற்றிய மதிப்புரை வெளியிடப்பட்டது. இப்புதினத்தில் **முனுசாமி** என்னும் பண்ணைப் பறையன், பண்ணையார் வீட்டில் புகுந்த பாம்பை அடிக்க நடுங்கிக் கொண்டு நின்றதைக் குறிப்பிட்டுத் தமது மதிப்புரையில்,

"அவன் பாம்புக்குப் பயப்படவில்லை; சாஸ்திரி வீட்டில் உள்ள இலட்சுமி நீங்கி விடுவாள் என்று நடுங்கி உள்ளுக்குச் சென்றானாம். பண்ணைப் பறையன் காலினால் மிதிக்கப்பட்ட அரிசி மூட்டை, வெல்ல மூட்டை இலட்சுமி சாஸ்திரியார் வீட்டில் இருக்கிறதா இல்லையா என்று ஆராய்வரேல் இலட்சுமி சம்பத்து விளங்கும்.

இவ்வகை இந்து தேச முதுகெலும்பாக விளங்கும் பறையன் என்போனை பழி கூறிய பாவலரைப் பழித்த நாவலர்கள் என்னும் பத்துப் பன்னிரண்டு பேர் தோன்று வாராயின் சுதேசியமும் சீர்கெட்டு சுயராஜ்ஜியமும் பெயர் கெட்டு அழிய வேண்டியதாம்:[1]" என்று எழுதியுள்ளார்.

இதழ் வளர்ச்சியிலும் சாதி உணர்ச்சியின் காரணமாக ஏற்படும் சீரழிவு பற்றிப் பண்டிதர் கூறுகையில்

"இத்தமிழ் வழங்கும் தென்னிந்தியாவிலோ சாதி நாற்றம் என்னும் கசிட மலத்தால் தங்கள் சாதியோர் மட்டிலும் வாசிக்கலாம். ஏனைய சாதியோர் வாசிக்கக் கூடாது என்னும் பொறாமையும் பொச்சிருப்பும்

வாய்ந்தவர்களாதெனின் பொது நலம் கருதிட பத்திரிகைகளே வாசிக்கப் பிரியமில்லாமல் விட்டு வருகின்றார்கள் என்று வருந்துகிறார்.

இவ்விதழின் கட்டணம் உரு. அணா காசு (சல்லி-பை)

ஆண்டுக்கு	1.8.0
6 மாதத்திற்கு	0.12.0
3 மாதத்திற்கு	0.6.0
தனியிதழ்	0.0.3 என்றிருந்தது

ஒரு பைசாத் தமிழன் மூன்று பைசா (சல்லி-காசு)வுக்கு விற்கப்பட்டு வந்தது. இவ்விதழில் விளம்பரக் கட்டணமாக

பத்திக்கு உரு.2; அரைப்பத்திக்கும் காறப்பத்திக்கும் ஒரு உருபாய் எனப் பெறப்பட்டது.

சில விளம்பரங்களுக்கு ஒரு வரிக்கு அரையணா என அக்காலத்திலேயே விளம்பரங்களுக்குக் கட்டணம் பெற்றார் பண்டிதர்.[2]

இதழ்தோறும் முதல் பக்கத்தில் செய்திகளை வழங்குவதற்கு முன்பாக **அருங்கலைப் செப்பு** என்னும் தலைப்பில் பாட்டு ஒன்று இடம் பெறும்.

> **"மெய்ப்பொருள் காட்டி உயிர்கட் கரணாகித்**
> **துக்கங் கெடுப்பது நூல்**
> **என்று முண்டாகி இறையால் வெளிப்பட்டு**
> **நின்றது நூலேன் றுணர்." *(12 எண் : 2; 24-3-1908)***

என்றவாறு அப்பாட்டு அமையும்.

பூகம்பம் மெசினாவில் சேதம்

இலண்டன், டிசம்பர் 29, 1908 : மெசினா நகரம் முழுவதும் நாசமாகிவிட்டது. மெசினாவில் உள்ள டவுன் ஹாலுக்கும் தபால் ஆபிசுக்கும் பேங்கிக்கும் கோட்டைக்கும் சென்றிருந்த 90 பேர்களும் உயிர் நீத்தார் என்று தெரிகின்றது. மெசினா ஜெலசந்தியில் கடற்கரையோரம் இருந்த அனேக கிராமங்கள் முற்றும் நாசமாயின.

உதவி சேனைகள் மெசினாவில் சேதம் அடைந்த ஜனங்களுக்கு உதவி செய்ய முடியாது. சைராக்ஸியிலிருந்து பிரிட்டிஷ் கடற்படையும் அகஸ்தாவிலிருந்து ருசிய கடற்படையும் மெசினா நோக்கி பிரயாணமாயிருக்கின்றன.

(30-10-1908)

அதிக மரணம்

இலண்டன், டிசம்பர் 30, 1908 : சிசிலியில் மட்டும் 70,000 பேர் மரணம் அடைந்தனர் என்றும், கலாப் பிடியாவில் 30,000 பேர் மரணம் அடைந்தனர் என்றும் தெரிய வருகின்றது.

பூமி பிளந்தது

பல பீரங்கிகள் சப்திப்பது போல் பிளந்தது. ரெக்கியோவின் ஒரு பாகம் விழுங்கப்பட்டது. உடனே இந்தப் பிளவு சமுத்திரத்து தண்ணீரை நோக்கி விரைந்து ஓடிற்று. கலா பிடியில் உள்ள ஜனங்கள் மலை சோலைகளிலும் குகைகளிலும் தங்கி இருக்கிறார்கள். மெசினாவில் தோன்றிய நெருப்பு அணைக்கப்பட்டுள்ளது.

இத்தாலியில் யுத்தம்

இத்தாலி தேசமானது துக்கத்தில் மூழ்கி இருந்தது. பேங்குகளும் நாடக சாலைகளும் மூடப்பட்டிருக்கின்றன. நிவர்த்தி வேலை செய்ய முடியாத பல வாலண்டியர்கள் சென்று இருக்கின்றார்கள். ரோம், நேமிக்ஸ் பாலமோவிலுள்ள தந்தி ஆபிசுகளில் ஜனங்கள் அழுகையும் கண்ணீருமாய்ச் சூழ்ந்து தந்திக் கம்பிகள் அறுந்து போனபடியால் தங்கள் பந்துகளுக்குத் தந்திச் செய்திகள் அனுப்ப முடியாது இருக்கின்றார்கள். மெசினாவில் உள்ள தபால் சேவகர்கள் 100 பேரில் 6 பேர் உயிரோடு இருப்பதாகத் தெரிகின்றது.

டிசம்பர் 31, 1908

சமீபத்தில் எடுத்த கணக்கின்படி மரணமானவர்களின் எண்ணிக்கை 2 லட்சம் எனத் தெரிகின்றது.

திருமண வாழ்த்துச் செய்திகளும், பொதுச் செய்திகளும் கூட இடம் பெற்றன.

> நமதன்பர் தி.கிறிஸ்டியன் அவர்களின் சகோதரரின் புதல்வி ரேஞ்சல் புஷ்ப மாரியம்மாளின் தேக ஆரோக்கியத்தின் நிமித்தம் தனது திருமணம் தடையானது கேட்டு மிக்க விசனிக்கின்றேன்.

என்றும் செய்தி வெளியிடப்பட்டது.

ஒரு பைசா தமிழன் என்னும் இதழ்ப் பெயர்

26-8-1908 முதல் **தமிழன்** என்றும் மாற்றப்பட்டது.

15-4-1914 வரை பண்டிதர் மறைவு வரை அவரை ஆசிரியராகக் கொண்டு வெளி வந்தது.

பெயர் மாற்றம் குறித்துப் பண்டிதர்

> "இதுவரை நமது ஒரு பைசாத் தமிழன் பத்திரிகையை அச்சிட்டு வந்த பிரஸ் ஆனது கனம் ஆதிமூலம் பிள்ளை அவர்களின் சொந்த மாதலின் அந்தப் பிரஸ்ஸை சிந்தாதிரிப்பேட்டைக்குக் கொண்டு போய், தானே நடத்திக் கொள்வதாய் இம்மாதம் 20 ஆம் தேதி எடுத்துக் கொண்டு போய்விட்டார். ஆதலின் நமது கோலார் மாரிக்குப்பத்தில் வாசஞ் செய்யும் தன்மப் பிரியர்களின் பேருதவியால் வேறு அச்சு இயந்திரத்தில் கொண்டு வந்து 24 ஆம் தேதி சோம வாரம் கமிஷனரிடம் சென்று கெளதம பிரஸ் என்னும் நாம கரணம் ரிஜிஸ்டர் செய்து விட்டது மன்றி ஒரு பைசா தமிழன் எனும் பத்திரிகைப் பெயரில் ஒரு பைசா எழுத்தினை எடுத்துவிட வேண்டுமென்று அந்தவன்பர்கள் கோரிய வண்ணம் தமிழன் என்னும், பெயரைப் பதிவு செய்து விட்டேன். ஆதலின் நமது பத்திரிகையின் பெயர் தமிழன் என்றும், அச்சு இயந்திரத்தின் பெயர் கெளதம பிரஸ் என்றும் வழங்கப்படும்." என்றும் எழுதினார்.

இதில் கடிதங்கள், கட்டுரைகள் பலவும் துணிவுடன் வெளியிடப்பட்டன. நாளடைவில் இவ்விதழ் அயல் நாடுகளில் வாழும் தமிழர்களால் பெரிதும் விரும்பி வரவேற்கப்பட்டது.

பர்மா, மலேசியா, தென்னாப்பிரிக்கா, நேட்டால் முதலிய தமிழர் வாழும் நாடுகளுக்குத் தமிழன் இதழ் பறந்தது.

பண்டிதர் படைத்த நூல்கள்

பூர்வத் தமிழொளியாம் புத்தரது ஆதிவேதம்.
விவாக விளக்கம்

ஒருபைசாத் தமிழனில் பண்டிதரால் வெளியிடப் பட்டு அவர் மறைவுக்குப்பின் தொகுக்கப்பட்டவற்றுள் ஒன்றே **விவாக விளக்கம்** என்பது.

இந்நூல் சாக்கைய பௌத்த சங்கத்தினரால் வெளியிடப்பட்டது.

1934 ஆம் ஆண்டு சென்னை - இராயப்பேட்டை சாக்கைய பவுத்த சங்கத்தின் செயலாளர் **க.அ. இராசாராம்** என்பாரால் வெளியிடப்பட்டது.

இந்நூலின் முன்னுரையாகப் பண்டிதர் எழுதினார் :

இவ்வுலகின்கண் பண்டைக் காலம் வித்தையிலும், பத்தியிலும், ஈகையிலும், சன்மார்க்கத்திலும் சிறப்புற் றிருந்தது. தற்காலம் பொறாமையிலும், வஞ்சினத்திலும், குடியிலுங் களவிலும் சீர்கெட்டு வரும் இந்தத் தென்னிந்தியாவில் பற்பல மதங்கள் தோன்றித் தத்தம் மதக் கொள்கைகளைத் தழுவி சுபாசபக்கிரியைகளை நிறைவேற்றி வருகின்றனர்.

சுபகாரியங்கள் என்னும் விவாக காலங்களில் நிறைவேற்றி வரும் தன்ம கன்மக் கிரியைகள் யாவும் எந்தச் சரித்திரத்திற் கூறியுள்ளவைகளென்றும், அக்கிரியைகளின் அந்தார்த்தம் யாதென்றும் விசாரித்துணராமல் புத்த தருமம் நூதனமாகக் தோன்றியதென்றும் பொய்மதப் போலி **ஞானி**களால் அஃது அழிந்துவிட்டதென்றும் பிதற்றித் திரியும் அன்பர்களுக்கு நமது விவாக காலங்களில் செய்துவரும் கிரியைகள் யாவும் 1500 வருடங்களுக்குட் படத் தோன்றி நாளுக்கு நாள் நசிந்துவரும் சைவ மதம், வைணவ மதம் எனும் இருமதச் செயல்களைத் தழுவியது என்றும் உணர்வான் வேண்டி புத்த தர்ம அரசர்கள் செய்து

வந்த விவாகக் கிரியைகளையும் தற்காலம் நாம் செய்துவரும் விவாகக் கிரியைகளையும் விளக்கி, சாக்கைய பவுத்த சங்கத்தார் விவாக விளக்க நூலென வெளியிட்டு இருக்கின்றோம். இவ்வரிய சுருக்க நூலை ஒவ்வொரு அன்பர்களும் பூர்த்தியாக வாசித்து உணர்ந்து பூர்வ தன்ம கன்மங்களை நிலைபெறச் செய்துவிட்ட முடிவுரையில் கூறியுள்ளவைகளையும் பின்பற்றுவார்களாக.

பௌத்த முறைப்படி அக்காலத்தில் திருமணம் நடைபெற்றதையும் எப்படிப்பட்ட துறைகளைப் பின்பற்றவேண்டும் என்பதைனயும் தொடர் கட்டுரைகளாக வெளிவந்தவற்றையே இந்நூலாகத் தொகுத்துள்ளார். இந்நாளைய திருமணத்திற்கும் அந்நாளைய நடைமுறைக்குமுள்ள முகாமையினைப் பௌத்த நெறியின் அடிப்படையில் இவ் விவாக விளக்க நூல் தெளிவுபடுத்துகின்றது.[3]

பிற நூல்கள்

	உரு.	அணா.	காசு
1. அரிச்சந்திரன் மெய்யனென்னும் காதையும் பொய்யான விபரம்	0.	0.	6.
2. நந்தன் சரித்திர விளக்க வினா விடை	0.	1.	0.
3. திருவள்ளுவ நாயனார் உண்மெய் சரித்திரம்	0.	1.	0.
4. ஔவையார் எனும் ஸ்ரீ அம்பிகை அம்மன் சரித்திரம்	0.	1.	0.
5. ஸ்ரீ முருகனின் மெய் சரித்திரம்	0.	1.	0.
6. வேஷ பிராமணர் வேதாந்த விவரம்	0.	4.	0.
7. நூதன ஜாதிகளின் உற்பவ பீடிகை	0.	4.	0.
8. ஸ்ரீ அம்பிகை அம்மன் அருளிய திரிவாசகம்	1.	0.	0.
9. ஸ்ரீ புத்தரது ஆதிவேதம்	3.	8.	0
10. பண்டிதரின் மகராஜாங்க எண்ணை	1.	4.	0.
11. அஸ்வகேந்தி லேகியம்	1.	0.	0.

பண்டிதரின் படைப்புகள் - கட்டுரைகள்

பண்டிதர் தம்முடைய **தமிழன்** இதழில் பௌத்தம் தொடர்பான கொள்கைகளை விளக்கித் தொடர் கட்டுரைகள் எழுதி வந்தார்.

> "பௌத்தர்கள் மத தூஷனை செய்கிறார்கள் என்றும், மற்றைய மதங்களுக்கு வீண் அவதூறு செய்கிறார்கள் என்றும் கேள்வியுற்று மிகவும் வருந்துகின்றோம். ஒரு மதத்தாரைத் தூஷித்து அவர்களை மனம் குன்றச் செய்வது பௌத்தர்களுக்கே தோஷம் உண்டாகும் என்பது அவர்களுக்குத் தெரிந்த விஷயமானதால் ஒருக்காலும் ஒருவரைத் தூஷிக்க மாட்டார்கள்.
>
> அவர்கள் சகோதர அன்பினாலும் நல்லெண்ணத் தினாலும் ஏதொன்றை எடுத்தோதிய போதிலும் அவர்கள்மீது கெட்ட எண்ணமும், விரோதச் சிந்தையும் உள்ளவர்களுக்கு உள்ள செயல் உள்ளபடி விளங்கும்.
>
> ஆதலின் பௌத்தர்களை வீணே அவதூறு செய்யும் அன்பர்கள் அவர்களுக்குள்ள வஞ்சினத்தையும், பொறாமையையும் பெருக்கிக் கொண்டு வீணே சினந்து திரிவார்களாயின் அச்சினம் அவர்களையே மிக்க துக்கத்தை அனுபவிக்கச் செய்யும். சில அன்பர்கள் சூனியம் வைத்துவிட்டார்கள் என்று சொல்லிடப் பெரிதாகக் கேள்வியுற்று மிகவும் வருந்தினோம். பௌத்தர்கள் ஒருவரைக் கெடுக்கவேண்டும் என்னும் எண்ணம் தங்களையே கெடுக்கும் என்று மெய்யாகவே அவர்களுக்குத் தெரியும்."

பாதிரிகளுக்கு விண்ணப்பம் என்னும் தலைப்பிலும் கட்டுரைகள் எழுதினார்.

> "கத்தோலிக்கர்களுக்குப் பின்பு தென்னிந்தியாவில் குடியேறி கிறித்துவின் மார்க்கத்தைப் பரவச் செய்வதற்காகச் சகல மக்களுக்கும் உபகாரமாகும் கல்விச் சாலைகளை விருத்தி செய்தீர்கள்.

அக்காலம் சாதித் தலைவர்களின் கொடுஞ் செயலால் தாழ்த்தப்பட்டு நிலை குலைந்திருந்த திராவிடப் பௌத்தர்கள் யாவரும் தங்கள் பிள்ளைகளை ஆனந்த மாகக் கல்விச் சாலைகளுக்கு அனுப்பிக் கல்வி கற்கச் செய்திருப்பதுடன் கிறித்தவமதத்தையும் தழுவி **பி.ஏ., எம்.ஏ.,** முதலிய பட்டங்களையும் பெற்றுப் பாதிரி களாகவும் உபதேசிகளாகவும் உபாத்தியாயர்களாகவும் போதித்து வருங்கால் சாதித் தலைவர்களின் போதனை களுக்கு உட்பட்ட பிற மதத்துக்காரர்களும், பிற சாதிக்காரர்களும் தடிகளால் அடித்துத் துரத்த, பல பாடுகளும் பட்டுக் கிறித்தவ மதத்தைப் பரவச் செய்து வந்தார்கள்.

இரண்டு அங்கிகள் இருக்குமாயின் ஒன்றைத் தரித்திரர்களுக்கும் ஏழைகளுக்கும் கொடுத்து உதவும்படி போதித்திருக்கிறீர்களே! பண ஆசைக்காரனும், செல்வம் மிகுந்தோனும் மோட்ச ராஜ்யத்தில் பிரவேசிக்க முடியாது என்றும் கூறியிருக்கிறீர்களே!

அத்தகைய சத்திய ஞானங்களைப் போதிக்கும் குருக்களாக நீங்கள் இந்தத் தேசத்திற்கு வந்து மகாஞானிகளின் மோதகத்திற்கு மாறுதலாகப் பணம் சம்பாதிக்கக் கூடிய மதக் கடைகளைப் பரப்பி இரவும் பகலும் ஓய்வின்றிக் கஷ்டப்பட்டுச் சம்பாதிக்கும் ஏழைகளின் பணத்தைக் கூர்ந்து, தங்கள் சுயதேசங்களாகிய **ரோம்** நகரம் முதலிய இடங்களுக்கு அனுப்பிக் கொண்டு, இந்த ஏழைத் தமிழ்க் கிறித்தவர்கள் கைகளில் ஓடும், அவர்கள் வாசம் செய்யும் சேரிகளை மூதேவி அடையவும் செய்து விட்டீர்கள்.

இவ்வகையான ஏழைத் தமிழ்க் கிறித்தவர்களின் மீது இரக்கமின்றிப் பணங்களை வசூல் செய்து அனுப்பி வரும் ரோம் நகரின் தற்கால நிலையைக் கவனித்துப் பாருங்கள். உலகத்தில் அதிகச் சிறப்பும் நாகரிகமும் செல்வமும் மிகுந்திருந்த ரோம் நகர் நாளுக்கு நாள் சிறுமை அடைந்து ஈனஸ் திதிக்கு வரும் காரணம் ஏழைகளின் கஷ்டார்ந்த

சொத்துகளை இரக்கமின்றிக் கொண்டுபோய் அத்தேசத்தில் சேர்ப்பதன் கர்மமேயாம்.

அத்தகைய மதக்கடை பரப்பிப் பொருள் சம்பாதிக்கும் செயல்களை மகாஞானிகள் என்றும், தேவர்கள் என்றும் கொண்டாடப் பெறும் **மோசே**யும், **எலியா**வும், **கிறுஸ்து**வும் மற்றும் உள்ளோரும் பார்க்க மாட்டார்கள். நம்முடைய செயல்கள் அவர்களுக்குத் தெரியவும் மாட்டாது என்று வருகின்றீர் போலும்!

அந்தோ! முக்காலும் உணர்ந்த மகா ஞானிகள் எக்காலத்திலும் தங்கள் சத்திய தர்மங்களையும் அவற்றைப் போதிக்கும் போதகர்களின் செயல்களையும் பார்த்துக் கொண்டே இருக்கின்றார்கள். இதைச் சத்தியம் என்றே நம்புங்கள். அசத்தியம் என்று விட்டு விட்டு ஏழைக் கிறிஸ்தவர்களை வஞ்சிக்காதீர்கள்.

"**நீங்கள் அளந்த படியினாலேயே உங்களுக்கும் அளக்கப்படும் உங்களுக்குள்ள இரக்கமற்ற செய்கைகளை உங்களுக்கும் செய்யப்படும்**"
(பைபிள்)

ஆதலின், போதகர்கள் என்னும் பெரியவர்களே! இந்த ஏழைக் கிறித்தவர்களிடம் பணம் சம்பாதிக்கும் எண்ணங்களை அகற்றிவிட்டு, நீங்கள் சேர்த்து வைத்துள்ள தொகைகளில் கல்விச் சாலைகளையும் கைத் தொழிற்சாலைகளையும் மேம்படுத்தி, இந்த ஏழைப் பேதை மக்களை இலவசமாகக் கல்வியிலும், கைத் தொழிலிலும் முன்னுக்குக் கொண்டு வாருங்கள்.

நீதியிலும், அன்பிலும், ஒழுக்கத்திலும் பரம் பரையாகப் பயந்து நடக்கும் ஏழைக் கிறித்தவர்களை, **பறையர்கள்** என்று தாழ்த்தி, பக்கத்தில் ஒதுக்கி விடாதீர்கள். கிறித்துவின் மார்க்கத்தை இத்தேசத்துள் எங்கும் ஆதியில் பரவச் செய்தவர்கள் இவர்கள் என்று அன்பு பாராட்டுங்கள்; அன்பு பாராட்டுங்கள்.

மலேச்சராம் **ஆரியர்கள்** அரசர்களையும் பெருங்குடிகளையும் வயப்படுத்திக் கொண்டு, இயந்திர

வியாபாரங்களைப் பற்றிக் கொண்டும், சங்கத்தோர் களைப் பலவகைத் துன்பம் செய்து ஓட்டியும் தன்மங்களை மாறுபடுத்திக் கொண்டும் வருங்கால், கலைநூல் வல்ல சாக்கையர், வள்ளுவர்களுக்கும், வித்துவ வல்ல பாணர்களுக்கும் மனத்தாங்கல் உண்டாகி, இம்மிலேச்சர்களாம் ஆரியர்களைக் கிராமங்களுக்குள் வர விடாமல் துரத்தியும் அவர்கள் அடி வைத்த இடங்களி லெல்லாம் சாணத்தைக் கரைத்து தெளித்து அச்சட்டி யையும் அவர்கள் ஓடிப் போன வழியில் உடைத்தும் வருவது வழக்கமாய் இருந்தது.

இவ்வகையால் விவேகம் மிகுந்த சமணர்களும் சாக்கையர் - வள்ளுவர்களும், பாணர்களுமாகிய திராவிடப் பௌத்தர்கள் யாவரும் **வேஷப் பிராமணர்** கட்டுக்குள் அடங்காமல் **பறையர்**களாகவே இருந்து கொண்டு மிலேச்சராம் ஆசிரியர்களின் வஞ்சகச் செய்கைகளை மறைத்துக் கொண்டே வந்தபடியால், **மலையாள**வாசி களாகும் **கொடுந்தமிழ்ப் பௌத்தர்**களைத் **தீயர்**கள் என்றும் **செந்தமிழ்ப் பௌத்தர்**களைப் **பறையர்**கள் என்றும் வகுத்து வழங்கி வந்தவற்றுள் திராவிடப் பௌத்தர்களை மிலேச்சராம் ஆரியர்கள் கண்டவுடன் அவர்கள் அடிக்கும் சாண நீருக்குப் பயந்து ஓடுவது வழக்கமாயிருந்தது.

அச்சமயம் இவர்களைக் கண்டோர்கள் அவர்களைக் கண்டு ஏன் ஓடுகின்றீர்கள் என்றால், அவர்கள் **தீயர்கள், பறையர்கள், தாழ்ந்த சாதியார்,** அவர்களைத் தீண்டலாகாது என்று சொல்லிக் கொண்டே ஓடிப் போவது மிலேச்சர்களின் வழக்கமாயிருந்தது.

கிறித்தவ மிஷனரிமார்கள் இத்தேசத்தில் வந்து தங்கள் மதத்தைப் பரவச் செய்த போது சாதி பேதமுள்ள பிராமண மதத்தவர்கள் அவர்களை இழிவாகக் கூறி அவர்கள் மதம் பரவ விடாமல் செய்து வந்தார்கள். சாதிபேதமற்ற திராவிடர்களோ யாதொரு களங்கமுமின்றி அம்மதத்துள் பிரவேசித்து, அந்தத் துரைமார்கள் கருணையால் **பி.ஏ., எம்.ஏ.** முதலிய பட்டங்கள் பெற்று, நாகரிகமுற்றுக் காடு, மலை, வனம் ஆகியவைகளைச்

சுற்றிக் கிறித்தவ வாக்கியங்களைப் போதித்து எங்ஙனும் அம்மதத்தைப் பரவச் செய்து வந்தார்கள்.

சாதி பேதமற்ற திராவிடர்களால் கிறித்தவ மதம் பரவியதுமன்றி, சாதி பேதத்தால் தங்களுக்கு உண்டாயிருந்த சில விசயங்களும் நீங்கிச் சுக வாழ்க்கையைக் கண்ணால் பார்த்துச் சகித்துக் கொள்ள முடியாத சாதி பேதமுடைய பிராமணர்கள், கிறித்தவ மதத்தில் வந்து சேர்ந்து சாதியையும் வைத்துக் கொண்டு, ஆதியில் கிறித்தவ மதத்தில் கல்லால் அடியும், தடியும் சாணங்களின் அடியும் பட்டு விடா முயற்சியால் பரவச் செய்து வந்த சாதி பேதமற்ற திராவிடர்களுக்கு, அக்காலம் அம்மதத்தில் யாதொரு சுகம் இல்லாமல் போய்விட்டது.

இத்தகைய அனுபவங்களால் சாதிபேதமுள்ள கூட்டத்தார் வசம் சுய ஆட்சியும் கிடைக்குமாயின் சாதி பேதமற்ற திராவிடர்களையே முன்பு கெடுத்ததுபோல் கெடுத்துப் பாழாக்கிப் படு பாதாளத்தில் தள்ளிப் பதங்குலையச் செய்து விடுவார்கள் என்பதற்கு ஆட்சேபணையில்லை.

இச் சாதி பேதமற்ற திராவிடர்களையும் பௌத்தர் களையும் பௌத்த மார்க்கத்தையும் நசுக்கிட வேண்டிப் பௌத்தர்களைப் **பறையர்கள்** என்றும் **தாழ்ந்த சாதிகள்** என்றும் வகுத்து, **பறையர்** எனும் பெயர் பலவகையாலும் பரவ வேண்டி, உபாயங்களையும் செய்து, ஊரிலுள்ள சுத்த ஜலங்களை மொண்டு குடிக்க விடாமலும், வண்ணார்களைத் துணிகள் எடுக்க விடாமலும், துவைக்க விடாமலும், அம்பட்டர்களைச் சவரம் செய்ய விடாமலும் தடுத்து, அசுத்த நிலையை அடையச் செய்து நூதனமாக இத் தேசத்தில் குடியேறிவர்களுக்குக் காண்பித்து, இவர்கள் **பறையர்கள் - தாழ்ந்தவர்கள்** என்றும் கூறி, அவர்கள் மதத்தையும் கெடச் செய்து இவர்களைத் தலையெடுக்க விடாமல் செய்ததுமன்றிக் கருணை தாங்கிய பிரிட்டிஷ் துரைத்தனத்தில் இராணுவ உத்தியோகங்களிலும் வைத்தியசாலை உத்தியோகங்களிலும், புராட்டஸ்டண்ட் கிறித்தவ மதத்திலும் சகித்துக் கொள்ள முடியாத சாதி பேதமுள்ளவர்கள் யாவரும், மேற்படி உத்தியோகங்களிலும் மதத்திலும் பிரவேசித்து, கல்வியும் செல்வமும் நாகரிகமும் மிகுந்து வருங்கால் அவர்கள் சுகத்தைக்

கண்டு சகித்துக் கொள்ள முடியாத சாதிபேதமுள்ளவர்கள் யாவரும், மேற்படி உத்தியோகங்களிலும் மதத்திலும் பிரவேசித்துச் சாதி பேதமில்லாத் திராவிடர்களுக்கு அங்குச் சுகம் கிடைக்காமல் செய்துவிட்டதுமன்றி, பெருங் கொடுமையும் செய்து வந்தார்கள். இதற்கு உபகாரமாய்த் தற்கால சுதேசி விருத்திக் கூட்டத்தார் பணம் சேகரிக்கும் விசயத்தில் மட்டும் சாதி பேதம் கிடையாது என்று சொல்லிப் பணம் வசூலிக்கின்றார்கள். அத்தொகையைக் கொண்டு **ஜப்பான், அமெரிக்கா** முதலிய நாடுகளுக்குக் கல்வி வித்தை கற்றிட, சிறுவர்களை அனுப்பும்போது மட்டும் சாதி பேதமில்லாமல் சகல சாதியைச் சார்ந்த சிறுவர்களையும் அனுப்புகின்றார்களா? என்பது கேள்விக் குறியாகவே இருக்கின்றது.[4]

> சாதி பேதமற்ற **திராவிடர்கள்** புத்த தம்ம சார்பில் மேற்குறித்த பெயர்களை நாளது வரையில் வழங்கி வந்த போதிலும் **புத்தர்** பெயர்களில் ஒன்றாகும். **கடவுள்** என்னும் பெயரையே நாளது வரையில் சிந்தித்தும் வருகின்றார்கள். இவ்வகையால் புத்தரைச் சிந்தித்து வருவதுமன்றி, புத்த மதத்தைச் சார்ந்த **அரசர், வணிகர், வேளாளர்** என்ற முத்தொழிலாளர்களும் கன்ம கருக்களாகவும் வழங்கி வந்தார்கள்.

தாங்கள் எமது பத்திரிகையின் கையொப்ப நேயராகவும் காணவில்லை. கையொப்ப நேயர்களின் நேயராகவும் காணவில்லை. ஆதலின் தங்கள் கடிதத்தைக் காலிக்கடைக்கு இரையாக்கி விட்டோம்.

ஐயா, எங்கள் விஷ்ணு உலகமெல்லாம் உண்டு உமிழ்ந்தவராதலின் புத்தர்களையும் உண்டு விடுவார் என்று பூச்சி காட்டி எழுதியுள்ளவை புன்னகைப் புதுக் கடிதமேயாம். பௌத்தர்கள் முன்னிலையில் உங்கள் விஷ்ணு என்னைத்தான் தொழ வேண்டுமென்றால் உங்களைத் தொழுவதால் எங்களுக்கு யாது பயன்; எங்கள் கடமை சுண்டலுக்கும் காப்பி நீருக்கும் செலவேயன்றி உங்களால் எங்களுக்கு யாது பயனும் இல்லையென்று ஓட்டி விடுவார்கள். இத்தகைய பூச்சிக் கடிதங்களைப் **புதுப் புத்த மதத்தோர்** முன் போற்றச் செய்வீராயின் ஏதேனும் கைவீசு கிடைத்தால் கிடைக்கும்.

பௌத்தர்கள் முன் பூச்சி காட்டுவதால் ஏச்சுக் கிடைக்கும் என்று எளிதில் அறிந்து கொள்வீராக.[5]

மிலேச்சர் ஆரியர் என்ற கூட்டத்தார் **வேஷப் பிராமணர்** வருத்தம் பெற்ற விவரம்.

1500 வருடத்திற்கு உட்பட்ட **இந்திரர் தேசம்** எனும் இவ்விந்தியாவில் வந்து குடியேறிய மிலேச்சர்கள் நாளுக்கு நாள் கல்வியற்ற சிற்றரசர்களையும், பெருங்குடிகளையும் தங்கள் வசப்படுத்திக் கொண்டு **அந்தணர், அரசர், வணிகர், வேளாளர்** என்ற தொழிற் பெயர்களை மேல்சாதி, கீழ்சாதி என்னும் சாதிப் பெயர்களாக மாற்றி, கல்வியற்றோர் வாக்கால் வழங்கும் பாதையில் விட்டு, வடநாட்டுப் **பிராமணர், சத்திரியர், வைசியர், சூத்திரர்** என்னும் நான்கு தொழிற் பிரிவோடும் ஒவ்வொருவருக்கென்று வகுத்துள்ள அறுவகைத் தொழிலையும் சரிவரச் செய்து வருபவர்களைச் **சண்டாளர்** எனச் சிறப்பித்து வழங்கி வந்தார்கள். வடநாட்டுப் பௌத்தர்கள் மிக்க கல்வியில் தேர்ந்தவர்களாய் இருந்தபடியால் இம்மிலேச்சரின் வேஷப் பிராமணச் செய்கைகளை அறிந்து அடித்துத் துரத்த ஆரம்பித்துக் கொண்டார்கள்.[6]

இந்து வேதம் என்பது இந்தியா என்னும் தேசத்தில் உள்ளோர் கடைப்பிடித்து நடக்கும் வேதம் என்று அர்த்தம் ஈண்டு இந்தியா என்னும் நமது தேசத்தையும் இங்குள்ள வேதத்தையும் சீர் தூக்கில் ஒவ்வொரு சுதேச அபிமானிகளின் போந்த கடனாகும்.

இந்துக்கள் குறித்த பூவுலகம் எதுவெனில் ஈங்கு சங்கை பூர்வகாலத்தில் சிங்கம், புலி யாதி மிருக சஞ்சாரமாய் முள்ளடர்ந்த செடி, கொடி, நிறைந்த குகையும், மலையும், சகலமுமாய் மனித பிரவேசத்திற்கு அசாத்தியமாய் வனம், மலை இருள் சூழ்ந்து மிகுந்த சிறு நிலமாய்த் தோன்றும் இப்பரத கண்டம் ஒன்றே பூவுலகோ! அல்லது தற்போதைய சகலர்களுக்கும் வாசக ஞானமாயிலங்கும் ஐரோப்பா, அமெரிக்கா முதலிய பல கண்டங்களது கூட்டமும் தாமோ எனின் ஐரோப்பா முதலிய நீங்கலாகப் பரத கண்டம் எனும் ஒரு சிறுவிடத்தையே பூலோகம் என்று நிச்சயித்திருந்தோர் என்பதே அரிது.

ஆதலாற்றான் பரத கண்டமே பூலோகம் என்றும், அதிலுள்ள சராசரங்கள் என்றும் கபடமற்ற முன்னோர் எழுதி வைத்திருக்கின்றனர். உதாரணமாக,

> **பிரம்மன் தனது தலை, தோள், வயிறு, தொடை** எனும் தனது அரிய ஏக அவையங்களினின்று **பிராமணர், சத்திரியர், வைசியர், சூத்திரர்** ஆகிய நான்கு வருணங்களை மட்டும் படைத்தார்.

என்பார் ஒரு பெரியோர். இது சரி என்று கொள்ளாது மயங்குவர் சிலர். பின்னுமோர் அவசரக் கோலத்தால் மேற் கூறியபடி பிராமணர் அல்ல, பிரம்மாவின் அப்பனாகிய விஷ்ணு எனது அமல ஏகவாய் முதலியமேற்படி உறுப்புகளினின்றும் **பிராமணர்** முதலிய நான்கு சாதியை மட்டும் படைத்தார் என்போர் மற்றொரு பெரியோர்.

இது மயங்குமாறு பின்னுமொரு அவசரக் கோலத்தால் ஆயிரம் தலைகள், ஆயிரம் பாதங்கள் உடைத்தானாய் முருகன், புருஷன் என்பவனைத் **தேவர்கள்** பலியிடக் காத்துக் கொண்டிருக்கவே துணிவு பூண்ட புருஷனின் வாய் பிரம்மனாகவும் மற்ற சாதிகள் மேற் கூறியவாறே மேற்படி நான்கு உறுப்பினின்றும் தோன்றினர் என்போர் வேறொருவர். இவர்களில் முதல் தரம் நல்ல சாதியினர் பிராமணர் என்றும், இரண்டாம் தரம் நல்லதுக்கு எளிய நல்ல சாதி சத்திரியர். இவ்விதமாகச் சாதிக்கு வித்தாகிட நான்கு சாதி வரலாறு இப்படியென்று அபத்தமாய்க் கூறி அதை மறைக்க, பின்னும் பல கூறி, பலவித சாதி வழக்குகளால் பிரஜானக் கோல ஐக்கியத்தைக் கொடுத்து, தாம் பிறர் பிழைத்தாகும் தந்திடப் பூண்டிருந் தார்கள்.

முன்னோரில் சிலர் முன்னோராகிய இவர் தம் வினோதப் போக்குகளால் சாதிபேதம் இவ்விதமாய்ப் போற்றப்படல் பாரத கண்ட வாசிகளாகிய சிலர்களே யாம். ஆங்கிலேயரது பரதேசிகள் தம்தம் படைப்பு பரத கண்ட பிரம்மன் படைப்புக்கு வேறாகக் கூறுகின்றனர். பரதகண்டப் படைப்பை நினைக்கின்றார்.

ஆதலின் மேற்கூறியவைக்கு உதாரண பூதமாய் ஐரோப்பா வாதி மற்ற கண்ட மக்களைக் காணும் முன்னோர்,

பரதகண்டமாகிய சின்னிலத்தையே பூலோகம் என்று கருதி பரமத்தோடுன்னும் சொல்லால் மாளாது. ஆகவே தற்கால இந்துக்கள் ஆள்வது பூலோகம் முழுமையும் அல்ல; பூலோகத்தில் சிறுபாகம் என்றே கொள்ளல் வேண்டியது. பரத கண்டத்தை மட்டும் பூலோகம் என்று மதித்தது, அக்கால அறியாமையில் அதிசயித்தெழுதிய பித்தசித்த பிரம்மையே சாதிபேதம் என்பதை விசாரிக்கலாம்.[7]

எனது பாட்டனார் **கந்தப்பன்** என்பவர் ஓலைப் பிரதியிலிருந்து **திருக்குறளை**யும் நாலடி நானூற்றையும் ஈஸ்ட் இண்டியன் கம்பெனியார் காலத்தில் கூட்டி வைத்த கனம் **எலீஸ்** துரையவர்களிடம் கொடுத்து அச்சுக்கு வந்திருக்கின்றது.[8]

நூதன சாதிகளின் உற்பவ பீடிகை *(1892)* நூலில்,

அதாவுலக் கோர்ட்டில் இன்ஜினீர் டபுள்யூ. **ஆரிங்டன்** துரையும் மற்றொரு துரையும் **பார்ப்பன முனிஷிப்**களிடம் தமிழ் கற்றுக்கொண்டிருந்தார்கள். அப்போது பார்ப்பனர்கள் ஆங்கிலேயரிடம்

> **உங்களிடம் ஊழியம் செய்பவர்கள் தாழ்ந்த சாதியார்கள் இவர்களை நாங்கள் சேர்ப்பதும் இல்லை; தீண்டுவதும் இல்லை. உங்கள் காலத்தில் தான் ஊருக்குள் வந்து விட்டார்கள்.**

என்று பாடம் கற்பிக்கும்போதே எடுத்துக் கூறினார்கள். ஆரிங்டன் துரையவர்கள் பட்லர் **கந்தப்பனை**யும் மற்றொருவர் **கிருஷ்ணப்பன்** என்பவரையும் அழைத்து மக்களுக்குத் தமிழ்ப் பாடம் கற்பிக்கும் பார்ப்பனர்கள்.

> **உங்களைத் தாழ்ந்த சாதியார் என்று கூறுகின்றீர்களே உண்மையா?**

என்று கேட்டார்கள்.

> **கந்தப்பன் ஐயா, எங்கள் குலத்தோர்க்கும் இவர்கள் குலத்தோர்க்கும் ஏதோ பூர்வ விரோதம் இருக்கிறது.** அதுனால் இவர்கள் எங்களை இழிவாக நடத்துவது வழக்கம். எங்கள் குலத்தோர் வாசம் செய்யும்

வீதிக்குள் பார்ப்பனர் வந்தால் நாங்கள் இவர்களை இழிவு படுத்தித் துரத்துவது வழக்கம்.

இவர்கள் வந்த வழியிலும் சென்ற வழியிலும் சாணத்தைக் கரைத்துத் தெளித்து இவர்கள் ஓடிய வழியில் சாணச் சட்டியை உடைத்து வருகின்றோம். இத்தகையர் செயல் பெரும்பாலும் எங்கள் கிராமங்களினும் வழங்கி வந்த போதிலும் பூர்வ விரோதமும் அதன் காரணமும் எங்களுக்குச் சரிவர விளங்கவில்லை. எங்கள் குலத்தோர் பெரும்பாலும் பயிரிடும் தொழிலையே செய்கின்றார்கள்.

இவர்கள் குலத் தொழிலோ பெரும்பாலும் **பிச்சை யிரந்து உண்பது.** இவ்விரு நிறத்தார் செய்யும் தொழில்களுக்குள் எவர் செய்யும் தொழில் நீச்சத் தொழில் என்று தாங்களே தெரிந்து கொள்ள வேண்டும்.

என்று கூறினாராம்.

பிறகு ஆரிங்டன் துரையவர்கள் அந்த இரு பார்ப்பனர் களையும் நோக்கி,

இப்போது நீங்கள் என்ன சொல்லப் போகிறீர்கள் என்றாராம். இருவரும்,

உங்கள் பாடங்களை வாசியுங்கள்

என்று மறைத்து விட்டார்களாம். அதற்குப் பிறகுதான் எலீஸ் துரையவர்கள் கந்தப்பன் அவர்களால் கொடுக்கப்பட்ட திருக்குறளை **1831** ஆம் ஆண்டு வித்வான் **தாண்டவராயர்** முதலியார், வித்வான் முத்துசாமிப் பிள்ளை அச்சிட்டு வெளிவந்த திருக்குறள் நூலில்

திருவள்ளுவர் பார்ப்பானுக்குப் பிறந்தார்

என்னும் கட்டுக்கதை இல்லை. அதேபோல் எலீஸ் துரை வெளியிட்ட நூலிலும் இல்லை.

ஆனால் 1835 இல் **விசாகப் பெருமாய் ஐயர்** அச்சிட்ட புத்தகத்தின் இறுதியில் அக்கதை கூறப்படுகின்றது. **1837** இல் விசாகப் பெருமாளின் இளவல் சரவணப் பெருமாள் ஐயர்

அச்சிட்ட புத்தகத்தின் முகப்பில் இப்பொய் சரித்திரத்தை விரித்துக் குற்றம் கூறப்பட்டிருக்கிறது.

1. 1-6 அ.பெருமாள்பிள்ளை **ஆதி திராவிடர் வரலாறு**, சென்னை - 1922 பக்கம் 99.

   7-20 சோமலெ **கல்கி அறக்கட்டளைச் சொற் பொழிவுகள் தமிழ் இதழ்கள்**, சென்னைப் பல்கலைக் கழகம் 1925

1. **பெ.சு. மணி - தமிழ்மணி பண்டிதர் க. அயோத்தி தாசர்.** 1992, பக்.22

2. **ஒரு பைசாத் தமிழன்** - இதழின் பதிவு எண் : **M.673 Edited by Pandit C, Jyotheethass** என்று காணப்படும்.

   இவ்விதழில் உலகச் செய்திகள் **தந்தி சமாச்சாரங்கள்** என்னும் தலைப்பில் இடம் பெறும்.

3. **அம்பேத்கார் பிரியன்** - பகுத்தறிப் பாட்டன் பண்டிதர் அயோத்தி தாசர், சென்னை, 1997.

4. **தமிழன் - 23.9.1908**

5. **தமிழன் - 9.9.1908**

6. **தமிழன் - 6.1.1909**

7. **தமிழன் - 23.9.1909**

8. **தமிழன் - 25.12.1914**

இயல் ஆறு

தமிழர் இயக்கம் - முதுமையும் முடிவும்

தக்கார் தகவிலர் என்பது அவரவர்
எச்சத்தாற் காணப் படும்

என்னும் பொய்யாமொழி அயோத்திதாசருக்குப் பொருத்தமாதாகும். அவர் விட்டுச் சென்ற எச்சங்களான அறிவுச் செல்வம் அறநெறிச் செல்வம், சமூக எழுச்சி ஆகியவை கற்றறிந்தோரையும் சமயச் சார்புடையோரையும், அரசியல் உணர்வாளர்களையும் அறிநெறியாளர்களையும் தட்டி யெழுப்பின.

உள்ளுவார் உள்ளத்து உட்பொருள் யாவையும் நல்லவர் அயோத்திதாசரின் உள்ளக் கருத்துக்களிலிருந்து அள்ளிக் கொள்ளலாம்.

அவ்வாறு அள்ளிக்கொண்டு எழுந்தவைதாம் **திராவிடர் இயக்கங்கள், பகுத்தறிவு இயக்கங்கள், தனித்தமிழ் இயக்கங்கள், ஆதிதிராவிட இயக்கங்கள், பார்ப்பன ரல்லாதார் இயக்கங்கள்** ஆகிய இன்ன பிறவுமாகும். ஆனால் இவற்றில் ஒன்றுகூட **அயோத்திதாசர்** என்று ஒருவர் இருந்தார் என்பதைக் கூட அறியாமல் இருக்கின்றனவே!

அயோத்திதாசரின் கருத்து மூலங்கள் தான் தோன்றிகள்; இயல்பாக எழுந்தவை, எவரிடமிருந்தும் கடன் பெற்றவை அல்ல. தான் கூறும் கருத்துகளைத் தானே சுயமாகச் சிந்தித்து வெளியிடுவார். இவற்றைப் பிறர் அறிந்து தெளிவு பெற வேண்டும் என்பதற்காகத் தமிழ், பாளி, சமற்கிருத இலக்கியங் களிலிருந்து ஒத்த கருத்துகளைக்கூறும் செய்யுள்களை மேற்கோள் காட்டுவார்.

ஆரியம் கடற்பஞ்சு போன்றது; அது எத்தகைய - எவருடைய கருத்துகளையும் இடம் பொருள் ஏவலைக் கருதாமல் உறிஞ்சிக் கொண்டு, பின்னர் அவற்றைத் தன்வயமாக்கிக் கொள்ளும் என்பது வரலாறு கண்ட உண்மை. இவ்வாறு தன்வயமாக்கிக் கொண்டதைக் கொண்டே மூலத்தை நல்கியவரை அல்லது மூலக் கருத்தை அழித்துவிட்டு, அவ்விடத்தில் தன் கருத்தை நிலை நாட்டி, வெற்றி பெறுவதுமே ஆரியக் கலாச்சாரம் என்பதை விளக்கவே அயோத்திதாசர் யதார்த்த பிராமணனையும், வேஷப் பிராமணனையும் கற்பனைப் பாத்திரங்களாகப் படைத்தார். இந்திரர் தேச சரித்திரத்தில் ஆரியர்களால் இந்திய வரலாறு மாற்றி யமைக்கப்பட்டு விட்டதைத் தெளிவாகக் கூறுகிறார். இந்நூல் 150 பக்கங்களையே கொண்டதாயினும் 1500 பக்கங்களுக்கு மேல் விளக்கவுரை எழுதும் அளவுக்கு அறிவாழம் வாய்ந்தது எனலாம்.

பார்ப்பனனையும், பார்ப்பனியத்தையும் எதிர்த்து, இன்றைக்கு நூற்றைம்பது ஆண்டுகளுக்கு முன்பே தன்மான (சுயமரியாதை) உணர்ச்சியை ஊட்டியவர் பண்டிதர் அயோத்திதாசர். அவருடைய பகுத்தறிவு சான்ற வாதங்களை அவர் எழுதிய **கபாலீசர், விபூதி சரித்திர ஆராய்ச்சி**களில் நன்கு அறியலாம். **பறையன்** (Pariah) என்று விளித்தாலோ, இழிவாகவோ சாடைமாடையாகவோ சமிக்ஞை காட்டினாலோ தண்டிக்கப்படவேண்டும் என்றார் அவர். இதனையொட்டியே அரசு இதற்கான ஆணை பிறப்பித்தது. இதுவே பின்னர் இந்திய அரசியலமைப்புச் சட்டத்திலும் இடம் பெற்றது. தீண்டாமை ஒழிப்புச் சட்டமாக உருவெடுத்து, இதற்கெனத் தனிக் காவற் படையும் அமர்த்துவதற்குக் காரணமாயமைந்தது.

இதைப் போலவே சிறைத்துறை, மருத்துவத்துறை விதிமுறைகள் மாற்றப்பட்டு சிறையில் பிற சாதியினரின் மலக் கழிவுகளை ஆதிதிராவடர் சிறையாளிகள் அகற்ற வேண்டும் என்னும் விதியும் மருத்துவ மனைக் கழிவுகள் அகற்ற வேண்டும் என்னும் விதியும் நீக்கப்பட்டன.

பொதுப்பாதை உரிமை

அயோத்திதாசரின் அளியர் (மனைவியின் தம்பி) திவான் பகதூர் **இரட்டைமலை சீனிவாசன்.** (1923 - 1945)

இருந்தபோது, ஆதிதிராவிடர்களுக்குக் குடியுரிமைகள் மறுக்கப்பட்டு வருவதைத் தன் வாதத் திறமையால், மேல்சாதி உறுப்பினர்களான மிட்டாமிராசுகளும் ஜமீன்தார்களும் அடங்கிய சட்டமன்றத்தில் ஆதிதிராவிட மக்களுக்கு இந்த நாடு இழைத்துவரும் கொடுமைகளையும் மனிதநேய மற்று நடந்து வரும் தன்மைகளையும் அனைவரும் அதிர்ச்சியடையும்படி எடுத்து வைத்தார்.

ஆதிதிராவிடர்கள் பொதுப்பாதையில் நடந்தால் அவர்கள் மீது வழக்குத் தொடுத்து நீதிமன்றத்தால் தண்டிக்கப்படும் வழக்கமும் இருந்தது. இத்தகைய ஒரு நிகழ்ச்சி பற்றிய ஒரு வினாவைச் சட்டமன்றத்தில் (1921 இல்) திருச்சிராப்பள்ளி **சி. சிங்காரவேலுப்பிள்ளை** என்பார் எழுப்பியதையும் அதற்கு உள்துறை அமைச்சர் விடையளித்ததையும் இங்குக் குறிப்பிடலாம்.

> கொடைக்கானலில் பறையர் குலச் சிறுவன் ஒருவன் பொதுவழித் தடத்தில் நடந்து சென்றான். செல்கையில் தீண்டாமையைக் குறித்துப் பாடிக் கொண்டே சென்றான். இதைக்கண்டு பொறாத மேல்சாதிக்காரர்கள் அச்சிறுவனை நையப் புடைத்ததோடன்றி, நீதி மன்றத்திலும் வழக்குத் தொடுத்தார்கள். கொடைக்கானல் குற்றவியல் நீதிபதி அவன் சிறுவன் என்பதற்காகவும், ஏற்கனவே அவனை மேல் சாதிக்காரர்கள் அதிகமாகவே அடித்து விட்டதாலும் தண்டனை பெற்றுவிட்டான் என்பதற்காகவும் மனம் இரங்கி மிகக் குறைந்த பக்கமாக அவனுக்கு ஓர் ரூபாய் தண்டம் விதித்துத் தீர்ப்புக் கூறினார்.[1]

இதுபற்றிய செய்தி **திராவிடன்** இதழில் ஏற்கனவே வெளியிடப்பட்டது. இத்தகைய கொடுமைகளைக் கண்டித்தும் பறையர்களுக்குக் குடியுரிமைகள் கோரியும் ஆதி திராவிட மகாஜன சபை தொடர்ந்து பல மாநாடுகளை நடத்தி, தீர்மானங்கள் நிறைவேற்றி வந்தது.

சிதம்பரம் வட்டம் பின்னத்தூரில் 23-3-1931 இல் நடந்த மாநாட்டில் இத்தகைய தீர்மானங்களை நிறைவேற்றி அரசுக்கு

அனுப்பி வைத்தது. ஆனாலும் அரசு அதுபற்றி அக்கறை காட்டவேயில்லை. ஆனால் இக்கோரிக்கை 1924 இல் திவான் பகதூர் இரட்டைமலை சீனிவாசன் அவர்களால் தீர்மானமாகக் கொண்டு வரப்பட்டு, நீதிக்கட்சி ஆட்சிக் காலத்தில் நிறைவேற்றப்பட்டது. இதன் முழு விளக்கத்தைப் புனித ஜியார்சு கோட்டை அரசிதழில் (28-4-1925) காணலாம்.

இதன்படி பொதுப்பாதைகள், அரசு அலுவலகங்கள், அலுவலக வளாகங்கள், பொதுக்கிணறுகள், குளங்கள், பொது மக்கள் வழக்கமாகக் கூடுமிடங்கள் ஆகியவற்றிற்குள் நுழையவும் செல்லவும் பயன்படுத்தவும் பறையர் வகுப்பைச் சேர்ந்த எவரையும் போகவிடாமல் தடுக்கவோ, பயன்படுத்தவிடாமல் தடுக்கவோ கூடாது. அவ்வாறு தடுப்பவர்களுக்கு 100 உருபாய் தண்டமாக விதிக்கப்படும். இத்தகைய குடியுரிமைத் தீர்மான வாசகங்களை சீனிவாசனின் துணைவியாரும் பண்டிதரின் தங்கையுமாகிய **அரங்கநாயகி அம்மாள்** தனது கணவரின் உள்ளக்கிடக்கையின்படித் தனது கல்லறையில் பொறிக்கும்படி இறுதி முறி (Will)யில் கேட்டுக் கொண்டார். அவ்வம்மையாரின் கடைசி விருப்பத்தின்படியே பொது வழித் தடங்களில் நடக்கவும் உரிமையற்றுக்கிடந்த வாயில்லாப் பூச்சிகளான பறையர்களுக்கு இத்தகைய உரிமைகளை வழங்கிய அரசாணை வாசகங்கள் அவருடைய கல்லறையில் பொறிக்கப்பட்டுள்ளது. இன்றும் சென்னை - ஓட்டேரி இடுகாட்டிலுள்ள அரங்கநாயகி அம்மாளின் கல்லறையில் இதனைக் காணலாம். பக்கத்திலேயே அவருடைய கணவர் திவான் பகதூர் இரட்டைமலை சீனிவாசனின் கல்லறையும் உள்ளது.[2]

அயோத்திதாசர் 1891 இல் ஏற்படுத்திய **திராவிட மகா சன சபை**யின் முதலாண்டு நிறைவுக்கூட்டம் நீலகிரியில் கூட்டப்பட்ட போது நிறைவேற்றி அரசுக்கு அனுப்பப்பட்ட தீர்மானங்களில் ஒன்று **பறையர்**களைப் **பறையர்** என்றோ **பஞ்சமர்** என்றோ அழைக்காமல் **ஆதித்தமிழர்** அல்லது **ஆதிதிராவிடர்** என்றுதான் அழைக்க வேண்டும் என்பதாகும்.

1881 ஆம் ஆண்டுக் குடி மதிப்பிக் கணக்கெடுப்பின் போதே பறையர்களை **ஆதித் தமிழர்** என்றே குறிக்கவேண்டும் எனக் கணக்கெடுக்கும் அதிகாரிகளிடம் மனுக் கொடுத்தார்

பண்டிதர். பறையர்கள் **இந்துக்கள்** அல்லரென்றும், எனவே சாதி இந்துக்களுடன் இவர்களையும் சேர்த்துக் கணக்கெடுக்கக் கூடாது என்றும் அதில் கேட்டுக் கொண்டார். இவருடைய உள்ளக் கிடக்கையை நிறைவேற்றும் பொருட்டு **ஆதி திராவிட மகா சன சபை**யார் தொடர்ந்து அரசுடன் போராடி வந்தனர். **பறையர், பஞ்சமர்** என்னும் பெயர்களால் அழைக்கப் பெறாமல் அயோத்திதாசர் விரும்பியபடியே **ஆதித்தமிழர்** என்னும் பெயரால் தாங்கள் அழைக்கப்பட வேண்டும் என விழைந்தனர். ஆனால் அன்று நிலவியிருந்த ஆட்சிப் பரப்பு தமிழ்நாடு, கேரளம், ஆந்திரம், கருநாடகம் ஆகியவற்றை உள்ளடக்கிய **சென்னை மண்டிலமாக** (Madras Presidency) விளங்கியது. எனவே **தமிழர்** என்று தனியே பிரித்துரைக்காமல் **திராவிடர்** என்றே கூறலாம் எனக்கொண்டு **ஆதி-திராவிடர், ஆதி-ஆந்திரர், ஆதி-கருநாடகர்** ஆகிய பெயர்களால் முறையே தமிழ், தெலுங்கு, கன்னடம் பேசும் தாழ்த்தப்பட்ட மக்களை அழைக்கவேண்டும் என விரும்பினார்கள். 1892 ஆம் ஆண்டு முதலே இப்பெயர் மாற்றத்திற்காகப் போராடி வந்துள்ளனர்.

1917 இல் **எம்.சி. இராசா, பி.வி. சுப்பிரமணியம் பிள்ளை, கே. முனுசாமிப்பிள்ளை, வி. இராசரத்தினம் பிள்ளை, வேணுகோபால்பிள்ளை, வி.ஜி. வாசுதேவப் பிள்ளை,** திருவாட்டி **திருப்புகழ் அம்மாள்** ஆகியோர் அன்றைய துணையரையர் (Viceroy) **செம்சுஃபோர்டு *(1916 - 1921)*** என்பாரையும் இந்தியா செயலாளர் **எட்வின் எஸ். மாண்டேகு** என்பாரையும் நேரில் சந்தித்தனர். தாங்கள் ஏன் ஆதிதிராவிடர் என அழைக்கப்பட வேண்டும் என்பதற்கான காரணங்களை மாந்தவியல், இலக்கிய வரலாற்று அடிப்படையில் விளக்கி நீண்டதொரு வேண்டுகோளை எழுத்து வடிவில் அவர்களிடம் அளித்தனர்.

> எங்களைப் **பறையர், பஞ்சமர்** ஆகிய பெயர்களால் அழைக்கின்றனர், இப்பெயர்களைக் கேட்டவுடனேயே எல்லாரும் எங்களை மிக மிக இழிவாகப் பார்ப்பதும், நடத்துவதுமாய் உள்ளனர். ஆகவே அருள்மிகு பிரிட்டானியப் பேரரசு எங்களை **ஆதிதிராவிடர்** என்று அழைக்கும் படியானதோர்

ஆணையை வெளியிடுவதுடன் இனி வரும் அரசு ஆவணங்களிலும் அப்பெயராலேயே எங்களைக் குறிக்க வேண்டும். **ஆதி திராவிடர்** அல்லது **மூல திராவிடர்** (முதல் திராவிடர்) என்றவுடன் அவர்களும் நம்மவரே, நமக்கு மூத்த சகோதரர்களே என்று **பிராமணரல்லாதார்** எனத் தங்களை அழைத்துக் கொள்வோர் உணரட்டும்.

எனக் கேட்டுக் கொள்ளும் வகையில் அந்த வேண்டுகோள் அமைந்திருந்தது. **எம்.சி. இராசா** இதற்கான தீர்மானம் ஒன்றினை முன் மொழிகையில் தங்கள் சபையார் இப்பெயர் மாற்றத்திற்காக மேற்கொண்ட முயற்சிகளை வரலாற்று அடிப்படையில் எடுத்துரைத்தார்.[1]

எம்.சி. இராசா கொணர்ந்த இத் தீர்மானமே அரசாணையாக நிறைவேறியது.[2]

எனவே **அயோத்திதாசர் 1891** இல் அரசிடம் கோரி நிறைவேறாமலிருந்த இவ்வேண்டுகோளினை **ஆதிதிராவிட மகா சன சபை** யார் **1922** இல் நிறைவேற்றி முடித்தனர்.

ஹரிஜன் - ஆதி திராவிடர்

அயோத்திதாசரின் விருப்பம் 1922 இல் நிறைவேறி விட்டது. ஆனால் இந்திய விடுதலைக்குப் பின் **காந்தீயம்** மௌசு பெற்றதால் **ஆதி திராவிடர்** என்னும் பெயருக்கு ஆபத்து வந்து சேர்ந்தது. காந்தியார் முதலில் இம் மண்ணின் மைந்தர்களைத் **தீண்டத்தகாதார்** (Untouchables), **வரணமற்றவர்கள்** (Avarnas) என்றே அழைத்து வந்தார். பின்னர் இவர்களை **ஹரிஜன்** (ஹரி அல்லது கடவுளின் குழந்தைகள்) என்று அழைக்கத் தொடங்கினார்.[3] 1930 ஆம் ஆண்டு முதல் மக்கள் தொகைக் கணக்கெடுப்பிலும் இவர்கள் **ஹரிஜன்** என்றே குறிப்பிடப் பட்டனர்.[4]

1947 இல் பொதுத் தேர்தல் வாக்காளர் பட்டியல் உருவாக்கப்படும்போது அரசு ஆணையொன்றினைப் பிறப்பித்தது. 1935 ஆம் ஆண்டு அரசியல் சட்டத்தில் **பட்டியல் சாதிகள்** (Scheduled Castes) எனக் குறிப்பிடப்படும் அனைத்துச் சாதிகளையும் இனிவரும் அரசு ஆவணங்களில் **ஹரிஜன்** என்றே

குறிப்பிட வேண்டும்; உருவாக்கப்படும் அரசியல் சட்டத்தில் இதனைச் சேர்ப்பதற்கான சட்டத் திருத்தம் கொண்டு வரப்படும் அதுவரை இந்த ஆணை செல்லுபடியாகும் என்பதே அந்த ஆணையின் சாரமாகும்.[5] ஆனால் இச்சொல்லை இந்திய அரசியல் சட்டத்தில் எந்தவொரு இடத்திலும் அண்ணல் அம்பேத்கார் சேர்க்கவில்லை.

ஆகூழ்வயமாக, **எம்.ஜி. இராமச்சந்திரன்** தமிழ்நாட்டின் முதலமைச்சராகப் பொறுப்பேற்றவுடன் **ஆதி திராவிடர்** என்னும் சொல் மறுபிறவி அல்லது மறுமலர்ச்சி பெற்றது. **ஹரிஜன்** என்னும் சொல்லுக்குப் பகரமாக ஒரு தமிழ்ச் சொல் வேண்டும் என விழைத்த எம்.ஜி. இராமச்சந்திரன் **ஹரிஜனை** நீக்கி விட்டு, **ஆதி திராவிடர்** என மாற்ற ஆணை பிறப்பித்தார்.[6] இதனால் **ஹரிஜன நலத்துறை,** ஆதி திராவிடர் நலத் துறையாகவும், **ஹரிஜன மந்திரி** ஆதிதிராவிடர் அமைச்சராகவும் மாறினர். அயோத்திதாசரின் முற்காணியம் மீண்டும் நனவாகியது.

தமிழர் - திராவிடர் இனவுணர்வு

அயோத்திதாசர் தமிழ்ச் சாதிகள் அனைவரும் **நாம் தமிழர்** என்னும் இனவுணர்வு கொள்ளச் செய்த **தமிழர் தந்தை, தமிழன்** என்னும் பெயரிலேயே இதழினையும் நூல்களையும் படைத்து வெளியிட்டவர்; தன்னுடைய சித்த மருத்துவத் தொழிலைத் **தமிழ் மருத்துவம்** என்றே விளம்பரப்படுத்தியவர்; தமிழனாகப் பிறந்து, தமிழின உணர்வைத் தமிழரிடையே அரும்பச் செய்து, தமிழின - மொழி - இலக்கிய மேம் பாட்டிற்காகவே வாழ்ந்து தமிழனாகவே மறைந்தவர் பண்டிதர் அயோத்திதாசர்.

தென்னாட்டவரைத் **திராவிடர்** என அழைக்கத் தொடங்கிய முதல்வர் அயோத்திதாசரே.

டாக்டர் கால்டுவெல் 1814 - 1891) கூடத் திராவிடம் என்னும் சொல்லை மொழிக் கூட்டத்திற்கே கையாண்டார்; மொழி பேசும் மக்களைச் சுட்டவில்லை. ஏனெனில் அவருடைய **திராவிட மொழிகளின் ஒப்பிலக்கணம்** என்னும் நூல் 1856 இல் முதற்பதிப்பாகவும், 1875 இல் இரண்டாம் பதிப்பாகவும் வெளிவந்தபோது ஆங்கிலம் தெரிந்த மேட்டுக் குடியினர் சிலர்

மட்டுமே அறிந்து வைத்திருந்தனர். மேலும் அவர் **திராவிடம்** என்னும் சொல்லுக்கோ, **திராவிடர்** என்னும் சொல்லுக்கோ உணர்வார்ந்த வடிவம் கொடுக்கவில்லை.

அயோத்திதாசர் **1883** இல் **திராவிடப் பாண்டியன்** என்னும் இதழைத் தொடங்கி, அதனை மறைத்திரு. **ஜான் ரத்தினம்** என்பாரைக் கொண்டு நடத்தச் செய்தார். 1890 இல் **திராவிடர் கழகம்** என்னும் அமைப்பைத் தோற்றுவித்து, தமிழகத்திலும் அயல்நாடுகளிலும் வாழ்ந்து வந்த ஆதித் திராவிடர்களையெல்லாம் ஒன்றிணைத்தார். **திராவிடம்** என்னும் சொல் **தமிழ்** என்னும் மூலத்திலிருந்து வந்தது என்றார். ஆதி திராவிடர்களே இந்நாட்டின் முதல் மாந்தர் என்றார். தமிழே உலக மொழிகளுக்கெல்லாம் தாய் என்றார்; அதுவே உலகின் முதன் மொழி என்றார். **திராவிடப் பள்ளி** ஒன்றைத் தொடங்கி, மறைத்திரு ஜாண் ரத்தினத்தை நடத்தும்படி செய்தார். **1890**இல் தொடங்கிய **திராவிடர் கழகமே 1892** இல் **திராவிட மகாசன சபை** எனப் பதிவு செய்யப்பெற்றது.

மேற்கூறிய முடுக்கமான செயல்களால் அயோத்திதாசர் **திராவிடம்** என்னும் சொல்லைப் பொது மக்களிடையே, குறிப்பாகச் சமுதாயத்தின் அடித்தட்டு மக்களிடையே பரவச் செய்தார். இம்மக்களின் திராவிட - மனவுணர்வு மேம்பீட்டால் **1930** இல் **ஆதி திராவிட மித்திரன்** என்னும் இதழ் **ஆர். இராசகோபாலன்** என்னும் ஆதி திராவிடரால் வெளியிடப் பெற்றது.

இச்சொல் 60 - 70 ஆண்டுகளுக்கும் மேலாக மக்களால் நன்கு உணரப்பட்டுப் பயன்பாடு அடைந்த பின்னரே **அறிஞர் அண்ணா** சேலம் மாநாட்டில் 1944 இல் **நீதிக்கட்சி**யைத் **திராவிடர் கழகம்** எனப்பெயர் மாற்றம் செய்தார். அதுவரை **பார்ப்பனரல்லாதார், சூத்திரர்** என்று அறியப்பட்டோர் அனைவரும் வலுக்கட்டயமாகத் **திராவிடர்** என்றே அழைக்கப்பட்டனர். இன்று **திராவிடம் திராவிடர்** என்னும் முதற் சொல்லைப் பெற்ற **கழகங்கள்** யாவற்றுக்கும் மூலவர் - முதல்வர் **திராவிடத் தந்தை** பண்டிதர் அயோத்திதாசர் அன்றோ?

எனவே சிந்தனையாளர்கள் அயோத்திதாசரை **அறிவு ஜீவி** என்றும், **ரிஷிமூலம்** என்றும், **ஆதி முதல்வன்** என்றும், அழைக்கின்றனர். திராவிடர் கழகமும் முதலில் இம்மக்களால் தான் வலுப்பெற்றது. பிற்காலத்தில் **தந்தை பெரியாரும்** நீங்கள் எங்களோடு சேர்ந்தால் உங்களுக்கு நேரும் இழப்பு **ஆதி** என்னும் இரண்டு எழுத்துகளே என்றார்.

பார்ப்பனரல்லாதார் இயக்கத்தின் தந்தை

பிராமண துவேஷம், பைசாச நரகம் என்றிருந்த காலத்தில் அயோத்திதாசர் பார்ப்பனர்களைத் தோலுரித்துக் காட்டினார். அவர்களின் வேத, புராண, இதிகாசங்களைப் பிட்டு வைத்துப் பாமரனையும் தெளிவடையச் செய்தார். இவருடைய **யதார்த்த பிராமண வேதாந்த விளக்கம், வேஷப் பிராமண வேதாந்த விளக்கம், இந்திரர் தேச சரித்திரம், அரிச்சந்திரன் பொய்கள்** ஆகிய நூல்களை ஒருமுறை படித்தாலே இவர் எந்த அளவுக்குப் பார்ப்பனர்களைப் பற்றித் தெரிந்து வைத்திருந்தார் என்பது தெளிவாகும். பெரியாரின் பார்ப்பனர் எதிர்ப்பு பண்டிதர் அடியொற்றியதாகும்.

பண்டிதரின் **புத்த மார்க்க வினா விடை, விவாக விளக்கம், கபாலீசர் சரித்திர ஆராய்ச்சி, விபூதி ஆராய்ச்சி** ஆகியவற்றை அறிந்தாலே இவர் ஒரு **பகுத்தறிவுச் சித்தர்** என்பதைக் கண்டு கொள்ளலாம்.

பண்டிதருக்குப் பகுத்தறிவைப் பரப்பும் பணியில் உறுதுணையாய் நின்றவர்கள் வழக்கறிஞர் **ம. சிங்கார வேலர்,** பேராசிரியர் **இலட்சுமி நரசு** ஆகியோர் ஆவர். ஆனால் பறையரான பண்டிதர் அயோத்திதாசர் என்னும் பகுத்தறிவுச் செம்மலின் தொண்டர்களாகவும் மாணவர்களாகவும் வேறு வேறு குலங்களைச் சேர்ந்த அறிவாளிகள் இருந்திருக்கிறார்கள் என்பதைத் தமிழக வரலாறு எழுதுவோரும், தமிழிலக்கிய வரலாற்றைப் படைப்போரும் இருட்டடிப்புச் செய்து வந்திருக்கிறார்கள். பகுத்தறிவு இலக்கியங்களை, இலக்கியப் படைப்புகளைத் திட்டமிட்டு ஒதுக்கி வைத்ததுடன், சிங்கார வேலர் போன்றோர் பண்டிதர் போன்றோருக்கு உறுதுணையாய் இருந்திருக்கிறார்கள் என்பதை மறைத்து விட்டனர்.[7]

அயோத்திதாசரின் கருத்துகள், பகுத்தறிவு இலக்கியத்தில் இடம் பெறவில்லையெனில், அத்தகைய இலக்கிய வரலாறு குறைபட்ட வரலாறே என்பதைப் பகுத்தறிவு இயக்கத்தவர்கள் சுட்டிக் காட்டத் தவறி விட்டனர்.

அண்மையில் **பகுத்தறிவு இலக்கிய வரலாறு** எழுதிய **கு. வணங்காமுடி** என்பார். சிங்காரவேலரையும் குறிப்பிடவில்லை; அவருக்கு ஆசானாய் விளங்கிய பண்டிதர் அயோத்திதாசர் பற்றியும் குறிப்பிடவில்லை; இந்நூலுக்கு அணிந்துரை வழங்கிய பேரா. க. அன்பழகன் என்பாரும், பாராட்டுரை நல்கிய கி. வீரமணி என்பாரும் கூட இவ்விருவர் பற்றியும் எதுவும் குறிப்பிடவில்லை.[8]

பண்டிதர் முதலில் அத்வைதக் கோட்பாட்டை பரப்ப முயன்றார். அதில் தோல்வி கண்டதும் 1875 ஆம் ஆண்டு முதல் தான் இறக்கும் வரை (1914) நாடு முழுவதும் சுற்றிப் பகுத்தறிவுச் சிந்தனைகளையே பரப்பி வந்தார். அவருடைய சொற்பொழிவுகள் யாவும் பகுத்தறிவு மயம்தான்.

ஒரே கடவுள் குடும்பம் சகல சிருஷ்டிப்புகளுக்கும் காரணமாக இருக்க முடியுமா?

நாராயணனுக்குப் பிரம்மன் மகன்; சரசுவதி மருமகள்; பார்வதி தங்கை; சங்கரன் மைத்துனன்.

யானை முகனும் வேலாயுதனும் தங்கையின் குமாரர்கள். இந்தக் குடும்பத்தாரா உலகப் படைப்புக்குக் காரண கர்த்தர்களாய் இருந்தார்கள்?

மும்மூர்த்திகளும் அவர்களின் தேவிமார்களும் காமதூர்த்தர்களாயிருக்கும் இவர்களைத் தேவர்கள் என்று எப்படிச் சொல்லக் கூடும்?

சாதாரண மனிதர்களிலும் மிக்க கேவலமான பார்ப்பனர்கள் நம்மைப் படைத்தார்கள் என்றால் அதனைக் கல்வி கேள்விகளில் சிறந்த தமிழர்கள் ஏற்க முடியுமா?[9] என்று சொற்பொழிவில் பிழிந்து தருவார். பார்ப்பன எதிர்ப்பிலும் பகுத்தறிவுக் கேள்வியே.

வேதப் புத்தகத்தை வாசித்தவன் பிராமணனா?

குரு மூலம் தீட்சை பெற்றவன் பிராமணனா?
புராண இதிகாசங்களைப் படிக்கக் கேட்டவன் பிராமணனா?

தெய்வ பக்தி மிகுந்து பைத்தியக்காரனைப் போன்றவன் பிராமணனா?

பூசை, ஆராதனை, அர்ச்சனை முதலியன செய்து பழகியவன் பிராமணனா?

துறந்து அக்கினியை அடைகாத்துக் கொண்டு இருப்பவன் பிராமணனா?

உலகம் மருளப் பொய் உபதேசம் செய்து ஜீவிப்பவன் பிராமணனா?

பிரம்மாவை இகழ அவர் முகத்தில் பிறந்தேன் என்பவன் பிராமணனா?

ஓரிடத்தில் முதலில் பிறந்து விட்டுப் பிறகு மற்றோர் இடத்தில் பிறந்தேன் என்பவன் பிராமணனா?

கோழி வயிற்றிலிருந்து முட்டை வரும், அதே வயிற்றிலிருந்து குஞ்சு வருமா? இப்படி இரு பிறப்பாய்ப் பிறந்தேன் என்பவன் பிராமணனா?

வேதப் புளுகுகளைப் படிக்கக் கேட்ட சூத்திரனுக்குக் காய்ச்சிய ஈயத்தைக் காதில் ஊற்ற அரசர்களுக்குக் கற்பித்தவன் பிராமணனா?

செத்தவர்கள் பேரில் அரிசி, பருப்பு வாங்கி ஜீவிப்பவன் பிராமணனா?

இல்லவே இல்லை.

சர்வ பற்றுகளுமற்று, சமதர்மத்தில் நின்று உண்மையாக உலகத்தில் போதிப்பவன் எவனோ அவனே பிராமணன்!

அவனே அறிவடைந்தவன்!

அவனே சத்தியவான்!

எந்தப் பிராமணன் வேதத்தை ஓதாமல் வேறு நூல்களை ஓதுகிறானோ அவனைச் சூத்திரன் என்று அழைக்க வேண்டும் என **மனுஸ்மிருதி** கூறுகிறது.

இன்றைய பிராமணர்களில் எவன் வேதம் ஓதுகிறான்?

பிராமண இராச வஸ்துக்கள், சமைத்த அன்னம், எள், செம்புக்கல், உப்பு, மனிதர், பசுக்கள், சிவந்த நூல், வஸ்திரம், சணப்பு, பட்டு, கம்பளம், பழம், கிழங்கு, மருந்து, ஜலம், ஆயுதம், விஷம், மாமிசம், கற்பூரம், வாசனைத் திரவியம், பால், தேன், தயிர், எண்ணெய், மது, வெல்லம், தருப்பை, யானை, குதிரை, சிங்கம், பட்சி, சாராயம், அவுரி, அரக்கு ஆகிய இவற்றில் ஒன்றையேனும் விற்கக் கூடாது.

அன்னம் விற்பவன் சூத்திரன் ஆகி விடுவான் என்கிறது மனுஸ்மிருதி.

இன்றைய பிராமணர்கள் இதில் எதை விட்டு வைத்திருக்கிறார்கள்?[10]

ஆகவே, வேதங்கள் கூறும் தர்மத்தின்படி இல்லாத எவனும் பிராமணன் அல்லவென்றும், அவன் மற்றவனைச் சூத்திரன் என்று அழைக்க யோக்கியதை உடையவன் இல்லையென்றும் அயோத்திதாசர் கூறுகிறார்.

அயலார் பொருளைத் திருடுவதும், பிறன் மனைவியின் மீது இச்சை கொள்வதும், பெற்ற மகளையே புணர்வதும், சோமபானம் குடிப்பதும், தேவர்கள் செயலா? இத்தகைய விபச்சாரம், கொலை, களவு முதலிய பஞ்சமா பாதகங்களைச் செய்யும் தேவர்களும், பிராமணர்களும் எப்படி உயர்ந்தவர்கள் ஆவார்கள் என்பது பண்டிதரின் கேள்வியாகும்.

இவற்றுக்கெல்லாம் மேலாக, நான்கு வேதங்களையும் எழுதியவர்களின் பெயர்களையும், வெளியிட்டவர்களின் பெயர்களையும் கூற முடியுமா எனக் கேட்கும் அயோத்திதாசர், இவை தெரியாவிட்டாலும் தாழ்வில்லை. இவை ஒவ்வொன்றும் யாரால் எங்கிருந்து எடுத்துக் கொடுக்கப்பட்டது என்று வினவுகிறார். **சங்கரர், இராமானுசர், மத்துவர்** ஆகிய எவரேனும் கண்டெடுத்தார்களா என்கிறார். இறுதியில் அவரே

இவற்றுக்கு விடையும் அளிக்கிறார். இவை யாவும் குப்பைகள், ஆங்கிலேயன் கைக்கு மாறி, மொழி பெயர்த்து அச்சிடப் பட்டதால் உலகறிய வந்த பொய் மூட்டைகள் என்கிறார்.

பௌத்த சமய மறுமலர்ச்சியாளர்

பண்டிதர் அயோத்திதாசர் பௌத்தம் தமிழகத்தில் மீண்டும் மலரச் செய்தவர். அவருடைய மறைவுக்குப் பின்னும், **சாக்கிய பௌத்த சங்கங்கள்** தமிழ்நாட்டிலும் **மைசூர், கோலார், பெங்களூர், ஊப்ளி** முதலான இடங்களிலும், **மலேசியா**விலும், **நேட்டாலி**லும் அவருடைய திருப்பெயரால் தழைத்தோங்கியிருந்தன. பௌத்தர்களாக இருந்தவர்களே பகுத்தறிவு இயக்கத்திலும், தன்மான (சுய மரியாதை) இயக்கத்திலும், பின்னர் திராவிடர் கழகத்திலும் பெரியாருடன் தோளோடு தோள் நின்று பிரச்சாரப் பீரங்கிகள் ஆயினர். அவர்களில் குறிப்பிடத் தக்கவர் திருப்பத்தூர் **பெரியசாமிப் புலவர்.** இவர் தான் **தென்னிந்திய சாக்கிய பௌத்த சங்கம்** என்பதைத் திருப்பத்தூரில் தொடங்கியவர். இவரால்தான் வடஆர்க்காடு மாவட்டம் முழுவதும் பௌத்த நெறி பரவியது. இம்மாவட்டத்தில் இன்றும் பல குடும்பங்கள் பௌத்த நெறியில் வாழ்ந்து வருகின்றன. பௌத்த நெறியின் வளர்ச்சியினைப் பண்டிதர் தன் வாழ்நாளிலேயே கண்டு மகிழ்ந்தார்.

அடுத்துக் **கோலாரி**லிருந்த பண்டிதரின் மகன் **பட்டாபி ராமன் எம்.ஒய். முருகேசன், பி.எம். இராசரத்தினம், அனுமந்த உபாசகர், ஈ.என். அய்யாக்கண்ணுப் புலவர், பண்டிதமணி கோ. அப்பாத்துரையார்** முதலியோர் ஆவர். அயோத்தி தாசர் கோலாரிலும் பலவாண்டுகள் வாழ்ந்து வந்தார். இன்றும் அங்குள்ள பௌத்த சாக்கிய சங்கம், பௌத்த வாலிபர் சங்கம் ஆகியவை அயோத்திதாசர், முருகேசனார், அப்பாத்துரையார் ஆகியோரின் படைப்புகளைக் கட்டிக் காத்து வருகின்றன. பண்டிதரின் நூல்கள் இங்குள்ள **சித்தார்த்தர்** அச்சுக் கூடத்தில் வெளியிடப் பெற்றவை யாகும். இவரே பெங்களூர், கோலார் முதலிய இடங்களிலும் சாக்கிய பௌத்த சங்கங்களை ஏற்படுத்தினார். அயோத்திதாசர் தாம் தொடங்கிய பௌத்த சங்கங்களுக்குச் **சாக்கிய** என்னும் அடைமொழியை எப்போதும் சேர்த்து வந்தார். **சாங்கியம்** எனில் வைதீகர்களின்

வழக்கில் சடங்குகளை அடிப்படையாகக் கொண்ட மரபு என்பது பொருள். **சடங்கு சாங்கியம்** என்னும் சொல்லுக்கு எதிரானது **சாக்கியம்** என்னும் சொல்லாகும். எனவே சாக்கிய பௌத்த சங்கம் சடங்குகளையும் பூசைகளையும் அடிப் படையாகக் கொண்டது இல்லை என்பது புலனாகும். இதனால்தான் பௌத்த சங்கங்களுக்குச் **சாக்கிய** என்னும் சொல்லைச் சேர்த்துப் பயன்படுத்தினார். இவர் காலத்திலும் இவருக்குப் பின்னாலும் வடஆர்க்காடு மாவட்டம் முழுவதும் ஏற்படுத்தப் பெற்ற பௌத்த சங்கங்களுக்குச் சாக்கிய பௌத்த சங்கங்கள் என்றே பெயரிடப்பட்டிருப்பதைக் காணலாம். இதே பெயரில் தான் **கோலார், பெங்களூர், ஊப்ளி, தார்வார், சிங்கப்பூர்** ஆகிய இடங்களிலுள்ள சங்கங்களுக்கும் **சாக்கிய** என்னும் சொல் முதலில் சேர்க்கப்பட்டிருக்கும்.

மேலும் சாக்கிய என்னும் சொல் மகத நாட்டையாண்ட அரச மரபினரின் பெயராகும். இதனால்தான் புத்தரைக் கூடச் **சாக்கிய முனிவர்** என்று அழைத்தனர். அந்த அரச மரபினரின் வழிவந்தோரே இன்றைய ஆதி திராவிடர்கள். ஆகவே அவர்களின் பரம்பரை நெறியே பௌத்த நெறி என்பதைக் குறிக்கும் வகையில் அயோத்திதாசர் **சாக்கிய** என்னும் அடைமொழியை ஈண்டு சேர்த்தார்.

ஔவையார், முருகன் ஆகியோரின் பெயர்களும் ஆதி திராவிடப் பௌத்தப் பெயர்களே என்பார் பண்டிதர். பௌத்தர்களாகிய **பறையர்கள்** ஆரிய சமயத்தையும், அதிலுள்ள சடங்கு சாங்கியங்களையும் ஏற்காமல் தனித்து நின்று, பௌத்த நெறிகளின்படியே நின்று ஒழுகியதால்தான் இவர்களுக்குள் தீராத பகைமை ஏற்பட்டது. எப்படியும் பௌத்த நெறியை அழிப்போம் என உறுதியாகப் பாடுபட்ட ஆரியர்கள், அதனை அழித்தே விட்டனர். அத்தோடு பௌத்தர்களாகிய பறையர்களைப் **பறையர் பறையர்** என்று பதி குலையச் செய்து வருகிறார்கள் என்று விளக்கி வருகிறோம் என்றார் பண்டிதர்.[11]

சுவடற்றுப் போன பௌத்த நெறியை மீண்டும் தமிழகத்தில் உயிர்ப்பிக்கச் செய்தவர் அயோத்திதாசர். பௌத்தத்தைதக் கருவியாகக் கொண்டு தமிழ் மொழிக்கும்

நாட்டிற்கும் தமிழர்களில் கடைநிலையில் உள்ளவர்களுக்கும் அரும்பணி யாற்றியவர் அயோத்திதாசர். பௌத்தத்தையே கருவியாகக் கொண்டு பகுத்தறிவு இயக்கத்திற்கும், தன்மான இயக்கத்திற்கும் ஆதி திராவிடரின் முன்னேற்றத்திற்கும் அடித்தளமிட்டவர் அயோத்தி தாசரே ஆவார்.

அயோத்தி தாசரைப் பின்பற்றி இவருடைய நெருங்கிய உறவினரான **மாசிலாமணி** என்பவர் 1929 இல் **வருண பேத விளக்கம்** என்னும் நூலைக் கோலார் புத்தக சாலையிலிருந்து வெளியிட்டார். **மாக்ஸ் முல்லர்** வரலாற்றுக் கோட்பாடுகளை அடிப்படையாகக் கொண்டு பகுத்தறிவு வாதங்களை இந்நூலில் எடுத்து வைக்கிறார் மாசிலாமணியார்.

பௌத்தம், அறம், கொல்லாமை, மது அருந்தாமை முதலிய ஒழுக்கங்களோடு திகழ்ந்திருந்த காலத்தில் ஆரியப் படையெடுப்பு நிகழ்ந்தது. ஆரியரின் வருகைக்கு முன்பே இந்தியாவில் ஒரு தலைசிறந்த நாகரிகமும் பண்பாடும் தழைத்திருந்தது. கட்டடக் கலையும் உலோகக் கலையும் மற்றும் பல கலைகளும் இங்கு வளர்ச்சியடைந்திருந்தன. இவை யாவும் ஆரியமயமாக்கப்பட்டு விட்டன. இடையில் எழுந்த சத்திரியர் எழுச்சியும் ஆரிய மாயையால் அடிமைப்படுத்தப்பட்டு, நால்வரணப் பாகுபாடும், சாதி வேறுபாடுகளும் தோன்றின என்கிறார் மாசிலாமணியார்.

வியாசர், விசுவாமித்திரர் முதலியோர் தங்களின் கல்வியறிவால் மேம்பட்ட பின்பே **பிராமணர்**களாகக் கருதப்பட்டனர். இதற்கு அவர்களுடைய கல்வியும் பண்பாடுமே காரணமாகும். பிறப்பில் பிராமணரல்லாத இவர்கள், தங்களின் நற்பண்புகளால் பிராமணர்கள் ஆனார்கள், எனில் பிறப்பிலேயே பிராமணராகவுள்ள பலர் தங்களின் இழிந்த பண்பால் கீழ்ச்சாதியாக வேண்டும் அல்லவா? எனக் கேட்கிறார். ஆனால் பிறப்பாலும் பண்பாலும் உயர்ந்த பௌத்தர்களைக் கீழ்ச்சாதிக்காரர்கள் எனக் கூறுவது எவ்வகையில் ஞாயமாகும் என்கிறார். பூணூல் அணிந்து கொள்ளும் பிராமணன் தன்னைப்போல் பூணூல் போட்டுக் கொள்ளும் கம்மாளன், செட்டி, வள்ளுவன் ஆகியோரை ஏன் தன் இனத்தானாக ஏற்றுக் கொள்வது இல்லை? எனக் கேட்கிறார்.[12]

மாசிலாமணியைப் போலவே **தமிழன்** இதழாசிரியராக **7.7.1926** முதல் **27.6.1934** வரை பொறுப்பேற்றிருந்த பண்டிதமணி கோலார் **கோ. அப்பாத்துரையார்** என்பாரும் **மதுரை** என்பாரும் பௌத்த நெறிகளைத் தழுவியும், பார்ப்பனர்களைக் கண்டித்தும் பல நூல்களை இயற்றியுள்ளனர். **தமிழன் -** இதழிலும் கட்டுரைகளை எழுதி வெளியிட்டுள்ளனர். அயோத்திதாசரின் காலத்திற்கும், இவர்களுடைய காலத்திற்கும் இடையில் நடையிலும் சொல்லாட்சியிலும்தான் வேறுபாடு காணப் பெற்றனவேயொழிய கருப்பொருளும் கருத்தாழமும் அயோத்திதாசரின் நெஞ்சத்தையே எதிரொலித்தன. இவர்களுடைய காலத்தில் வரலாற்றுக் காலவரையறை மாற்றியமைக்கப்பட்டுவிட்டது. அதாவது அயோத்திதாசர் **1914** இல் மறைந்தார்; அதுவரை ஆரிய வேதங்களை இந்திய வரலாற்றின் தொடக்கமாகவும் ஆதிமூலச் சான்றுகளாகவும் கருதப்பட்டன. ஆனால் **1922** இல் சிந்துவெளி நாகரிகம் அகழ்ந்து அறியப்பட்டபின் வேத கால நாகரிகம் பின் தள்ளப்பட்டது. எனவே வரலாறும் பண்பாடும் மாற்றம் பெற்றன. இதனால்தான் **மாசிலாமணி, முருகேசன், அப்பாத்துரை** முதலான பண்டிதரின் மாணவர்கள் (சீடர்கள்) நூல்கள் மேலை நாட்டவர் வரலாற்றுப் பாணியில் எழுதப்பட்டவைபோல் உள்ளன. மாக்ஸ் முல்லரின் நூல்கள் இட்டுக்கட்டி, ஆரியத்தைத் தூக்கிப் பிடித்தாலும், அவரே ஆரியம் பௌத்தத்தை காட்டுகின்றனர். **ஜெர்மனியில்** பிறந்த மாக்ஸ் முல்லர் ஒரு சமசுக்கிருத மொழி அறிஞர், **வேதமே எல்லாமும்** என்னும் கருத்தைக் கொண்டவர்; அவரே இவ்வாறு கூறுவதால் இம்மூவரும் ஆசான் அயோத்திதாசரை விட, வரலாற்று அடிப்படையில் சற்று ஆணித்தரமாகவே தங்கள் கருத்துகளை எடுத்து வைக்கின்றன.[13]

பறையர்கள் பௌத்தர்கள் இவர்களை எப்படியேனும் இந்துக்களாக்கித் தாழ்ந்த குலத்தவராகவே இருத்தி வைத்துவிட வேண்டும் என்னும் ஒரே ஆதங்கத்தில்தான் அவர்களைத் **திருக்குலத்தார்** எனவும், **வலங்கைச்சாதி** யார் எனவும், **அரிஜனங்கள்** எனவும் மாற்றி **இந்துமதம்** என்னும் சிறைக்குள் தள்ளி, தீண்டாமை என்னும் கால் விலங்கினை மாட்டிவிட்டு விட வேண்டும் என **இராமானுசர்** முதல், **காந்தியார்** வரை

பாடுபட்டனர் என்று **மதுரையார்** கூறுகிறார். இவர்கள் தீண்டாமையினை நிரந்தரமாக வைத்துக் கொண்டு புண்ணுக்குப் புனுகு தடவும் பணியில்தான் ஈடுபட்டனர். அதனை அடியோடு ஒழிப்பதற்காக எவருமே பாடுபடவில்லை என்கிறார்.

அயோத்திதாசரின் அடியொற்றிப் பிறப்பெடுத்தே **புதிய பௌத்தம்** (Neo Buddhism). அயோத்திதாசரின் கருத்தை அப்படியே அண்ணல் அம்பேத்காரும் ஏற்றுக் கொண்டார். தீண்டாமைக்குக் காரணம், பறையர்கள் பௌத்த நெறியைத் தழுவியதே ஆகும் என்னும் அயோத்திதாசரின் கருத்தை ஏற்று அயோத்திதாசர் பௌத்த நெறிக்கு மாறியதைப் போலவே அண்ணல் அம்பேத்காரும் மாறினார். ஆகவேதான் அயோத்திதாசர் ஒரு காலதேவன்; வரலாற்று நாயகன் என்றெல்லாம் போற்றப்படுகின்றார்.

கடவுள் இல்லை; அதைக் கற்பித்தவன் முட்டாள்; வணங்குபவன் காட்டுமிராண்டி எனக் கூறிய தந்தை பெரியார் கூடப் பௌத்த நெறியே சிறந்த உலகப் பொது நொறி ஆகும் என்றார். ஆனாலும் தங்களையும் பார்ப்பனர்கள் அழுத்தி வைத்து விட்டார்கள் என அலறும் சூத்திரர்கள் அதே பார்ப்பன நெறியைப் பின்பற்றி இன்னமும் ஆதிதிராவிடர்களை அழுத்திப் படுபாதாளத்தில் தள்ளிக் கொண்டிருக்கிறார்கள் என்று வேதனைப்படுகிறார்கள் அயோத்திதாசரின் வாரிசுகள்!

மாந்த நேயர் பண்டிதரின் தொலைநோக்கு

மனிதனுக்கு மதம் வேண்டும்; மதம் மட்டுமே மனிதனைப் புனிதனாக்கும் என்பதைக் கோட்பாக்கினார் பண்டிதர். பின்னர் தான் பிறந்த தாய்நாட்டையும் மக்களையும், இந்து மதத்தையும் விட்டுப் பிரிவதற்கு மனமின்றி, இவற்றோடு கட்டுண்டு, இந்துக்களுடன் ஆதிதிராவிடர்களையும் ஒன்று சேர்த்து வாழ வைக்க வேண்டும் எனக் கொண்டு **அத்வைதானந்த சபை**யினை 1870 இல் ஏற்படுத்திப் பிறகு **பிரம்மஞான சபை**யில் இணைந்தார். இதுவரை அவருடைய வாழ்க்கையின் முதற் கட்டமாகும்.

இந்துக்களிடையே உடன்பிறப்புப் பாசத்தை உருவாக்க முடியாது எனக் கண்டு கொண்ட பண்டிதர், சீர்திருத்தவே

முடியாத இந்து மதத்தைவிட்டு வெளியேறத் திட்டமிட்டது முதல் அவருடைய வாழ்க்கையின் இரண்டாவது கட்டத் தொடக்கமாகும்.

1900 இல் பௌத்த நெறியை ஏற்றுக் கொண்டு இலங்கைக்குச் சென்று தீட்சை பெற்றது இதன் அடுத்த நிலையாகும். 1902 இல் தென்னிந்தியப் பௌத்த சங்கத்தை நிறுவி, வாழ்நாள் முழுவதும் பௌத்த நெறிகளைப் பரப்ப முற்பட்டது இதன் தொடர்ச்சியேயாகும். இக்கால கட்டத்தில் இவருடைய உழைப்பெல்லாம் மனித நேயத்தை மக்களிடையே உருவாக்க வேண்டும் என்பதற்காகவே செலவிடப்பட்டது. அக்கால் அவர் இரு தடைகளை உடைத்தெறிய வேண்டிய தாயிற்று. தனது தாய்நாட்டில் உணர்வார்ந்து ஒன்றுபடும் உடன்பிறந்தார் ஒற்றுமைக்கு ஊறுவிளைவித்து, **சாதி தீண்டாமை** முதலிய வேறுபாடுகளால் அவர்களைப் பிளவுபடுத்தும் வேதவழியை ஞாயப்படுத்தும் வேதங்களும் வேதப் பார்ப்பனர்களும் முதல் தடையாகும். மற்றொன்று, மக்களைப் போன்றே வடிவிலிருந்தாலும் நடைமுறையில் மாக்களாக - விலங்குகளாக வாழ்க்கை நடத்தும் தன்னையொத்த ஆதிதிராவிட மக்களின் இரங்கத் தக்க நிலைகள்.

எனவே வேதங்களையும் வேதப் பார்ப்பனர்களையும் முதலில் ஒழிக்க விரும்பினார். அதாவது அவர்கள் தமது வைதிகத்தைத் துறந்து, எல்லாருடனும் சமமானவர்களாக அவர்களை மாற்ற வேண்டும். பகுத்தறிவு நோக்கினால் அவர்களைப் பக்குவப்படுத்த முயன்றார். அதே சமயம், தாழ்ந்த நிலையிலுள்ளவர்களை மேலே உயரும்படியாகத் தனது உழைப்பைச் செலுத்தினார்.

பார்ப்பான் பார்ப்பானாக இல்லையென்றும்; மனு கண்ட பார்ப்பான் மண்ணோடு மண்ணாகிவிட்டான் என்றும் கூறி, மனு கூறிய சாதிக்கேற்ற நீதியும், குலத் தொழிலும் செத்துவிட்டன எனக் கூறினார். பழைய நினைவுகளைக் கழற்றியெறிந்துவிட்டு, இறங்கி வந்து மக்களோடு மக்களாய் நின்று புதியதோர் உலகம் காணுமாறு அவர்களை அழைத்தார். அதே நேரத்தில் பாராண்டவன் நீ! பாரம்பரியமாகப் பரிசுத்தமான பௌத்த நெறியாளன் நீ! நிலைகெட்டு நாயினும்

கடையனாகிவிட்டாயே, விழி, எழு, வீறுகொள்; அதோ அந்தப் பார்ப்பானனுடன் கைகோர்த்து நட என்று அடிமட்டத்தில் அமிழ்ந்து கிடக்கும் மக்களைத் தட்டி எழுப்பினார். நீங்கள் இந்துக்களே அல்லவென்றும், சாதியும் சம்பிரதாயமும் உங்களுக்கு இல்லையென்றும் நால்வரணப் பாகுபாட்டில் நீங்கள் இல்லையென்றும் கூறினார். உலகுக்கே பொதுமறை அருளிய திருவள்ளுவன் உங்களின் மூதாதையனே என்றார்.

சூத்திரர்கள் பார்ப்பனர்களின் அடிமைகள்; **சாதி, மதம், வேதம்; கோவில், ஆச்சாரம், அனுஷ்டானம்** ஆகியவை பார்ப்பனர்களுக்கே சொந்தமானவை. எனவே அடிமைகளான சூத்திரர்கள் மீது இவற்றைத் திணித்தனர். ஆதிதிராவிடர்களை அவர்கள் அடிமைகள் எனக் கூறவில்லை. நான்காம் வரணத்தாரான சூத்திரருடன் நிறுத்திக் கொண்டனர். எனவே அவை நமக்குச் சொந்தமானவை அல்ல. ஆங்கிலேயனிடம் பதின்மூன்று வகைப் பறையர்கள் உண்டென்று பட்டியலிட்டுக் கூறிய பார்ப்பனர்கள் பறையன் எந்த வரணத்தான் எனக் கூறவில்லையே ஏன்? கூற முடியாது?

இந்நாட்டுத் தனித்தமிழ் அரசர்களான **இரணியன், இராவணன்** ஆகியோரை அவர்களின் மனைவிமார்களைக் கொண்டே வீழ்த்தியவர்கள்தான் பார்ப்பனர்கள். எனவே ஆதிதிராவிடர்கள் எந்த வகையிலும் தாழ்ந்தவர்கள் அல்லர் என்கிறார் அயோத்திதாசர். வேதங்கள், உபநிடதங்கள் யாவுமே ஆதிதிராவிடர்களின் படைப்பே ஆகும் என்றும், அவை யாவும் பௌத்த நெறிகளே என்றும் கூறினார்.

அயோத்திதாசருடைய இத்தகைய எழுச்சியுரைகள் சாதி உணர்வால் எழுந்தவை அல்ல. மேட்டையும் பள்ளத்தையும் சமன் செய்யும் துலாக்கோல் பணியாகும் பண்டிதரின் பணி. தன்னுரிமை கோரும் நோக்கிலானது; சமத்துவம் வேண்டித் தொடங்கியதாகும்.

அயோத்திதாசர், ஓயாது உழைத்து உருவாக்கிய மனித நேயக் கோட்பாடு கோட்பாட்டு அளவிலேயே நின்றுவிட்டதே யொழிய, பழுத்தக் கனியாகிப் பலன் தரவில்லை. மாமியாரிடம் அடிபட்ட மருமகள், மாமியாரானபின், தனக்கு வந்து வாய்த்த

மருமகளை அடிப்பது போலவே, பார்ப்பானிடம் அடிபட்ட சூத்திரன், பார்ப்பான் நிலைக்கு உயர்ந்தபின் பறையனை அடிக்கிறான் என்று அண்ணல் அம்பேத்கார் கூறியவாறே நடக்கிறது.

அயோத்திதாசப் பண்டிதரே தனித்தமிழுக்குத் தந்தை என்பதை எவரும் ஏற்றுக்கொள்ள மாட்டார்கள். அத்தகையோர் **மறைமலை** அடிகள் மட்டுமே தனித்தமிழுக்கு வித்திட்டவர் என்பர். ஆழ்ந்து நோக்கினால் அவருடைய நூல்களிலும் சமற்கிருதம் முதலான வேற்றுமொழிச் சொற்கள் விரவியிருக்கும். ஆனால் அவர் மொழித் தூய்மை பேணியவர் என்பதில் ஐயமில்லை. அவருடைய நூற்கருத்துகள் தனித்தமிழர் பண்பாட்டை மட்டுமே எதிரோலிப்பன அல்ல எனலாம். அதே சமயம் அயோத்திதாசரின் நூல்களும், இதழ்களும், அவை கூறும் கருத்துகளும் தனித்தமிழர் பண்பாட்டுக் கூறுகளையே எடுத்து இயம்புவனவாகும்.

ஊழ்வினை, மறுபிறவி, கருமவினைக் கோட்பாடுகளைப் பார்ப்பனியத்தை அடியொட்டியே மறைமலையடிகள், திரு.வி.க. முதலானோர் விளக்கி வந்தனர். இவ்விருவரும் சைவம், வைணவ சமயப் பண்பாடுகளைப் போற்றிச் சைவமும் தமிழும் தமிழர்க்கு இரு கண்கள் என்பா. ஊழ்வினையும், பாழுலகமும் கடவுளும் அவரிடத்தில்லை. எனவேதான் இவர் ஓர் **உண்மைத் தமிழன்** எனப்படுகிறார்; முதலும் முடிவுமாகத் **தமிழன்** என்றே திகழ்கின்றார்.

அயோத்திதாசர் தமிழிலே பெரும் புலமை பெற்றவர்; பாளி, சமசுக்கிருதம் ஆகிய இரண்டிலும் தேர்ந்த வல்லவர். ஆங்கிலத்தை இலக்கணத்தோடு ஆங்கிலேயன் வாய்மூலம் கற்றவர். தமிழிலே பேசுவது இழிவு எனக் கருதிய பத்தொன் பதாம் நூற்றாண்டில் வாழ்ந்து இருபதாம் நூற்றாண்டின் தொடக்கத்தில் மறைந்தவர். எனவே அவர் மக்கள் நடையில் பேசினார்; எழுதினார். இவருடையவற்றில் பாளி, சமற்க் கிருதத்தை நீக்கிப் பார்த்தால் தனித்தமிழே விளங்கித் தோன்றும்.

பண்டிதர் அயோத்திதாசர் எவர் தனக்குத் தீங்கு செய்யினும் மனமாற்றம் கொள்ளாத சான்றோர் ஆவார்.

அறிஞர்கள் சிலர் அவமானப்படுத்தியதைக்கூடப் பொருட் படுத்தாது பெருந்தன்மையோடு நடந்து கொண்டவர்.

அன்பும் அறனும் அருளும் நிறைந்த பௌத்தராய் வாழ்ந்து மாந்தர்க்கெல்லாம் வழிகாட்டிய புத்தர்பிரானைப் போலவே மக்களுக்காக உழைத்து **5-5-1914** அன்று முழு நிறைவு (பரிநிர்வாணம்) அடைந்தார்!

1. சென்னை - சட்டமன்ற நடவடிக்கைகள், மடலம் 11, 4-8-1921 (பக். 141)
2. 15-11-1995 இல் ஆசிரியரால் இக்கல்லறை பார்வையிடப் பெற்றது.

1. **எம்.சி. இராசா கொணர்ந்த தீர்மானம் : எண் 225, சென்னைச் சட்டமன்ற விவாதம், மடலம்; 4. பக்.2048. நாள் : 20-1-1922**
2. **அரசாணை** எண்.**817,** சட்டம் (பொது), 25-3-1922.
3. **எம்.கே. காந்தி - தீண்டாமை ஒழிப்பு** நவஜீவன் வெளியீடு. அகமதாபாத், 1557 (பக்.13)
4. **இந்தியக் குடிமதிப்புக் கணக்கு, 1961, சென்னை மடலம் IV பாகம், V, A.I.**
5. **அரசாணை : 850,** பொது (தேர்தல்), நாள் : 18-3-1947
6. **அரசாணை எண் : 953,** தமிழ்நாடு அரசு (சமூக நலத்துறை) நாள் : 13-12-1980.
7. **காரல் மார்க்சின் இலக்கிய இதயம்** (பக். 269)
8. **மேற்படி நூல் :** பக்கம் 269
9. **க. திருநாவுக்கரசு - களத்தில் நின்ற காவலர்கள். அயோத்திதாசப் பண்டிதர்.** நக்கீரன் பதிப்பகம், சென்னை, 1993 (பக். 18)
10. **வேஷப் பிராமண வேதாந்த விளக்கம்.** (பக். 1 வ.11)
11. **தமிழன் - 27.1.1909**

12. **கோ. வேலாம்பாள் - க. அயோத்திதாசப் பண்டிதரின் அரும்பணிகள் (எம்ஃபில் பட்ட ஆய்வேடு)** *மதுரைப் பல்கலைக் கழகம், 1995 (பக். 165)*

13. **கோ. வேலாம்பாள்** *மேற்படி ஆய்வேடு, பக்கம் 165*

14. **மாமதுரகவி வீ.வே. முருகேச பாகவதர், தமிழமுதம், சென்னை, 1960**

15. **டாக்டர் முத்து குணசேகரன்** - *செஞ்ஞாயிறும் விண்மீன்களும் (பக்.14-16)*

●●●

பின்னிணைப்பு

1

தென்னிந்திய சாக்கைய பௌத்த இயக்கத் தந்தை,
தமிழகப் பகுத்தறிவு இயக்க முன்னோடி,
வைத்திய சிங்கம், **தமிழன்** *இதழாசிரியர், ஆசாரியத்துறை,*
க. அயோத்தி தாசக் கவிராஜப் பண்டிதர்
1845 - 1914

பூவினில் உண்மை மேவிய வண்மைத்
தொண்டர்கள் நாடும் தொண்டைமா நாடு
தொல்லைகாளத்தி முல்லை வாயிலூஉம்
அளிவல மொற்றி யொளிர்வலநாடு
பாலிவளமருள் பாலிநன் னாடு
திருவொடு கலையும் மருவிடு நாடு
இத்திற நாட்டிடை நித்திலந் தூவி
அலைதொழு துலவும் நலமலி மயிலையில்
இமிழ்திரை யெழுந்த அமிழ்தம் அதுஎனவே
செந்தமிழ்க் குலத்தில் வந்தவன் எவனோ
இளமையில் கற்றோர் உளம்வழி நின்று
நூல்பல கற்ற சால்பினன் எவனோ
தன்வந் திரிமுனி தமிழ்முனி தேரையர்
இன்னவர் ஒருரு முனவந் தாலென
ஈங்குளோர் புகழ ஓங்கி நாடொறும்

வயித்திய மணியாய் வழங்குணன் எவனோ

மந்திரம் கீதமும் தந்திரம் சோதிடம்
வல்லவர் போற்றும் கல்விமான் எவனோ
இல்லறம் என்னும் நல்லறம் ஏற்றே
மக்கள் பேறொடு மிக்க அன்பினில்
விருந்தினை ஓம்பி யிருந்தவன் எவனோ

அமைவுடன் நாளும் சமய நூல்களைப்
பழந்தமிழ் நூல்களை அளந்தளந்(து) ஆய்ந்து
ஆரிய மக்களால் சீரியல் அவர்கள்
உற்ற சிறுமையும் உற்று நோக்கியே
மைக்குள் மணியெனச் சிக்குளிருந்தே
தம்மவர் தம்மது செம்மை உணராது
தம்மைக் குறைத்துத் தாமே கூறியும்

ஒழுக்கமிழந்தும் அழுக்குல் அமிழ்ந்தும்
ஒழிவதை யோர்ந்தே விழுமிய வேரை
முன்னிலை நிறத்தத் தன்னுடல் பொருள் இடமும்
மூன்றையும் அளித்துச் சான்றோர் செயல்கொடு
முன்னர் ஆரியர் இன்னல் களைந்து
தனக்கென வாழாப் பிறர்க்குரிய யாளன்
அறநெறி வளர்த்த திறலோன் எவனோ

பிறப்பொக்கும் எல்லா உயிர்க்கும் சிறப்பொவ்வா
செய்தொழில் வேற்றுமையான் எனமொழிந்த
நாவலர் உரையை நாவலத் தானும்
விளம்பரத்தானும் விளம்பினன் எவனோ

அழுக்கா றில்லா ஒழுக்காறு பற்றி
மறந்தும் பிறர்க்கு மறஞ்செயான் எவனோ
இன்னா செய்தார்க்கும் இனியவை நாடும்
செந்தண்மை பூண்ட அந்தணன் எவனோ
பொறுமைக்கேயொரு உறைவிட மாக
இருந்த குணமலைப் பெருந்தவன் எவனோ

நாட்டார் நகைக்கு நாணிலன் எவனோ
வீட்டார் அறத்தை யீட்டினன் எவனோ
அண்டினர்ப் புரக்கும் **அயோத்தி தாசப்**
பண்டிதப் பெயரைக் கொண்டவன் எவனோ

அன்னவன் இவ்வுடல் உன்னி விடுத்தே
மலற்மிசை ஏகினான் மானடி சேர்ந்தது
நிலமிசை நீடு வாழும்
இன்பமடைந்தனன் துன்புற அன்றே

ஒன்பதா மாண்டிவனை யுற்ற வுடற்பிணியாந்
துன்பொழித்த தேசிகனே தொல்லுலகில் - அன்பறின(து)
இன்னுரையும் நன்மருந்தும் ஏற்றிருந்த என்கிளைஞர்க்(கு)
என்னுரைக்கேன் நின்பிரிவை யிங்கு.

சென்னை
7-5-1914 **திரு. வி. கல்யாணசுந்தரன்**

உ

பண்டிதர்க்குப் புகழ் மாலை முருகேச பாகவதர்

நாவிதர்கள் சவரம்செய மறுத்த காலம்!
நாய்கள் செலும் வீதிகளில் நடந்தால் அந்தோ!
ஆவிதுடி துடிக்க தொழுமரத்தில் கட்டி
அடிக்கின்ற பேய்க்காலம்! எருமை தங்கும்
வாவியிலே கால் வைக்க நடுங்கும் காலம்
வண்ணானும் துணிவெளுக்க மறுத்த காலம்
கோவிலுக்கு முன்பட்டிப் பார்க்கா தேங்கும்
கொடுங்காலந் தன்னில் எழுந்தான்; முழக்கம் செய்தான்.

தமிழன் என்ற சமூக இதழ் மூலம் பண்டை
தமிழ்க் கலைக்கும் பழந்தமிழ் சமூகமான
குமுறு முழவர் எளிய பாட்டாளர்கள்
குறையைப் பொதுமக்களுக்கு அந்த நாளில்
அமர்ந்திருந்த ஆட்சிக்கும் விளக்கமாக
அடுத்தடுத்தே எடுத்துரைத்த கலப்பில்லாத
நமதுமுது குடிசமூக ஞான ஜோதி
நாவலனாம் க. அயோத்தி தாசன் கண்டீர்!

பண்டிதனாம் அயோத்திதா சன்என் பானும்
பழந்தமிழர் மரபினுக்கோர் மணி விளக்கு
தண்டமிழில் தென்றலெனும் திரு. வி.க., வின்
தனிஅன்பன் சமதன்மம் தழைக்கச் செய்ய
எண்டிசையும் புகழ்சென்னை இராயப் பேட்டை

இனிதுற்றான் அருமருந்தாம் புத்த தன்மக்
கழகங்கள் பலநிறுவிக் கவலை தீர்த்தான்!

பத்தருள் வேதத்தைத் தமிழில் அன்றே
பொருள் செய்தான் பன்மை மத சாதிப்பேதப்
பித்தத்தைத் தெளிய வைத்த மருத்துவன்தான்!
பேசுமுதல் எழுத்தாளன் ஈடில்லாத
புத்தமுதச் சொல்வழியும் பேச்சால் நெஞ்சில்
புரட்சியால் முட்டிவைத்த புனிதத் தொண்டன்
சித்தர் வள்ளுவன் மரபில் வந்த அன்னான்!
சிரித்த முகந்தனை நினைக்க சிலிர்க்கும் உள்ளம்!

மற்றவர்கள் சொகுசாக வாழுவதற்கே
வகைவகை யாய்வீட மைத்தே அளித்துத் தாங்கள்
உற்றதொரு மூலையிலும் மரத்தின் கீழும்
உயர் வாய்க்கால் மருங்கினிலும் மனிதப் பூச்சாய்ச்
சுற்றமனை மக்களுடன் மழையில் காயும்
சுடர் வெயிலில் பனிக்காற்றில் துடிப்போர் துன்பம்
எற்றைக்குத் தொலைந்திடுமோ என்றே எண்ணி
எழுதிவந்தார் அந்நாளில் தமிழன் ஏட்டில்!

இன்றெழுதும் எழுத்தாளர் மட்டுந் தானா
இருக்கின்றார்? இருந்தவரை மறக்கலாமா?
நன்றி கெட்ட செயலிதனை எண்ணிப் பார்க்க
தாணுமடா! பழந்தமிழா! உன்றன் நெஞ்சம்!
அன்று பலநூ லெழுதி ஊக்கு வித்த
அயோத்திதாஸ் போன்றவர்கள் இல்லையானால்
குன்றெனவே தலைநிமிர்ந்து நிற்கப் போமோ?
கொடுமுயர்வு தாழ்வுதனி கொடுத்த நாட்டில்!

வாடிவரும் பயிருக்கு மழையைப் போன்று
மாவீரம் தனை அள்ளி வழங்கி வந்தான்!
ஓடிவரும் காட்டாற்று வெள்ளம் போலே
உணர்ச்சியுடன் பகுத்தறிவில் உந்தச் செய்தான்!
நாடிமணி முடிசூடி அன்றே இந்த
நாடாண்ட மன்னர் குலம் நாமே என்று
தேடி நமக் குரைத்திட்டான் உறக்கந் தன்னைத்
தெளிய வைத்தான் பழந்தமிழன் சிறப்பாய் வாழ!

வஞ்சமாய் நம்முழைப்பை உறிஞ்சி நன்கு
வாழ்கின்ற சோம்பருக்கு நெஞ்சில் சூடாய்
அஞ்சாமல் அடி கொடுத்தான் யாரால் நீங்கள்
அறுசுவையோ டுண்ணுகிறீர் சொகுசாய்ப் பட்டுப்
பஞ்சணையில் துயில்கின்றீர்! தங்கம் வெள்ளிப்
பணியணியில் புரள்கின்றீர்! என்று கேட்டே
அஞ்சாம லிறுதிவரை அறப்போர் ஆற்றி
இலங்கி வந்த வீரன்புகழ் ஏத்தி வாழ்வோம்![14]

3

அவன்தான் மூத்தோன்!

அம்பேத்கார் என்பானோர் அறிஞனாவான் - நாட்டில்
அவனின்றேல் அரிஜனர்க்கு வாழ்க்கை ஏது?
அவனாலே அரிஜனங்கள் வாழ்க்கை பெற்றார் - வாழ்வில்
அவனாலே இந்தியர்கள் சட்டம் பெற்றார்
அம்பேத்கார் முன்னோடி ஒருவனுண்டு - வாழும்
அவனன்றோ தமிழகத்தின் **அயோத்திதாசன்!**
அயோத்திதாச கவிராஜ பண்டிதரை - அன்னோன்
ஆசிரியன் எனஏற்றான் ஆதலாலே அம்பேத்கார்
அழைத்ததைப்போல் தன்பெயரை இவன் அழைத்தான்.
படித்ததனால் அன்னவனை அறிஞரென்றார் - பாரில்
பகுத்தறிவு மேதைகளில் அவன்தான் மூத்தோன்!
விபூதிதனை அணிவதிலே லாபமென்ன? நாளும்
விழலுக்கு நீரிறைத்து ஒழிவதென்ன?
கபாலியாம் ஈசனவன் கதைகள்யாவும் - நாளும்
கபடத்தால் கட்டி வைத்த பொய்தானென்றான்
பஞ்சமர்க்குப் பள்ளிதனை அமைத்துப் - பாரில்
பாமரர்க்குப் புத்தனைப்போல் கருணை செய்தான்
ஆதியிலே திராவிடர்க்கு உணர்வும் - மேலும்
அங்கவர்க்குப் பகுத்தறிவு நெறியும் காட்டி
பாதியிலே வந்தவன்தான் பார்ப்பானென்பான் - பறையன்
பழந்தமிழன் ஆதிக்குடி இந்துவல்ல
பூர்வமொழித் தமிழ்மொழிதான் புனிதமான - ஆதி
புத்த மதம் முதல் மதம்தான் தமிழர்க் கென்றான்
பாதகர்கள் பறையனென இகழ்ந்த நாட்டில் - பாரில்

படிப்பதற்குத் தடை விதித்த பாவி நாட்டில்
ஆதியிலே நாத்திகத்தைப் பாத்திகட்டி - நாளும்
அன்றாடம் வளர்த்திருந்த சென்னைச் செல்வன்
சிந்தனையில் முதிர்ந்திருந்த பெரும் பேராசான் - அறிஞர்
சிங்கார வேலருக்கும் அவர்க்கும் மூத்த
நாடுபுகழ் லட்சுமி நரசுவுக்கும் நல்லவர்க்கும்
பெரியார்க்கும் இன்னும் யார்க்கும்
மூத்தவன் தான் அயோத்திதாசனாவான்
முழுப்பெருமை முதல் பெருமை அவர்க்கேயுண்டு
பத்திரிகைத் துறையினிலே அவன்தான் மூத்தோன் - பாரில்
பல்வளம் சேர்பூஞ்சோலை முத்துவீரன்
இளைத்தவர்க்குக் கேடயம் போல் இருந்துவந்த
இரட்டை மலை சீனிவாசன் இவர்களுக்கும் மூத்தோன்
ஒரு பைசா தமிழனென நாளும் கூறி
உலகறிய பத்திரிகை நடத்தி வந்தான்
கல்வியிலே கரைஇல்லாக் கடல் அவனும் நாளும்
கற்றதனால் மருத்துவனாய்த் தொண்டு செய்தான்
ஆயிரத்து எண்ணூற்று நாற்பத்தைந்தில்
அவன் பிறந்தான் அந்த வள்ளல் இந்த நாட்டில்
ஆயிரத்துத் தொள்ளாயிரத்துப் பதினான்காண்டில் - கண்ணில்
அடியினிலே அவன் புதைந்தான் மீட்பார் இல்லை.
அன்னவன்தான் அனைத்தினுக்கும் முன்னோன் - தமிழர்
அவன் பெயரைச் சொல்லாமை கொடுமையாகும்
தீண்டாமைத் தேசியத்தின் பெருங் கொடுமை - அதனைத்
தெரிந்திருந்தும் பேணுவது மதமடமை ஆகும்
வேண்டாத பெருந்தொல்லை மனித வாழ்வை - நாளும்
வெட்டுகின்ற வெறியரிவாள் ஜாதியென்றான்![15]

4

அயோத்திதாசரின் நூல்கள்மீ

1. புத்தர் என்னும் இரவு பகலற்ற ஒளி *(1898)*, பௌத்தர் அச்சகம், சென்னை
2. நூதன சாதிகளின் உற்பவ பீடிகை *(1912)*, கௌதமர் அச்சகம், சென்னை
3. ஆதிவேதம் *(1912)*, கௌதமர் அச்சகம், சென்னை

4. அம்பிகையம்மன் சரித்திரம் (1912)இ சித்தார்த்தர் அச்சுக்கூடம், கோலார் தங்கவயல்.
5. இந்திரர் தேச பௌத்தர்கள் பண்டிகை விவரம் (1923), சித்தார்த்தர் அச்சுக்கூடம், கோலார் தங்கவயல்.
6. விவாக விளக்கம் (1926), சித்தார்த்தர் அச்சுக்கூடம், கோலார் தங்கவயல்.
7. ஸ்ரீ அம்பிகையம்மன் அருளிய திரிவாசகம் (1927), சித்தார்த்தர் அச்சுக்கூடம், கோலார் தங்கவயல்.
8. ஸ்ரீ அம்பிகையம்மன் வரலாறு (1930), சித்தார்த்தர் அச்சுக்கூடம், கோலார் தங்கவயல்.
9. நந்தன் சரித்திர தந்திரம் (1930), சித்தார்த்தர் அச்சுக்கூடம், கோலார் தங்கவயல்.
10. முருகக் கடவுள் வரலாறு (1930), சித்தார்த்தர் அச்சுக்கூடம், கோலார் தங்கவயல்.
11. வேஷ பிராமண வேதாந்த விவரம் (1932), சித்தார்த்தர் அச்சுக்கூடம், கோலார் தங்கவயல்.
12. யதார்த்த பிராமண வேதாந்த விவரம், (1932), சித்தார்த்தர் அச்சுக்கூடம், கோலார் தங்கவயல்.
13. கபாலீசன் சரித்திர ஆராய்ச்சி (1932), சித்தார்த்தர் அச்சுக்கூடம், கோலார் தங்கவயல்.
14. விபூதி ஆராய்ச்சி (1932), சித்தார்த்தர் அச்சுக்கூடம், கோலார் தங்கவயல்.
15. திரிக்குறள் - கடவுள் வாழ்த்து (1950), சித்தார்த்தர் அச்சுக்கூடம், கோலார் தங்கவயல்.
16. அரிச்சந்திரன் பொய்கள் (1950), சித்தார்த்தர் அச்சுக்கூடம், கோலார் தங்கவயல்.
17. திருவள்ளுவர் வரலாறு (1950), சித்தார்த்தர் அச்சுக்கூடம், கோலார் தங்கவயல்.
18. புத்த மார்க்க வினா - விடை (1955), சித்தார்த்தர் அச்சுக்கூடம், கோலார் தங்கவயல்.
19. இந்திரர் தேச சரித்திரம் (1957)
20. சாக்கைய முனிவர் (1977), மறைமலையடிகள் நூல் விற்பனையகம், பெங்களூர்.

21. பண்டிதரின் மகாராஜாங்க எண்ணெய்.

22. அஸ்வகேந்தி லேகியம்.

கருவி நூல்கள்: இதழ்கள்

ஒரு பைசாத் தமிழன் (ஆசிரியர் - அயோத்திதாசர்) - சென்னை 1907 - 1908.
தமிழன் (ஆசிரியர் - அயோத்திதாசர்) - சென்னை 1908 - 1914.
தமிழன் (ஆசிரியர் - பட்டாபிராமன்) - காலார் 1914 - 1915.
தமிழன் (ஆசிரியர் - அப்பாத்துரையார்) -கோலார் 1926 - 1934.
உண்மை சென்னை, 15.2.1992
திராவிடன் சென்னை, 30.5.1921
நீதி சென்னை, 21.10.1935, (கட்டுரை - ஆர். ஜெயகுமார்), பெங்களூர் - 6.5.1918, சென்னை, 20.10.1935, சென்னை, 20.12.1994

மலர்கள்

கேம்பியன்ரீப், சாக்கிய பௌத்த சங்கம் இரண்டாம் ஆண்டு அறிக்கை, 1918.

அயோத்திதாசர் நினைவு மலர், தங்கவயல் பௌத்த சங்கம், 1915.

நீதிக்கட்சி 75வது ஆண்டுப் பவள விழா மலர் (1916 - 1991) சென்னை - 1992

நூல்கள்

அம்பேத்கார், பீ.ஆர். தீண்டத்தகாதார் யாவர்? சிராவஸ்தி, 1969. புத்தரும் அவர் தம் தம்மமும் சித்தார்த்தர், பம்பாய், 1974.

அயோத்திதாசப் பண்டிதர், க. - புத்தமார்க்க வினா - விடை தங்கவயல், கோலார், ஆண்டர்சன்பேட்டை, 1930 யதார்த்த பிராமணன்வேதாந்த விவரமும் வேஷப் பிராமணன் வேதாந்த விவரமும் சாக்கிய பௌத்த சங்கம், சென்னை, 1912. திருவள்ளுவர் வரலாறு திரிக்குறள் - கடவுள் வாழ்த்து தங்கவயல் - கோலார், 1950.

அரிச்சந்திரன் பொய்கள் தங்கவயல் - கோலார். இந்திரர் தேச சரித்திரம்தங்கவயல் - கோலார். பூர்வத் தமிழொளியாம் புத்தரது ஆதிவேதம் சென்னை, 1924.

இராசா, எம்.சி.- ஒடுக்கப்பட்ட இந்துக்கள். சென்னை, 1924.

கலியாண சுந்தரனார், திரு.வி.க.- திரு.வி.க. வாழ்க்கைக் குறிப்புகள் கழகம், சென்னை, 1982.

கமலநாதன், தி.பெரி - தென்னிந்திய செட்யூல்டு இனமக்களின் விடுதலைப் போர் பற்றிய வரலாற்று உண்மைகள். சாக்கிய பௌத்த சங்கம், திருப்பத்தூர், 1985.

காந்தி, எம்.கே.- தீண்டாமை ஒழிப்பு, அகமதாபாது, 1957.

சீனிவாசன், ஆர்.- இரட்டைமலை சீனிவாசன் ஜீவிய சரித்திரம். சென்னை, 1939.

சுப்பிரமணியன், சச்சிதாசன் - திரு.வி.க. வாழ்வும் தொண்டும் பாரி நிலையம் சென்னை, 1991.

தங்கவேலு, கோ. - தமிழ் நில வரலாறு, தமிழ்நாட்டுப் பாடநூல் நிறுவனம், சென்னை, 1976.

இந்திய வரலாறு (3) பழனியப்பா, சென்னை, 1978.

தனஞ்செம்கீர்-டாக்டர் அம்பேத்கார் வாழ்வும் தொண்டும். பம்பாய், 1987.

திருநாவுக்கரசு, க.-களத்தில் நின்ற காவலர்கள் நக்கீரன், சென்னை, 1993.

பெருமாள், டாக்டர் எஸ்.-தமிழ்நாட்டில் பௌத்த மறுமலர்ச்சி வேலூர், 1992.

மணி, பெ.சு.-காரல் மார்க்சின் இலக்கிய இதயம் - பகுத்தறிவு இயக்கச் செம்மல் அயோத்திதாஸ்.சென்னை, 1989.

மாசிலாமணி, ம.-வருணபேத விளக்கம். கோலார், 1929.

முத்து குணசேகரன், டாக்டர்-செஞ்ஞாயிறும் விண்மீன்களும் - சிங்கார வேலரும் அயோத்திதாசரும் சென்னை, 1993.

கோ. வேலாம்பாள்-க. அயோத்திதாசப் பண்டிதரின் அரும்பணிகள் (எம்.ஃபில் பட்ட ஆய்வேடு-வெளியிடப் பெறாதது) மதுரைக் காமராசர் பல்கலைக்கழகம், மதுரை, 1995).

* G. ALOYSIUS - Religion as Emancipatory Identity. (A Buddhist Movement among the Tamils under Colonialism.)
The Christian Institute for the Study of Religion and Society.
New Age International (P) Ltd., New Delhi, 1997. (பக். 234 - 235)

www.ingramcontent.com/pod-product-compliance
Lightning Source LLC
LaVergne TN
LVHW100251051026
849517LV00006B/2047
* 9 7 8 9 3 9 5 2 6 8 0 6 6 *